ചങ്ങഴിയൂര്

ടോണി ചിറ്റേട്ടുകളം

കോട്ടയം ജില്ലയിലെ ചങ്ങനാശേരി താലൂക്കിൽപ്പെട്ട തുരുത്തിയിൽ ജനനം. പിതാവ് ഇത്തിത്താനം ചിറ്റേട്ടുകളം സി.സി വർഗീസ്. മാതാവ് എടത്വ പുത്തൻപുരയ്ക്കൽ റോസമ്മ വർഗീസ്.

തുരുത്തി സെന്റ് തോമസ്, സെന്റ് മേരീസ്, എറണാകുളം സെന്റ് ആൽബർട്സ്, ചങ്ങനാശേരി സേക്രട്ട് ഹാർട്ട് എന്നിവിടങ്ങളിൽ നിന്നും സ്കൂൾ വിദ്യാഭ്യാസം പൂർത്തിയാക്കി. തുടർന്ന് ചങ്ങനാശേരി സെന്റ് ബർക്ക്മാൻസ് കോളജിൽ നിന്നും പ്രീഡിഗ്രിയും സസ്യശാസ്ത്രത്തിൽ ബിരുദവും ബിരുദാനന്തരബിരുദവും.

21 യുവകവികളുടെ കവിതകളടങ്ങിയ 'വിരൽപ്പാടുകൾ', 'ഒരു നോവലിന്റെ ലാവണ്യാനുഭവങ്ങൾ' എന്നീ കൃതികളിൽ രചനാ സാന്നിധ്യം. *മഴപ്പുസ്തകം, രാത്രി, ഞാനും എന്റെ ഇഷ്ടകഥാപാത്രവും, സ്കോട്ട്ലൻഡ് യാർഡ് ഡിറ്റക്ടീവ്, ആകർഷകമായ വ്യക്തിത്വം, കെ. എസ് ചിത്ര: അനുഭവം ഓർമ യാത്ര, ഗിന്നസ് പക്രു: ചെറിയ ചുവടുകളും വലിയ ജീവിതവും, കാര്യം കൗതുകം പ്രോജക്ട് സഹായി, വിജയത്തിനു ചില രസക്കൂട്ടുകൾ, വിദ്യാർഥികൾക്കു കുറെ വിജയമന്ത്രങ്ങൾ, അഭിഭാഷകരും കുറ്റാന്വേഷകരും കുറെ കേസുകളും, എഴുത്ത് ജീവിതം കുറെ വിശുദ്ധചിത്രങ്ങളും, മമ്മൂട്ടി എന്ന ഇതിഹാസം* തുടങ്ങി, ഇതേവരെ **35** -ൽപ്പരം കൃതികളുടെ കർത്താവ്.

2000 മുതൽ 2005 വരെ **'ദീപിക'** ദിനപത്രത്തിൽ സബ് എഡിറ്റർ. **'ദീപിക'**യുടെ പ്രഥമ അന്താരാഷ്ട്ര പതിപ്പായ **'ദീപിക യൂറോപ്പി'**ന്റെ എഡിറ്റർ ഇൻ ചാർജായി വിരമിച്ചു. തുടർന്ന് എഫ്.എം മീഡിയയുടെ അമേരിക്കൻ പ്രസിദ്ധീകരണമായ **'മലയാളി സംഗമം'** ഗ്ലോബൽ മലയാളം വീക്ക്ലി ന്യൂസ് പേപ്പറിന്റെ ന്യൂസ് എഡിറ്ററായി 2005 നവംബർ വരെ പ്രവർത്തിച്ചു. ഇപ്പോൾ, കൊച്ചി ആസ്ഥാനമായി പ്രവർത്തിക്കുന്ന ഗവൺമെന്റ് കോൺട്രാക്ടിംഗ് / മീഡിയ ബിസിനസ് സംരംഭമായ **ലൈഫ്ലൈൻ ഗ്രൂപ്പ് ഓഫ് കമ്പനീസിന്റെയും ബ്രാൻഡ്എക്സ് ഗ്രൂപ്പിന്റെയും** ഡയറക്ടർ. **'ബെസ്റ്റ് ഓഫ് ഇന്ത്യ റെക്കോർഡ്സ്'** ഒഫീഷ്യൽ കൂടിയായ ടോണി, **2017 നവംബറിൽ** പുറത്തിറങ്ങിയ **'ചക്കരമാവിൻ കൊമ്പത്ത്'** എന്ന ചലച്ചിത്രത്തിന്റെ സംവിധായകനും ഗാനരചയിതാവും കൂടിയാണ്.

വിലാസം: മലകുന്നം പി.ഒ, ചങ്ങനാശേരി-686 552, കോട്ടയം ജില്ല.

ഓഫീസ്: ലൈഫ്ലൈൻ ഗ്രൂപ്പ് ഓഫ് കമ്പനീസ്, ബ്രാൻഡ്എക്സ്, പൈപ്പ്ലൈൻ റോഡ്, പാടിവട്ടം, കൊച്ചി-24.

മൊബൈൽ: +91 98463 222 99

E mail: tonychittettukalam@gmail.com

Web: www.tonychittettukalam.com

ടോണി ചിറ്റേട്ടുകളം

ചങ്ങഴിയൂര്

(നോവൽ)

മാക്സ് ബുക്സ്
കോട്ടയം
2021

Changazhiyooru
By Tony Chittettukalam
Malayalam Novel

Published by:-
MAX BOOKS
Maxlive Media Solutions Pvt Ltd.
Muppathiyil Building, Muttambalom Post,
Kanjikuzhy, Kottayam 686 004
maxlivemediasolutions@gmail.com
maxbookskerala@gmail.com
Ph: 90740 98776, 73060 23373

Cover Design: Rajesh Chalode

Printed in India
at Penta Offset, Kottayam
Edition:
First Editon October 2021
Copies: 1000

ISBN: 978-93-91085-39-1

Distribution:
PUSTHAKAKADA
Thiruvananthapuram
Online Sales: www.pusthakakada.com

അന്വേഷണാത്മക പത്രപ്രവർത്തനത്തിന്റെ ചൂടും ചൂരും അനുഭവവേദ്യമാക്കുന്ന ഈ നോവലിന് മറ്റൊരിടത്തും കാണാൻ കഴിയാത്ത ഒരു മലയാളിത്തം കാണാം. ജേർണലിസം എന്ന ഫോർത്ത് എസ്റ്റേറ്റിന്റെ അകമ്പടിക്കാരിൽ പൊതുവേ കാണുന്ന എല്ലാ മാനറിസങ്ങളും സമർത്ഥമായി ഈ കൃതിയിൽ കൂട്ടിയിണക്കിയിരിക്കുന്നു. ഇത്തരത്തിലൊരു നോവൽ മലയാളത്തിൽ ഇതാദ്യം. ടോണി ചിറ്റേട്ടുകളത്തിന്റെ ആദ്യ നോവൽ പ്രസിദ്ധീകരിക്കാൻ കഴിഞ്ഞതിൽ അഭിമാനം.

അജീഷ് ചന്ദ്രൻ
പ്രസാധകൻ

Distribution

പുസ്തകക്കട

www.pusthakakada.com

PUSTHAKAKADA
1st Floor, Heera Chambers,
Pazhavangadi,
Thiruvananthapuram-23
Ph: 8590777204

ആമുഖക്കുറിപ്പ്

കാലം പറഞ്ഞുവച്ചത്...

ഏറെ നാളായുള്ള ശ്രമങ്ങൾക്കൊടുവിലാണ്, ഈ നോവൽ അനുവാചക സമക്ഷം അവതരിപ്പിക്കുവാൻ കഴിയുന്നത്. പത്രപ്രവർത്തകനായും എഴുത്തുകാരനായും സിനിമാസംവിധായകനായും സംരംഭകനായുമൊക്കെയുള്ള ജീവിതത്തിന്റെ വേഷപ്പകർച്ചകൾക്കിടയിലെപ്പോഴോ, വൈകി വൈകിപ്പോയ ഒന്ന്...

ജീവിതമെന്ന അവസാനിക്കാത്ത യാത്രയ്ക്കിടയിൽ, എഴുത്തിലും ജീവിതത്തിലുമുള്ള വ്യതിയാനങ്ങൾ എന്നിലും ഋതുഭേദങ്ങൾ പങ്കുവയ്ക്കുന്നത് ഞാൻ അറിയാറുണ്ട്. കണ്ടുമുട്ടപ്പെടുന്ന ജീവിതങ്ങളും കഥാപാത്രങ്ങളും എന്നതിലുപരിയായി, തിരിച്ചറിയപ്പെടുന്ന ജീവിതങ്ങളും ചിന്തകളും കൂടി ഏതൊരു എഴുത്തുകാരനെയും സ്വാധീനിക്കാറുമുണ്ട് എന്നാണ് എന്റെ വിശ്വാസം.

നിഴലുകളെപ്പോലും ഭയക്കുന്ന ജീവിതങ്ങൾ നമുക്കിടയിലുണ്ടെന്ന് എത്രപേർ ചിന്തിച്ചിട്ടുണ്ട്? തന്റെ പാതിബിംബമായ നിഴലിനെ ഭയക്കുക എന്നുപറയുന്നത് തന്നെത്തന്നെ ഭയക്കുന്നതിനു തുല്യമാവില്ലെന്നുണ്ടോ? ചില ജീവിതസാഹചര്യങ്ങൾ ചിലരെക്കൊണ്ട് ചിന്തിപ്പിക്കുന്നത് അങ്ങനെയൊക്കെയാവാം. അങ്ങനെയൊരു ആസുരമായ സാഹചര്യങ്ങളിൽ ജീവിക്കേണ്ടിവരുന്ന ചില വ്യക്തികൾ... അവരുടെ അനുഭവങ്ങൾ... ഇതൊക്കെയും ഈ നോവലിന്റെ രചനയ്ക്ക് പാത്രമായിട്ടുണ്ട്.

ഇതെക്കുറിച്ച് വിലയിരുത്തേണ്ടത് ഞാനല്ല. നിങ്ങൾ ഓരോരുത്തരുമാണ്. അത് ഏവരുടെയും സവിശേഷമായ വായനാനുഭവത്തിന് പങ്കുവയ്ക്കട്ടെ.

പതിനാല്വർഷങ്ങൾക്കു മുൻപുള്ള ഒരു കോഴിക്കോടൻ യാത്രയിൽ, നോവൽ എഴുത്തിന് സ്നേഹം നിറഞ്ഞ വെല്ലുവിളിയോടെ പ്രചോദനം പകർന്ന എഴുത്തുകാരൻ യു.കെ കുമാരനെ പ്രത്യേകം ഓർക്കുന്നു. 'ദീപിക വാർഷികപ്പതിപ്പിനായി' അദ്ദേഹത്തിന്റെ പക്കൽ നിന്നും ഒരു

ചങ്ങഴിയൂര്

നോവൽ ലഭിക്കുവാൻ ഒരിക്കൽ വിളിച്ച് ആവശ്യപ്പെട്ടതിനെത്തുടർന്നാണ് 'ഭൂതകാലസഞ്ചാരം' എന്ന നോവൽ മലയാളികൾക്കായി അദ്ദേഹം സമ്മാനിച്ചിരുന്നത്. എന്നും കാലത്ത് എഴുന്നേറ്റ് എഴുതുന്ന ശീലമുള്ള യു.കെ കുമാരൻ. അദ്ദേഹം നൽകിയ പ്രചോദനം ഈ നോവലെഴുത്തിന് എനിക്ക് ഏറെ പ്രിയപ്പെട്ടതായിരുന്നു. അക്കാലത്ത് പത്തിൽപ്പരം പുസ്തകങ്ങളുടെ പുറംചട്ടയിൽ പേരുപതിഞ്ഞിട്ടുള്ളതായിരുന്നു, എന്റെ മേൽവിലാസവും.

'ഹരിതം ബുക്സി'ന്റെ പ്രതാപൻ തായാട്ട് ആണ് ഒരു നോവൽ പ്രസാധനത്തിൽ തന്റെ പിന്തുണ എനിക്ക് ആദ്യം വച്ചുനീട്ടുന്നത്. ആദ്യ പ്രസിദ്ധീകരണത്തിൽ 64 പുസ്തകങ്ങൾ കൊണ്ട് വിസ്മയം സൃഷ്ടിച്ച പ്രസാധകൻ. അദ്ദേഹത്തിന്റെ 64 പുസ്തകങ്ങളിലൊന്നിൽ എന്റെ 'പ്രതീക്ഷകളുടെ മണിമാളിക' ആയിരുന്നു എന്നും സ്നേഹത്തോടെ ഓർക്കുന്നു. ചാൾസ് ഡിക്കൻസിന്റെ വിഖ്യാതമായ 'ഗ്രേറ്റ് എക്സ്പെക്റ്റേഷൻസ്' എന്ന കൃതിയുടെ പുനരാഖ്യാനമായിരുന്നു, ആ കൃതി.

പിന്നെ, എഴുത്തുജീവിതത്തിൽ എന്നെ പ്രോത്സാഹിപ്പിച്ചിട്ടുള്ള ഒട്ടനവധി എഴുത്തുസുഹൃത്തുക്കളുണ്ട്. അവർക്കൊക്കെയും എന്റെ കൂപ്പുകൈ.

പുസ്തകരൂപത്തിൽ പ്രസിദ്ധീകരിക്കപ്പെടുന്ന എന്റെ പ്രഥമനോവലിന്റെ പ്രസാധനദൗത്യം ഏറ്റെടുത്ത മാക്സ് ബുക്ക്സിന്റെ അജീഷ് ചന്ദ്രനും എന്റെ ഹൃദയം നിറഞ്ഞ കൂപ്പുകൈ!

'ചങ്ങഴിയൂര്' എന്ന ഈ നോവൽ വായന, നിങ്ങൾക്കെല്ലാവർക്കുമായി, സവിനയം സമർപ്പിക്കുന്നു.

സസ്നേഹം,
ടോണി ചിറ്റേട്ടുകളം

കൊച്ചി
13.06.2021

1

ജീവൻ ഫെർണാണ്ടസിന് ഉത്തരം മുട്ടി.

'വെല്ലുവിളി സ്വീകരിക്കണമോ, വേണ്ടയോ?'

മുഖ്യന്റെ കൽപ്പനയാണ്. സ്വീകരിക്കാതിരുന്നാൽ, അതേവരെയുള്ള തന്റെ ജീവിതത്തിന്റെ ഒഴുക്കിനു തന്നെ വ്യതിയാനങ്ങളുണ്ടായേക്കാം. എന്നാൽ, നേരെ തിരിച്ചാണെങ്കിലോ? തന്റെ പേരിൽ വന്നുചേരാനിടയുള്ള പ്രശ്നങ്ങളെയും മാനസികപ്രതിസന്ധികളെയുമോർത്ത് അയാളുടെ ഉള്ളിൽ ഇരുട്ടുകയറി...

അപ്പോൾ ലോകം വികാരരഹിതവും ശൂന്യവുമായിരുന്നു. ആകാശത്തിന്റെ അസ്തമനചാരുതയെല്ലാം നഷ്ടപ്പെട്ട് നരകയറിത്തുടങ്ങിയ ശിരസുപോലെ. നിഴലുകളുടെ ദൈർഘ്യം വീണ്ടും വീണ്ടും കുറഞ്ഞുകുറഞ്ഞുവരുന്നു. ഹൃദയമിടിപ്പുകൾ നഷ്ടപ്പെട്ട ആശുപത്രിയറ പോലെ ഭീതിപ്പെടുത്തുന്ന ഒരു നിശബ്ദത അയാളെയും ചുറ്റിവരിഞ്ഞു.

മുറിയിൽ പാതികത്തിത്തീർന്ന മെഴുകുതിരി മുനിഞ്ഞുകത്തുന്നുണ്ട്. മഴത്തോറ്റത്തിന്റെ വന്യതയിൽ, എപ്പോഴോ പണിമുടക്കിയ വൈദ്യുതി വിളക്കുകൾ... പാതിതുറന്നുകിടക്കുന്ന ജനലിൽക്കൂടി വീശിയടിക്കുന്ന കാറ്റിൽ പരിഭവപ്പെട്ട് ആടിയുലയുന്ന തിരിനാളങ്ങൾ... കാറ്റിന്റെ ഇരമ്പങ്ങളൊഴിച്ചാൽ, പിന്നീടൊരു ഇരമ്പൽ കാണണമെങ്കിൽ ആ മനസിലേയ്ക്കു കടക്കണം. പെരുമ്പറ കൊട്ടുന്ന ആ ഹൃദയമിടിപ്പുകൾക്ക് ഭീതിയുടെ കാൽച്ചുവടുകളുടെ ശബ്ദമായിരുന്നുവോ...?

മേശപ്പുറത്ത് അലക്ഷ്യമായി വലിച്ചെറിയപ്പെട്ട കടലാസുകഷണങ്ങൾ ചിതറിക്കിടക്കുന്നു. ചുരുട്ടിക്കൂട്ടപ്പെട്ട ന്യൂസ്പ്രിന്റ് കടലാസുകൾക്ക് മുഷിഞ്ഞുതുടങ്ങിയ വെള്ളത്തുണിയുടെ അതേ നിറം. മേശപ്പുറത്തു വച്ചിരിക്കുന്ന പുരസ്കാരത്തിലേയ്ക്ക് മെഴുകുതിരി നാളത്തിന്റെ പ്രതിഫലനം നിഴൽച്ചിത്രങ്ങൾ തീർക്കുന്നു.

അയാൾ കിടക്കുകയായിരുന്നു. ഈ ലോകത്തോടു മുഴുവനുമുള്ള വെറുപ്പും വിദ്വേഷവും നിസഹായതയും ആ മുഖത്തു നിഴലിച്ചു. ഒരു കൈ, പാതിതുറന്ന ഷർട്ടിന്റെ ഉള്ളിലും മറ്റേ കൈ തലയിലും അമർത്തി,

ജീവൻ എന്തൊക്കെയോ പിറുപിറുക്കാൻ ശ്രമിച്ചു.

ചെരിപ്പു പോലും അഴിച്ചുവയ്ക്കാൻ കഴിയാത്തത്ര ആലസ്യം. ഒഴിഞ്ഞ മദ്യക്കുപ്പിയും ഗ്ലാസും കട്ടിലിന്റെ തലയ്ക്കൽ താഴെയായി വച്ചിട്ടുമുണ്ട്.

ജീവനുള്ള ഏതോ വൃക്ഷം വെളിച്ചം തേടുന്നതുപോലെയുണ്ടായിരുന്നു, അത്. അയാൾ മെല്ലെ ജനാലയ്ക്കരികിലേയ്ക്ക് കൈകൾ നീട്ടുകയാണ്. ജനാലയോടു ചേർന്നിരുന്ന കുപ്പിയിലെ വെള്ളം ഇപ്പോൾ അയാൾ കുടിക്കുന്നുണ്ട്. അടുത്തകാലത്തെങ്ങും വെള്ളം കുടിച്ചിട്ടില്ലാത്തത്ര ആർത്തിയിൽ.

പെട്ടെന്ന് അയാൾ കിടക്കയിൽ നിന്ന് എഴുന്നേറ്റു. മേശപ്പുറത്തു ചിതറിക്കിടന്ന കടലാസു കഷണങ്ങൾക്കിടയിൽ നിന്നും ഒരു കവർ അയാൾ തെരഞ്ഞെടുത്തു. അതിൽ നിന്നുമുള്ള കത്തിലേയ്ക്ക് അയാളുടെ കണ്ണുകൾ വീണ്ടും ഒരിക്കൽക്കൂടി പരതി:

"യു ആർ ഹിയർബൈ ട്രാൻസ്ഫേർഡ് ആൻഡ് പോസ്റ്റഡ് ടു കോട്ടയം വിത്ത് ഇമ്മീഡിയറ്റ് ഇഫക്ട്." കത്തിലെ വാചകങ്ങൾക്കിടയിലൂടെ കണ്ണോടിക്കുമ്പോൾ അയാളുടെ കണ്ണുകൾ ഈറനണിയുന്നുണ്ടായിരുന്നു. കൊച്ചിയുടെ പത്രലോകവും ബന്ധങ്ങളുടെ തുരുത്തുകളും ബന്ധനങ്ങളുടെ അണമുറിയാപ്രവാഹങ്ങളുമെല്ലാം അശ്രുകണങ്ങളിലെ ഉപ്പുനീരായി മാറി. പറ്റിപ്പിടിച്ച് തേങ്ങുന്ന ഉപ്പുപരലുകൾ പോലെ...

പിന്നെ, പൊടുന്നനേ അയാളുടെ ഭാവം മാറി. കത്ത് ചുരുട്ടിക്കൂട്ടി മുറിയുടെ ഒരു മൂലയിലേയ്ക്ക് വലിച്ചെറിഞ്ഞ് അയാൾ വീണ്ടും കിടക്കയിലേയ്ക്കു വീണു.

"എനിക്കു മാത്രം എന്തിനാണ് ഈ സമ്മർദ്ദം? എന്നും ഓടാൻ മാത്രം ഞാനെന്താ പന്തയക്കുതിരയാണോ? വെറുതെയല്ലല്ലോ. ചെയ്യാനിരുന്ന പണികളെല്ലാം നേരാംവണ്ണം ചെയ്തിട്ടല്ലേ? ആശുപത്രിയും വഴക്കും പിന്നാലെ വന്നപ്പോൾ സഹായിക്കാൻ ആരുണ്ടായിരുന്നു... ആരോരുമില്ലാത്ത, എനിക്ക് ആരും അല്ലാതിരുന്ന ഒരാൾ അല്ലാതെ? എന്നിട്ടിപ്പോൾ ട്രാൻസ്ഫർ? എനിക്കു വേണ്ട, ഈ ഉദ്യോഗം."

സ്വയം ഒരു തീരുമാനത്തിൽ എത്തിച്ചേരുമ്പോഴേയ്ക്കും മുറിയിലെ ഭിത്തിയിൽ തൂക്കിയിരുന്ന ക്രൂശിതരൂപത്തിനു മുന്നിലേയ്ക്ക് ആ കാലുകൾ ചലിക്കുകയായിരുന്നു. കണ്ണുകൾ നിറഞ്ഞൊഴുകുമ്പോൾ, മുറിയിൽ അവർണനീയമായ ഒരു പ്രകാശം പരക്കുന്നുണ്ട്. തളർന്നുതുടങ്ങിയ കണ്ണുകൾ ക്രൂശിതന്റെ നേർക്കുയർന്നു:

"എന്തിനാണ് എന്നെ മാത്രം ഇങ്ങനെ ദ്രോഹിക്കുന്നത്? സുഹൃത്തിനും വഴികാട്ടിക്കും ഉപരിയായി നിന്നെ ഞാൻ സ്നേഹിച്ചതുകൊണ്ടാണോ? എന്തു വിവരവും അപ്പപ്പോൾ പറഞ്ഞുകൊണ്ടിരുന്നിട്ടാണോ?

ആരുടെയും ശ്രദ്ധ നേടാനല്ലാതെ നിന്നോടു ഞാൻ എന്റെ എല്ലാ വിവരങ്ങളും പറഞ്ഞതല്ലേ? ഹൃദയത്തിൽ അലിവിന്റെ ഒരംശമെങ്കിലും ഉള്ള ആരെങ്കിലും എന്നോട് ഇങ്ങനെ ചെയ്യുമോ? കൊച്ചിയോട് അത്ര പ്രേമമുണ്ടായിട്ടൊന്നുമല്ലല്ലോ, ഒഴിവാക്കാൻ പറ്റാത്ത അഴിയാക്കുരുക്കു കൾക്കിടയിൽ ഈ നഗരം വിട്ടാൽ പറ്റില്ലാത്തതുകൊണ്ടല്ലേ ഞാൻ പോകാൻ മടിക്കുന്നത്?

എല്ലാവരെയും സ്നേഹിച്ചിട്ടും സഹായിച്ചിട്ടും ഇപ്പോൾ എനിക്കെന്തു ഗുണം? അല്ലെങ്കിൽത്തന്നെ, ഈ സ്നേഹമെന്നൊക്കെ പറയുന്നത് ഇവിടെ മറ്റാരുടെയും നിഘണ്ടുവിലില്ലല്ലോ? സ്നേഹത്തിന്റെ പേരിൽ കുരിശേറിയവർക്ക് എല്ലാവർക്കും ഉത്ഥാനം ഉണ്ടാകുമായിരുന്നെങ്കിൽ ഈ ലോകം എത്ര നന്നായിരുന്നു...?"

വാതിൽപ്പടിയിൽ ഒരു മുട്ടു കേട്ടപ്പോഴാണ് അയാൾ ഓർമകളിലേയ്ക്ക് ഉണർന്നത്. പെട്ടെന്നു തന്നെ അവൻ കണ്ണുകൾ തുടച്ചു.

'അത് അവനാകും. ആ ക്ലീറ്റസ്. അല്ലാതെ ആരാണ് ഈ അസമ യത്ത് എന്നെ തേടിയെത്തുവാൻ?'

കതകു തുറന്നുനോക്കി. അതെ. ക്ലീറ്റസ് തന്നെ.

"എന്താ ജീവൻ, ഇത്രനേരമായിട്ടും ഡ്രസ് പോലും മാറിയില്ലേ? ഭക്ഷണം വല്ലതും കഴിച്ചോ?"

"ഭക്ഷണം! വല്ല വിഷവും കിട്ടുമോയെന്ന് ചിന്തിക്കുന്ന നേരത്താ... അല്ലെങ്കിത്തന്നെ ബാക്കിയുള്ളവരുടെ ദണ്ണം മനസിലാക്കാൻ ആർക്കാ പറ്റുക?"

പെട്ടെന്ന് അയാൾക്ക് സുബോധം വന്നതുപോലെ. ജീവൻ മെല്ലെ ക്ലീറ്റസിന്റെ കരംഗ്രഹിച്ചു.

"സോറീടാ. ഞാൻ അറിയാതെ എന്തൊക്കെയോ നിന്നെ പറഞ്ഞു. എനിക്ക് സങ്കടം സഹിക്കുന്നില്ല. അതുകൊണ്ടാ."

കരഞ്ഞുകലങ്ങിയ കണ്ണുകൾ തൂവാലകൊണ്ട് ഒപ്പിക്കൊണ്ട്, ക്ലീറ്റസ് മെല്ലെ ജീവന്റെ തോളിലേയ്ക്ക് കൈകൾ വച്ചു.

"പോട്ടെ. നമുക്ക് വിഷമം മാറ്റാൻ പുറത്തേയ്ക്കിറങ്ങാം. നല്ല രാക്കാറ്റു കൊള്ളുമ്പോൾ ഒരു സുഖം കിട്ടും. നാരായണേട്ടന്റെ 'ബാർ' തുറന്നിട്ടു ണ്ടെങ്കിൽ രണ്ടെണ്ണം അടിക്കുകേം ചെയ്യാം."

നടന്നാണ് ഇറങ്ങിയത്. വഴിയിലെങ്ങും ഒരു മനുഷ്യൻ പോലുമില്ല. വീടുകളുടെ മുകളിലെ ഇലക്ട്രിക് വിളക്കുകൾ നിലാവെളിച്ചത്തോടു ശണ്ഠ കൂടുന്നു. മഴയുടെ ചിന്നംവിളിയും ഏതാണ്ട് ശമിച്ചുകഴിഞ്ഞിരു ന്നു.

പോകുന്ന വഴിയിൽ കണ്ട മുറുക്കാൻപീടികയിൽ നിന്ന് ഒരു പായ്ക്കറ്റ്

വിൽസും പാൻ പരാഗും വാങ്ങി. വിൽസ് ശീലമുള്ളതാണെങ്കിലും പാൻ പരാഗ് പുതിയ കൂട്ടാണ്. എന്തൊക്കെയോ വരാനിരിക്കുമ്പോൾ ഇനി ഇതായി എന്തിന് ഒഴിവാക്കുവാൻ എന്ന തോന്നൽ.

നാരായണേട്ടന്റെ അന്തിപ്പീടികയിലേയ്ക്ക് എത്തിച്ചേരാൻ ഇനിയും അര കിലോമീറ്ററുണ്ട്. നിശബ്ദതയെ കീറിമുറിച്ചുകൊണ്ട് നടക്കുമ്പോൾ ആരും ഒന്നും മിണ്ടുന്നില്ല. വായുവിനെ ഭേദിക്കുന്ന ആളനക്കശബ്ദമൊഴിച്ചുള്ള നിശബ്ദതയിൽ, ജീവൻ വീണ്ടും അസ്വസ്ഥനായി...

“നീ എന്താടാ, ഒന്നും മിണ്ടാതിരിക്കുന്നേ?”

“ഏയ്, എന്തെങ്കിലും പറഞ്ഞാൽ നിനക്കു വിഷമമാകേണ്ടെന്നു കരുതി.”

“അല്ലെങ്കിൽ ഇനി എന്തു വിഷമിക്കാനാടാ? എന്നെ സഹായിക്കാൻ ആശുപത്രിയിലെത്തിയ അയാളെ എനിക്ക് ഒരിക്കൽക്കൂടി കാണാൻ കഴിഞ്ഞിരുന്നെങ്കിൽ കുറച്ചു മനസു തുറന്നു സംസാരിക്കാമായിരുന്നു. പക്ഷേ, അതിനു മുൻപ് അയാൾ പോയില്ലേ, ജീവനും കൊണ്ട്. എനിക്കിപ്പോൾ ജീവിതത്തിൽ സ്നേഹമുള്ള വസ്തുക്കളെയും വ്യക്തികളെയുമെല്ലാം എന്നിൽ നിന്ന് തിരിക്കുവാനാ ഇങ്ങനെയൊരു ട്രാൻസ്ഫർ? അല്ലെങ്കിൽപ്പിന്നെ, ജീവിതത്തിന്റെ പുത്തൻ തത്ത്വങ്ങൾ തേടി സ്വയം ഇല്ലാണ്ടാകുവാനാവണം?”

“നിന്റെയൊരു തത്ത്വം. മണ്ടാങ്കട്ട. എന്റെയൊക്കെ ബാച്ചിൽ ഏറ്റവും മിടുക്കനായിരുന്ന നീ തന്നെ ഇങ്ങിനെ നിരാശനായാലോ? എല്ലാറ്റിനും ഒരു സമയമില്ലേ? അത്രയും കരുതിയാൽ മതി.”

നാരായണേട്ടന്റെ പീടിക അടഞ്ഞിട്ടുണ്ടായിരുന്നില്ല. പാതിയടഞ്ഞ ഒറ്റവാതിൽ, പതിവുപരിചയക്കാരെ കാത്തിരിക്കുന്നതുപോലെയുണ്ടായിരുന്നു. ഉള്ളിലുള്ള അവസാന ആളും പോകാൻ തയാറെടുക്കുന്നു.

“നാരായണേട്ടാ, രണ്ടു ‘സെലിബ്രേഷൻ’. ഇതെന്റെ അവസാനത്തെ രാത്രിയാ. ഒന്ന് ആഘോഷിച്ചു തീർക്കാൻ ‘സെലിബ്രേഷൻ’ തന്നെയിരിക്കട്ടെ.”

“ആട്ടെ, ഇന്ന് കാശെത്ര കയ്യിലുണ്ട്?” നാരായണേട്ടൻ പതിവു ശൈലി വിട്ടില്ല. അല്ലെങ്കിൽ കാശ് കിട്ടാതെ മടക്കയാത്രയ്ക്ക് കാശും കൊടുത്തു വിടേണ്ട ഗതികേടു വന്നെങ്കിലോ?

സ്വന്തം ആഗ്രഹത്തിന്റെ പേരിൽ നടത്തുന്ന ബാറാണ്. ബാറെന്നു പറയാൻ മത്രം വലുതൊന്നുമല്ല. സ്വന്തം കാര്യങ്ങൾ നോക്കാൻ മാത്രം മട്ടിലുള്ള ചെറിയ ഒന്ന്. മക്കൾക്കൊന്നും കള്ളുകച്ചവടത്തിൽ തീരെ താത്പര്യമില്ല. അതുകൊണ്ടാവാം, ഉടമസ്ഥനാണെങ്കിലും തൊഴിലാളിയുമായി നാരായണേട്ടൻ തന്നെ എപ്പോഴും ആ രാപ്പീടികയിലുണ്ടാവും.

എല്ലാവരോടും സ്നേഹത്തോടെ പെരുമാറുന്ന ആ മനുഷ്യന്റെ പക്കൽ ഒരിക്കൽ വരുന്നവർ പിന്നീട് പതിവുകാരായി മാറിയിരിക്കുമെന്നതാണ് ശീലം.

ഇരുവരും പോക്കറ്റ് പരതി. രണ്ടുപേരുടെയും കൈയിലായി അറുനൂറു രൂപയുണ്ട്. ആദ്യമേ അതിൽനിന്ന് മുന്നൂറെടുത്ത് നാരായണേട്ടന്റെ കൈയിൽ നൽകി. അല്ലെങ്കിൽപ്പിന്നെ കൊടുക്കാൻ മറന്നുപോയെങ്കിലോ?

"എന്തിനാ ജീവാ, ഇങ്ങിനെ കുടിച്ചു നശിക്കുന്നത്? എന്റെ മകന്റെ പ്രായമല്ലേയുള്ളു നിനക്ക്. സ്നേഹം കൊണ്ടു പറയുവാ. എഴുതാനുള്ള ഭാവിയൊക്കെ ഇങ്ങിനെ നശിപ്പിച്ചുകളയണോ?"

മറുപടി പറഞ്ഞത് ക്ലീറ്റസാണ്.

"എന്തിനാ ചേട്ടാ ശവത്തേ കുത്തുന്നത്? ഇന്നവൻ കുടിച്ചോട്ടെ. ആവശ്യത്തിനു കുടിക്കട്ടെ. വിഷമം മാറാൻ അങ്ങനെയെങ്കിലും പറ്റുമെങ്കിൽ നമ്മൾ എതിരു നിൽക്കണോ?"

"നാരായണേട്ടാ, ഒരു പെഗ് കൂടി." ജീവൻ നാരായണേട്ടന്റെ നേർക്ക് വിരൽ ചൂണ്ടി.

"ഇപ്പോൾ ഇത് അഞ്ചാമത്തേതാ. നേരത്തെ കാലത്ത് വീട്ടിലെത്തേണ്ട നേരം കഴിഞ്ഞു. ഇനി മതി."

"എങ്കിപ്പിന്നെ നാരായണേട്ടൻ അങ്ങേരെ വിളിക്ക്. ആ മുഖ്യപത്രാധിപരെ. എനിക്കു കഴിയില്ല കോട്ടയത്തു പോകാൻ എന്നു പറ."

"ഇതു നല്ല കളി. ഈ നേരത്താണോ അവരെയൊക്കെ വിളിക്കുന്നത്. കൊച്ചിനിതെന്നാ പറ്റി?"

"ചേട്ടനു പറയാം. അവരിപ്പോൾ സുഖസുഷുപ്തിയിലായിരിക്കും. അപ്പം നമ്മളോ, പത്രം പടച്ചുണ്ടാക്കുകയാ. നാളെ പത്രമിറങ്ങണോങ്കിഞങ്ങള് ഒറക്കമിളയ്ക്കണം. ആർക്കാ ഇതൊക്കെ അറിയേണ്ടേ? വല്ലിടത്തും പോയി തല്ലു കൊള്ളാനും അവകാശങ്ങൾക്കു ധർണയിരിക്കാനും ഞങ്ങള്. പേരൊണ്ടാക്കാനും കാശൊണ്ടാക്കാനും അവര്. പത്തുപതിനയ്യായിരം ശമ്പളം തികച്ചു കിട്ടുന്നതു കൊണ്ട് എന്താകുമെന്നാ ഇക്കാലത്ത്. പറ, നാരായണേട്ടൻ പറ. വീട്ടിലേയ്ക്ക് എന്തേലും കൊടുത്തുകഴിഞ്ഞാൽ, കൊച്ചിയിൽ കഴിയാനുള്ള കഷ്ടി എനിക്കുകിട്ടുന്നുണ്ട്. എന്നിട്ടും സംതൃപ്തനായി പണിയെടുക്കുന്നതിന്റെ പിന്നിൽ എന്തെല്ലാം കാരണങ്ങളുണ്ടെന്നറിയുമോ?

നിങ്ങടെയൊക്കെ മക്കള് തല്ലു കൊണ്ട് ആശുപത്രീക്കിടന്നാല് ആരാ നോക്കാ. തല്ലുന്നവനോട് തല്ലിത്തീർക്കാൻ ആരാ ആദ്യം മുന്നിട്ടിറങ്ങുക. ഇവിടെയെന്താന്നോ? തല്ലു കൊണ്ടതു ഞാന്. ആശുപത്രീക്കിടന്നതും ഞാൻ. ഒടുവിൽ കേസ് ഭയന്ന് ഒതുക്കിത്തീർക്കാനെന്ന മട്ടിൽ എനി

ക്കൊരു ട്രാൻസ്ഫർ! സംരക്ഷണം ശരുതിനാണത്രേ. ഇപ്പറഞ്ഞ ആരുണ്ടായിരുന്നു ആവശ്യനേരത്ത് സഹായിക്കാൻ...

നാരായണേട്ടൻ ഒഴി. എനിക്കിന്നു കുടിച്ചു മരിക്കണം."

"ജീവാ, മതി. നാളെ നിനക്ക് പോയി സംസാരിക്കാനുള്ളതാ. ഉറങ്ങിയാൽ എണീക്കണ്ടേ?" ക്ലീറ്റസിന്റെ നിർബന്ധത്തിനു വഴങ്ങി ജീവൻ അവസാന പെഗ് ഒറ്റവലിക്കു കുടിച്ചു. പണത്തിനായി നാരായണേട്ടൻ കൈ നീട്ടിയപ്പോഴാണ് നോക്കുന്നത് ഇരുനൂറ്റി എഴുപതു രൂപ കുറവുണ്ട്.

"നാരായണേട്ടാ, ഇതും കൂടി ഇന്നത്തെ പറ്റിൽ എഴുതിക്കോ. നാരായണേട്ടനല്ലേ യഥാർഥ മനുഷ്യസ്നേഹി." ജീവൻ എഴുന്നേറ്റ് അയാളെ ആശ്ലേഷിച്ച് നെറ്റിയിൽ ഒരു ചുംബനംകൂടി നൽകി.

അയാൾക്ക് തെറിപറയണോ അതോ സഹതപിക്കണോ എന്ന് അറിയാൻ വയ്യാണ്ടായി.

"ശരി, ശരി" എന്നു പറഞ്ഞ് അവരെ യാത്രയാക്കുമ്പോൾ നാരായണേട്ടന്റെ മുഖവും നിമിഷ നേരത്തേയ്ക്ക് സങ്കടംകൊണ്ടു ചുവന്നു. രാത്രി ഏറെ വൈകിയിരുന്നു.

ആട്ടവും പാട്ടും സങ്കടക്കടങ്കഥകളുമായി ഒറ്റമുറി വീട്ടിലെത്തുമ്പോൾ, ക്ലീറ്റസിന്റെ മനസു നിറയെ വിഷാദമായിരുന്നു. എത്ര നന്നായി പഠിച്ചിരുന്ന പയ്യനാ. ശരിക്കും വല്ല ഡോക്ടറോ എൻജിനീയറോ സിവിൽ സർവീസുകാരനോ ഒക്കെ ആകേണ്ടിയിരുന്നയാൾ. എന്നിട്ടിപ്പോൾ എഴുത്തിന്റെ ഭ്രമത്തിൽ പത്രത്തിലെ ജോലിയും അതിന്റെ തലവേദനകളുമായി ജീവിതം പുകച്ചു തീർക്കുന്നു. തനിക്കാണെങ്കിൽ ഒന്നുമല്ലെങ്കിൽ ഒരു പോലീസ് സബ് ഇൻസ്പെക്ടറുടെ കുപ്പായമെങ്കിലുമുണ്ട്.

അതൊക്കെ പറയണമെന്നുണ്ടായിരുന്നെങ്കിലും ക്ലീറ്റസ് ഒന്നും പറഞ്ഞതേയില്ല. പകരം വിൽസിൽ ഒരെണ്ണം വാങ്ങി ആ വിഷാദം മുഴുവൻ പുകച്ചു തള്ളി. അല്ലെങ്കിലും, ആർക്കും ഒന്നും സംസാരിക്കാൻ വേണ്ടാത്ത സമയമാണല്ലോ ഈ പുകവണ്ടികൾ വെള്ളച്ചുരുൾമേഘങ്ങളെ സൃഷ്ടിക്കുന്നത്.

"ക്ലീറ്റസേ. നീ വിഷമിക്കണ്ട. ഞാൻ എങ്ങോട്ടും പോകുന്നില്ല. അല്ലേൽ നമുക്ക് ആയുസുണ്ടേ വീണ്ടും കാണാം..."

സുഹൃത്തിനെ വീട്ടുപടിക്കൽ ഒഴിവാക്കി മുറിയിലേയ്ക്കു മെല്ലെ വേച്ചു വേച്ചു നടന്നുപോകുമ്പോൾ ജീവൻ ഫെർണാണ്ടസിന്റെ മനസിൽ പുത്തൻ കുറെ ചിന്തകൾക്ക് തിടം വയ്ക്കുന്നുണ്ടായിരുന്നു.

അപ്പോൾ, പടിക്കൽ നിന്ന് ഒരു കാൽപ്പെരുമാറ്റം മെല്ലെ അകന്നകന്നു പോകുന്നത് ക്ലീറ്റസ് അറിഞ്ഞു.

2

'ദേശപത്രിക'യുടെ ഓഫീസിലെ അന്നത്തെ ചർച്ച മുഴുവൻ ജീവൻ ഫെർണാണ്ടസായിരുന്നു. കാന്റീനിൽ ജോണേട്ടന്റെ ചായയ്ക്കും പരിപ്പുവടയ്ക്കുമിടയിൽ, ജീവൻ ഫെർണാണ്ടസ് കടിച്ചാൽ പൊട്ടാത്ത പരിപ്പായി. ഒന്നാലോചിച്ചാൽ, ആർക്കും ഉത്തരം കിട്ടാത്ത ഒരു പ്രഹേളികയായിരുന്നു, എന്നും അയാളുടെ ജീവിതം.

സ്കൂളിലും കോളജിലും പഠനത്തിൽ മിടുമിടുക്കൻ. കോളജ് പഠനകാലത്തുതന്നെ എഴുത്തുകാരൻ എന്ന ലേബൽ സ്വന്തമാക്കിയ കവി. ആരിലും സ്നേഹം വിരിയിക്കുന്ന പെരുമാറ്റം. സ്വന്തം വ്യക്തിത്വത്തിൽ അടിയുറച്ചു ബോധ്യമുണ്ടായിരുന്ന വ്യക്തി.

ആദ്യം കോട്ടയത്തുനിന്നും കൊച്ചിയിലേയ്ക്ക് ട്രാൻസ്ഫർ ആയപ്പോൾ പോവാൻ മടിപറഞ്ഞയാളാണ്. പിന്നെപ്പിന്നെ, കൊച്ചി സ്വന്തം പ്രണയിനിയെപ്പോലെയായി. അവിടെനിന്നുള്ള ഒരു മടക്കയാത്രയ്ക്ക് നിർബന്ധിക്കരുതെന്ന് ഇടയ്ക്കിടെ അയാൾ എല്ലാവരോടും പറയുമായിരുന്നു. എത്രയും സ്നേഹം നിറഞ്ഞ മുഖ്യപത്രാധിപർക്കും അക്കാര്യവും ജീവന്റെ പിടിവാശിയും അറിയാഞ്ഞിട്ടൊന്നുമല്ല.

"അണ്ണാ, നമ്മുടെ ജീവൻ ഇങ്ങോട്ടു വരുന്ന ഓർഡറുണ്ട്, നോട്ടീസ് ബോർഡിൽ. അവൻ വരുമോ?" ഡി.ടി.പിയിലെ ജോജോയാണ് ചർച്ചയ്ക്കു തുടക്കം കുറിച്ചത്.

"ഏയ്, എനിക്കു തോന്നുന്നില്ല. ഇഷ്ടമില്ലാത്ത കാര്യത്തിന് ഒരിക്കലും കൂട്ടുനിൽക്കാത്തതാ അവന്റെ ശൈലി. ഓർക്കുന്നില്ലേ, നേരത്തെയൊരു പുസ്തകപ്രസാധകന്റെ മുന്നിൽ 'ഇങ്ങേരിനി ഇതു പ്രസിദ്ധീകരിച്ചു കഷ്ടപ്പെടണ്ടാ'ന്നു പറഞ്ഞ് തിരികെപ്പോന്ന കഥ. അയാളുടെ ഡിമാൻഡുകൾ ഇഷ്ടപ്പെടാതിരുന്നതിന് മൂപ്പർ പ്രതികരിച്ചത് അങ്ങനെയാണ്.

പുതുതായി എഴുതിയ ഏതോ ജീവചരിത്രഗ്രന്ഥമായിരുന്നു. ജീവൻ അതു നേരെ വേറെ പ്രസാധകനു കൊടുത്തു. പുസ്തകം ഒരു മാസം കൊണ്ടു വിറ്റത് പതിനായിരം കോപ്പിയാണ്! വ്യവസ്ഥകൾ മുന്നിൽവച്ച് സ്വയം പരിഹാസ്യനായ പ്രസാധകൻ പിന്നെ ജീവനെ തേടിച്ചെന്നുവെന്നാണ് കേട്ടത്; അടുത്ത പുസ്തകത്തിനായി... അങ്ങനെയുള്ള അയാൾ ഇവിടെ തിരികെ വരുമെന്നു കരുതുന്നുണ്ടോ?" ഡിസൈനർ ജോസഫിന് ജീവന്റെ കാര്യത്തിൽ തീരെ വിശ്വാസം പോരാ.

"പറയാൻ പറ്റില്ല അണ്ണാ. നമ്മുടെ എഡിറ്ററുമായി കക്ഷിക്ക് വല്യ പിടിപാടാ."

"അതുതന്നെയാ പ്രശ്നം. അങ്ങനെയുള്ള എഡിറ്റർ കൊടുത്ത ട്രാൻസ്ഫറ് പുള്ളിക്കു ദഹിക്കാതിരുന്നാലോ...?"

ചർച്ചകൾ മുറുകിവരുമ്പോഴാണ് കേട്ടത്, കുമരകം കായലിൽ ബോട്ടു മുങ്ങിയിരിക്കുന്നു. പതിനാലു പേർ മരിച്ചുവെന്ന് പ്രാഥമിക വിവരം! ടിവിയിലെ 'ബ്രേക്കിംഗ് ന്യൂസ്', ഏവരുടെയും 'ബ്രേക്കു'കൾക്ക് ഉടൻതന്നെ 'സഡൻബ്രേക്കിട്ടു.'

"എന്റെ പൊന്നേ, ഇന്നത്തേയ്ക്കു കോളായി. ഭാര്യേടെ പ്രസവദിവസമാ നാളെ. ഇത്തിരി നേരത്തെ പോകാമെന്നു കരുതിയപ്പോ ഒടുക്കത്തെ ഒരു ആക്സിഡന്റ്..."

ജോജോ മുകളിലേയ്ക്കു കുതിച്ചു; ഒപ്പം ജോസഫും.

തിരക്കിട്ടുപോവുമ്പോൾ, എഡിറ്ററുടെ ക്യാബിനോടു ചേർന്ന് പുറത്തു കാത്തിരിക്കുന്ന ആ വ്യക്തിയെ കണ്ട് അവർ അക്ഷരാർഥത്തിൽ ഞെട്ടി. അതെ. ജീവൻ ഫെർണാണ്ടസ്. പത്രത്തിലെ പരമ്പര അവാർഡുകളുടെ രാജകുമാരൻ. ട്രാൻസ്ഫർ നോട്ടീസും കൈപ്പറ്റിയുള്ള ആ വരവ് അയാൾക്കു തന്നെ അത്ര പിടിച്ചമട്ടില്ല.

"എന്തരണ്ണാ, ഒടുവിൽ നമ്മുടെ താവളത്തിൽ ഒണ്ടാകുമോ?" ജോജോ ചുമ്മാ ഒരു ചോദ്യമെറിഞ്ഞു.

"ബോട്ടപകടത്തിന്റെ പത്രം ഇറക്കാനുണ്ട്. കുറച്ചുകഴിഞ്ഞു കാണാം."

"വിട്ടുപിടി മാഷേ. ഒന്നാമതേ എനിക്കാകെ വട്ടായിരിക്കുവാ. എന്തായാലും ഇനി അപകടവൃത്താന്തം കഴിയാതെ എഡിറ്റർ ഫ്രീയാകില്ലായിരിക്കും. എന്റെ കാര്യം പോക്കായി."

പറഞ്ഞുതീർന്നതും ഒരു മിന്നായം പോലെ എഡിറ്റർ ഡെസ്ക് റൂമിലേയ്ക്ക് പാഞ്ഞു.

"ജീവൻ എപ്പൊ വന്നു? ദേ, ഞാനിപ്പോ വരാം." പോയ വഴിക്ക് ഒരു 'ഹായ്' പറച്ചിൽ.

ഉള്ളിൽ തിരക്കോടു തിരക്കാണ്. ഇന്റർനെറ്റ് എഡിഷനും ഡിടിപിയും ടിവി റൂമുമെല്ലാം വാർത്തകൾ ശേഖരിക്കുന്നതിന്റെയും തയാറാക്കുന്നതിന്റെയും തിരക്കിൽ. യഥാർഥത്തിൽ ഒരു 'വാർറൂം.' ആർക്കും പരസ്പരം മിണ്ടാൻ പോലും സമയമില്ലാത്തത്ര തിരക്ക്.

മരണവാർത്തകൾ നിറച്ച് പത്രത്തിന്റെ സ്പെഷൽ എഡീഷൻ ഉച്ച കഴിഞ്ഞ് ഇറക്കാനാണത്രേ മാനേജ്മെന്റ് തീരുമാനം. ആരു പോയാലും പത്രക്കാർക്ക് എന്നും 'ആഘോഷ'മാണല്ലോ. ഒരിക്കലും ഒടുങ്ങാത്ത ധാർമികബോധത്തിന്റെയും പൗരധർമത്തിന്റെയും, വ്യവസായത്തിൽ പൊതിഞ്ഞ 'ആഘോഷം'!

അപ്പോൾ ആ വഴിക്ക് കാമറാബാഗും തൂക്കി ഫോട്ടോഗ്രാഫറെത്തി.

തോമസണ്ണനാണ്. വലിയൊരു ഫോട്ടോയുടെ പ്രിന്റും കൈയിൽ പിടിച്ചാണ് വരവ്. ബോട്ടിന്റെ കൈവരിയിൽ തൂങ്ങി സഹായത്തിനു യാചിക്കുന്ന ബാലികയുടെ ചിത്രം! ഡിജിറ്റൽ കാമറയുണ്ടെങ്കിലും, ഇഷ്ടപ്പെട്ട ചിത്രങ്ങൾ പ്രിന്റെടുത്തു കണ്ടില്ലെങ്കിൽ തോമസണ്ണന് ഒരിക്കലും ഒരു തൃപ്തിയില്ല.

"ജീവനണ്ണാ, എപ്പോ എത്തി? ദേ, ഞാനിപ്പോ വരാം. ഈ പടമൊന്നു കൊടുക്കട്ടെ. എന്താരുന്നണ്ണാ അപകടം? ഈ സർക്കാരൊക്കെ എത്ര കണ്ടാലും പഠിക്കുകേലാ. നമ്മളീ മൃതശരീരങ്ങൾ കണ്ടും പടം എടുത്തും മടുത്തു." നിസംഗതയോടെയും നിഷ്ക്കളങ്കതയോടെയും സംസാരിക്കുന്ന തോമസണ്ണൻ പോയ വഴി, പിന്നെ കണ്ടതേയില്ല. ഒരു മറുപടി കേൾക്കാൻ പോലുമുള്ള സമയമില്ലാത്ത ഓട്ടപ്പാച്ചിലിനിടയിൽ അത്രയുമെങ്കിലും അയാൾ സംസാരിച്ചതിൽ ജീവന് ആശ്വാസം തോന്നി. തന്നെ കുത്തിപ്പറയാൻ അയാൾ ശ്രമിച്ചിട്ടില്ലല്ലോ.

ജീവന്റെ മനസിൽ ഓർമകൾ മിന്നി. പരമ്പരയാത്രകൾക്കായി തോമസണ്ണനുമൊത്ത് ആദിവാസിഊരുകൾ സന്ദർശിച്ചതും സംസ്ഥാന സ്കൂൾ കലോത്സവങ്ങളിൽ സഹപത്രപ്രവർത്തകർക്കൊപ്പം രാപകലില്ലാതെ കഷ്ടപ്പെട്ടതും, ശേഷം... രാത്രികൾ ആഘോഷമാക്കിയതും എല്ലാം...

കുറച്ചുകഴിഞ്ഞപ്പോൾ ചീഫ് എഡിറ്ററെത്തി. 'മാത്യു കുനിയാംതുരുത്ത്' എന്ന ബോർഡ് കണ്ടെന്നു വരുത്തി ജീവൻ ഫെർണാണ്ടസ് ഉള്ളിലേയ്ക്കു പ്രവേശിച്ചു.

വിശാലമായ എ.സി ക്യാബിൻ. ജീവചരിത്ര ഗ്രന്ഥങ്ങളുടെയും റെഫറൻസ് ഗ്രന്ഥങ്ങളുടെയും നീണ്ട ശേഖരം ബുക് ഷെൽഫിൽ. അതിൽ ആദ്യം തന്നെ, തന്റെ 'ജീവിക്കുന്ന ഇതിഹാസം' എന്ന ജീവചരിത്ര ഗ്രന്ഥം ഇരിക്കുന്നത് ജീവൻ ശ്രദ്ധിച്ചു.

മുകളിലത്തെ ഭിത്തിയിൽ നിറയെ ഫ്രെയിം ചെയ്ത സർട്ടിഫിക്കറ്റുകളാണ്. എ.ബി.സി റേറ്റിംഗിൽ പത്രം കയറിക്കൂടിയതിന്റെയും ഇന്റർനെറ്റ് മലയാളപത്രങ്ങളിൽ ഒന്നാമതെത്തിയതിന്റെയും ആഗോള അംഗീകാരത്തിന്റെ സർട്ടിഫിക്കറ്റുകൾ. അവയിലേയ്ക്ക് കണ്ണോടിച്ചപ്പോഴും ജീവന് വലിയ കൗതുകമൊന്നും തോന്നിയില്ല. ഇല്ലാത്ത സത്യങ്ങളുടെ മേൽ പൊങ്ങച്ചത്തിന്റെ മുഖാവരണമിടുന്ന ശൈലി പത്രങ്ങൾ ഒരിക്കലും കൈവിടില്ലെന്ന് ജീവന് അത്രയും നാളത്തെ അനുഭവം കൊണ്ട് വളരെ വ്യക്തമായി അറിയാം. അല്ലെങ്കിൽപ്പിന്നെ, അംഗീകാരങ്ങളുടെയും സമ്പത്തിന്റെയും കാര്യത്തിൽ കാണിക്കുന്ന ഉത്സാഹം, പത്രങ്ങൾ ജീവനക്കാരുടെ മേൽ കാണിക്കാതിരിക്കുമോ? ശമ്പളം രണ്ടു മാസം സമയത്തു കിട്ടാതെ വന്നാലും ജീവനക്കാർ പണിയെടുക്കുന്നത് വേറെ പണി കിട്ടാ

ത്തതുകൊണ്ടല്ല, കുറെയൊക്കെ കൂറുകൊണ്ടുകൂടിയാണെന്ന് പത്രഏ മാന്മാർ ഒരിക്കലും പഠിക്കാറില്ലല്ലോ.

അതുകൊണ്ടുതന്നെ, എഴുതി തയാറാക്കിയ കുറിപ്പുമായിട്ടാണ് ജീവൻ വന്നത്.

"വെൽക്കം ജീവൻ. അപ്പോൾ, ഇന്നു തന്നെ 'ജോയിൻ' ചെയ്യുന്നോ? ഇവിടെ എന്തു സഹായം വേണമെങ്കിലും ജീവന് ചോദിക്കാം. എപ്പോൾ വേണമെങ്കിലും എന്നെ കാണാം. വിശേഷങ്ങളൊക്കെ അറിയിക്കാം."

"താങ്ക്സ്. പക്ഷേ, ഞാൻ തത്ക്കാലം രാജിവയ്ക്കുകയാണ്." ജീവൻ രാജിക്കത്ത് മാത്യു സാറിന്റെ നേർക്കു നീട്ടി.

ഒരിക്കലും ആഗ്രഹിക്കാതിരുന്ന ആ അനുഭവത്തിന്റെ പ്രതികരണം അപ്പോൾത്തന്നെ ആ മുഖത്തു തെളിഞ്ഞു; എന്നാൽ, ഏറെക്കുറെ പ്രതീക്ഷിച്ച ഒന്നും. പത്രത്തെ സംബന്ധിച്ചിടത്തോളം, ജീവനെപ്പോലൊരാൾ പോകുന്നത് വലിയ നഷ്ടമാണ്. എന്തു വിഷയത്തിലും പത്രക്കാരന്റെ ഭാഷയിൽ പ്രാവീണ്യമുള്ള അപൂർവം പത്രപ്രവർത്തകരിലൊരാൾ. 'നോ സംതിംഗ് ഓഫ് എവരിതിംഗ് ആൻഡ് എവരിതിംഗ് ഓഫ് സംതിംഗ്' എന്ന് പത്രപ്രവർത്തകരെപ്പറ്റി മാത്യു കുനിയാംതുരുത്ത് ക്ലാസുകളിൽ പറയാറുണ്ടായിരുന്നത് പ്രാവർത്തികമാക്കിയിരുന്ന അപൂർവം മിടുക്കരിലൊരാൾ! ചെറുപ്പത്തിന്റെ പ്രസരിപ്പും സൗന്ദര്യവുമുള്ള, സ്ഥാപനത്തോടു കൂറു പുലർത്തിയിരുന്ന മികച്ച എഴുത്തുകാരൻ. അങ്ങനെയൊരാൾ പോവുകയെന്നത് എഡിറ്റർക്കും ഉൾക്കൊള്ളാനാവുമായിരുന്നില്ല.

"സീ ജീവൻ. ഇത് ജീവന്റെ നന്മയെക്കരുതി ഞാനെടുത്ത തീരുമാനമാണ്. കൊച്ചി പോലൊരു നഗരത്തിൽ വളരാൻ ജീവനെപ്പോലെ സത്യസന്ധനും നിഷ്ക്കളങ്കനുമായ ഒരു ചെറുപ്പക്കാരന് അത്ര എളുപ്പമല്ല. സുരക്ഷിതത്ത്വം നന്നേ കുറവുള്ള ഒരു നഗരമാണ് അവിടം. പോലീസും ഗുണ്ടകളും സഖ്യം ചേർന്നുള്ള പ്രവർത്തനങ്ങളിൽനിന്ന് ഒരിക്കലും മോചനമില്ലാത്ത നഗരം. വാർത്തകളുടെ സുതാര്യത കൊണ്ട് അവിടം ജീവന് ഭീഷണിയായതിനെത്തുടർന്നാണ് ഇവിടേയ്ക്കു പോരാൻ ക്ഷണിച്ചത്.

പിന്നെ, ഇവിടെയാവുമ്പോൾ എല്ലാത്തിന്റെയും സെന്റർ ഓഫീസ് എന്ന സൗകര്യവുമുണ്ട്. ഇപ്പോൾ രാജിവയ്ക്കുന്നത് എന്തുകൊണ്ടും മണ്ടത്തരമാണെന്നാണ് എന്റെ അഭിപ്രായം.

ജീവൻ ഇവിടെ ഇല്ലെങ്കിലും നാളെ പത്രം കൃത്യമായി ഇറങ്ങും. വാർത്തകളും ഫീച്ചറുകളും ചെയ്യാൻ വേറെയും മിടുക്കന്മാർ വന്നേക്കാം. അതുകൊണ്ടൊന്നുമല്ല. ഇയാളെപ്പോലെ എഴുത്തിലും ശോഭിക്കുന്ന ഒരാൾ ഇവിടെനിന്നു തന്നെ വളർന്നുകാണാനുള്ള ആഗ്രഹം കൊണ്ടു

പറഞ്ഞതാണ്. ഇനി ജീവനു തീരുമാനിക്കാം."

സംഭാഷണത്തിന്റെ അർഥാന്തരങ്ങൾ നന്നേ ഗ്രഹിക്കുന്നുണ്ടായിരുന്നുവെങ്കിലും ഒന്നും ഉൾക്കൊള്ളാൻ പറ്റുന്ന മാനസികാവസ്ഥയിലായിരുന്നില്ല, ജീവൻ. ആ കണ്ണുകളിൽ ആർദ്രതയുടെ നനവുകൾ തിളങ്ങി.

"നോക്ക് സാർ. ഞാൻ നേരത്തെ പറഞ്ഞതാണ് തത്ക്കാലം എനിക്കൊരു ട്രാൻസ്ഫറിനു പറ്റില്ലെന്ന്. അവിടെ എനിക്കുള്ള ഊരാക്കുടുക്കുകൾ പല ബന്ധങ്ങളുടേതാണ്. ലക്ഷങ്ങളുടെ സാമ്പത്തിക ബാധ്യതകളുടേതാണ്. പെട്ടെന്നൊരു ദിവസം ഞാൻ അവിടെ നിന്നും അപ്രത്യക്ഷനായാൽ കാര്യങ്ങളെല്ലാം താളംതെറ്റും. സാറായി ഒപ്പിട്ട ഓർഡർ തിരികെയെടുക്കണ്ട. സാങ്കേതിക കാരണങ്ങളാൽ ഞാൻ രാജിവയ്ക്കുന്നു എന്നു കരുതിയാൽ മതി."

"എങ്കിൽ ഇയാൾ ഒരു കാര്യം ചെയ്യ്. പത്രത്തിന് നല്ല ഫീച്ചർ പരമ്പരകൾ ഇല്ലാത്ത സമയമാണ്. ആരും ചെയ്തിട്ടില്ലാത്ത വ്യത്യസ്തമായ ഒന്നു രണ്ടു പരമ്പരകൾ ചെയ്യണം. നല്ല വായനക്കാരെയും സൃഷ്ടിക്കുന്ന പരമ്പരകൾ. ഒന്നോ രണ്ടോ മാസം സമയമെടുത്തോളൂ. യാത്രപ്പടി ആവശ്യത്തിനു വാങ്ങി പരമ്പരകൾ തയാറാക്കിയ ശേഷം വരിക. അപ്പോഴേയ്ക്കും ജീവന്റെ മനസും ഒന്നു നോർമലാവട്ടെ."

"എനിക്കൊന്നാലോചിക്കണം. ഒരു മണിക്കൂർ കഴിഞ്ഞു പറയാം."

"ശരി."

ഇരുവരും പിരിയുമ്പോൾ മാത്യു കുനിയാംതുരുത്ത് നേരേ പോയത് ഡെസ്ക് റൂമിലേയ്ക്കാണ്. എഡിറ്റർമാരുടെ കൂട്ടപ്പൊരിച്ചിലിനിടയിലും പത്രം എങ്ങനെയിരിക്കുന്നുവെന്നു കാണാൻ...

സ്പെഷൽ എഡീഷൻ പത്രത്തിന്റെ ഒന്നാം പേജ് ഏറെ മനോഹരമായിരിക്കുന്നതായി അയാൾ കണ്ടു. ബോട്ടിൽ തൂങ്ങിക്കിടന്ന് സഹായത്തിന് അഭ്യർഥിക്കുന്ന പെൺകുട്ടിയുടെ വമ്പൻ ചിത്രത്തിന്റെ ഡിസ്പ്ലേ, പത്രത്തിന്റെ തലക്കെട്ടു വരെ മായ്ക്കുന്ന രീതിയിലായിരുന്നു 'ലേ ഔട്ട്' ചെയ്തിരുന്നത്. ചിത്രത്തിന് മാത്യു ഇങ്ങനെ ഒരു 'കുണുക്കു' കൂടി നൽകി. 'അറ്റു പോവുന്ന ജീവൻ.'

ഒടുവിൽ മരണത്തെപ്പുൽകിയ പെൺകുട്ടിയുടെ ചിത്രത്തിനു നൽകാവുന്ന ഏറ്റവും മനോഹരമായ ക്യാപ്ഷൻ ആയിരുന്നുവെങ്കിലും, ആ സന്നിഗ്ധാവസ്ഥയിലും, ഡെസ്ക് റൂമിലുള്ളവർ ചിരി അടക്കിപ്പിടിച്ചുകൊണ്ട് പരസ്പരം നോക്കി. അവർക്കൊക്കെ അറിയാവുന്നതാണ്, ജീവനും അയാളുമായുള്ള ആത്മബന്ധത്തെപ്പറ്റി.

ലേഖനങ്ങൾ എഴുതി പുസ്തകമാക്കുന്ന അയാളും ജീവനും തമ്മിൽ ആദ്യമൊന്നും വലിയ ബന്ധമില്ലായിരുന്നു. പിന്നെപ്പിന്നെ, പത്രത്തിന്

ഒരു എഴുത്തുകാരനെയാണ് ലഭിക്കുന്നതെന്നറിഞ്ഞപ്പോൾ മാത്യു കുനിയാംതുരുത്ത് ജീവനെ കൂട്ടുപിടിച്ചതാണ്.

ഇരുവരും താന്താങ്ങളുടെ പുസ്തകങ്ങളെക്കുറിച്ച് മണിക്കൂറുകളോളം ചർച്ച ചെയ്യും. എഡിറ്റോറിയൽ ചർച്ചകൾ പലപ്പോഴും പുസ്തകച്ചർച്ചകളായി മാറുന്നത് എഡിറ്റോറിയൽ ഡിപ്പാർട്ട്മെന്റിൽ പണ്ടേ പാട്ടാണ്. ജീവൻ രാജിക്കുള്ള സൂചന നൽകാമെന്നറിയാമായിരുന്ന സഹപ്രവർത്തകർക്ക് 'അറ്റു പോവുന്ന ജീവൻ' അതുകൊണ്ടുതന്നെ ചിരിക്കും ചിന്തയ്ക്കും വക നൽകുന്ന ഒന്നായിരുന്നു; ഇരുവരുടെയും കൂടിക്കാഴ്ചയ്ക്കു ശേഷം പത്രാധിപർ ഇട്ട അടിക്കുറിപ്പുകൂടിയായപ്പോൾ പ്രത്യേകിച്ചും...

കറുത്ത സ്ക്രീനിൽ ചോരയിൽ കുളിച്ച ചിത്രവുമായുള്ള പത്രം പ്രിന്റിംഗിലേയ്ക്ക് അയയ്ക്കാൻ ഉത്തരവിടുമ്പോൾ മാത്യു കുനിയാംതുരുത്ത് ഇത്രയും കൂടി പറഞ്ഞു.

"കാലത്തെ പത്രത്തിന് കുറെക്കൂടി ജീവനുള്ള ചിത്രങ്ങൾ എടുത്തു വയ്ക്കണം. മുപ്പത്തിയാറു പേർ മൊത്തം മരിച്ചെന്നാണ് ഇപ്പോഴത്തെ കണക്ക്. മരിച്ചവരുടെ കുടുംബാംഗങ്ങളുടെ കരളലിയിക്കുന്ന 'ഹ്യൂമൻ ഇന്ററസ്റ്റ് സ്റ്റോറി' കൂടി ചേർത്ത് ആകെ ഒന്നു നന്നാക്കണം."

അയാൾ തിരികെ ക്യാബിനിലേയ്ക്കുപോയി. 'ജീവിക്കുന്ന ഇതിഹാസം' എന്ന പേരിൽ ജീവൻ എഴുതിയ പുസ്തകത്തിന്റെ താളുകൾ മെല്ലെ മറിച്ചുനോക്കി. അപ്പോൾ, ആ കണ്ണുകളിൽ നനവ് ഇറ്റുന്നുണ്ടായിരുന്നു.

തൊട്ടപ്പുറത്തെ ബാറിൽ നിന്ന് ഇറങ്ങിവരുമ്പോഴാണ്, ജീവൻ, ജോർജ് ജേക്കബിനെ കണ്ടത്. തന്നെ 'ദേശപത്രിക'യിലേയ്ക്ക് കൈപിടിച്ചു നടത്തിയ എഡിറ്റർ. കലാലയ ജീവിതത്തിൽ താരമായി തിളങ്ങിയ തന്നെ എഴുത്തിന്റെ വാസന കണ്ട് പത്രത്തിലേയ്ക്ക് ക്ഷണിക്കുകയായിരുന്നുവല്ലോ അദ്ദേഹം. കോളജിൽ പിൽക്കാലത്ത് ജേർണലിസ്റ്റും ഒരേ സമയം സ്റ്റുഡന്റുമായി തിളങ്ങുവാൻ വഴികാട്ടിയായത് അദ്ദേഹമാണ്.

പോസ്റ്റ് ഗ്രാജുവേഷൻ ക്ലാസിൽ ഒരു കന്യാസ്ത്രീക്കും പതിനെട്ടു പെൺകുട്ടികൾക്കുമൊപ്പം നാലാണുങ്ങളിൽ ഒരുവനായി താൻ. അത് വല്ലാത്തൊരു അനുഭവമായിരുന്നു. പെൺകുട്ടികൾക്കൊപ്പം ആദ്യമായി പഠിക്കുന്നതിന്റെ ത്രില്ലിനെക്കാളുപരി താരമായി ജീവിക്കാൻ കഴിയുന്നതിന്റെ സുഖമായിരുന്നു, മനസു നിറയെ.

ഫിസിയോളജി എടുക്കുവാൻ പ്രഫസർ ആന്റണി വന്നപ്പോൾ കരുതിയത് ആളൊരു മൊശടനാണെന്നാണ്. കണ്ണട വച്ച് അൽപ്പം സീരിയസ് ഭാവമുള്ളയാൾ പെരുമാറ്റത്തിൽ എങ്ങിനെയായിരിക്കുമെന്ന്

യാതൊരു ധാരണയും ഉണ്ടായിരുന്നില്ലല്ലോ. പക്ഷേ, വന്ന ദിവസം തന്നെ അദ്ദേഹം ഞെട്ടിച്ചു കളഞ്ഞു.

"ഏറെ ഭാഗ്യമുള്ള ഒരു ബാച്ചാണ് ഇത്. പ്രശസ്ത പത്രപ്രവർത്ത കനും കന്യാസ്ത്രീയുമൊക്കെ ഒരുമിച്ചുള്ള ഒരു പോസ്റ്റ് ഗ്രാജുവേഷൻ ക്ലാസ് എനിക്ക് ഇതാദ്യമാണ്. എല്ലാവർക്കും ഞാൻ എല്ലാ മംഗളങ്ങളും ആശംസിക്കുന്നു."

'ദേശപത്രിക' വീട്ടിൽ വരുത്തിക്കൊണ്ടിരുന്നയാളാണ് പ്രഫസർ ആന്റ ണിയെന്ന് പിന്നീടാണ് അറിഞ്ഞത്. എല്ലാ ഞായറാഴ്ചപ്പതിപ്പിലും തന്റെ നെടുനീളൻ ഫീച്ചറുകൾ പത്രത്തിൽ സ്ഥിരമായിരുന്നുവല്ലോ. കോള മായും കവർ സ്റ്റോറിയായും എല്ലാം...

അതിന്റെ ലഹരി, കോളജ് ജീവിതകാലമുടനീളം താൻ അറിഞ്ഞതുമാ ണ്. കോളജിൽ ആർട്സ് ക്ലബ് സെക്രട്ടറിയായി വിജയിക്കുമ്പോഴും കോള ജിനായി രാഷ്ട്രീയ സംഘർഷങ്ങളിൽ ഇരയാകുമ്പോഴുമെല്ലാം തന്നെ പിടിച്ചുനിർത്തിയത് പത്രക്കാരൻ അഥവാ എഴുത്തുകാരൻ എന്ന ഇമേജു തന്നെയായിരുന്നു.

ബിരുദപഠനപരീക്ഷയുടെ പിറ്റേന്നായിരുന്നല്ലോ പത്രത്തിലേയ്ക്കുള്ള ആദ്യത്തെ ചുവടുവയ്പ്പ്. എന്നിട്ട് റിസൾട്ട് വന്നപ്പോഴോ, കോളജിലെ ഏറ്റവും ഉയർന്ന മാർക്കു നേടിയ വിദ്യാർഥിയും. ആ മിടുക്കുകണ്ട് തുടർവിദ്യാഭ്യാസത്തിന് മനസില്ലാമനസോടെ പറഞ്ഞയയ്ക്കുന്നതും ജോർജ് ജേക്കബ് ആണ്.

അങ്ങനെയൊരു വഴികാട്ടിയായ ജോർജ് ജേക്കബിന്റെ മുന്നിൽ മദ്യ പാനിയായി നിന്നപ്പോൾ ജീവൻ അൽപ്പമൊന്നു ചൂളി. ഇത്ര മദ്യപാനി യായി അദ്ദേഹത്തിനു മുൻപിൽ വന്നുവീഴുന്നത് ഇത് ആദ്യമാണ്.

"വിഷമം കൊണ്ടാണു സാർ കുടിച്ചത്. എനിക്കിനി തുടരാൻ വയ്യ. തുടരാതിരിക്കാനും..." വാക്കുകൾ മുറിയുമ്പോൾ ജോർജ് ജേക്കബ് അയാളെ ആശ്വസിപ്പിക്കാൻ ശ്രമിച്ചു.

"ശ്ശേ, എന്താ ജീവൻ ഇതിങ്ങിനെ? ഇത്രയും നല്ലൊരു 'ഓപ്പണിംഗ്' മറ്റെവിടെനിന്നെങ്കിലും ജീവനു കിട്ടുമായിരുന്നോ? ഇത്രയധികം പേരു തന്ന സ്ഥാപനത്തിൽ നിന്ന് ഒരു 'പഴ്സണൽ ഇഷ്യൂ'വിന്റെ പേരിൽ രാജി വച്ചൊഴിയുകയെന്നൊക്കെ പറയുമ്പോൾ...

നേരത്തെ തന്നെ ഞാൻ ജീവനോടു പറഞ്ഞിട്ടുള്ളതല്ലേ, സാമ്പത്തിക ഇടപാടുകൾ സൂക്ഷിച്ചുവേണമെന്ന്. എന്നിട്ടിപ്പോൾ അതിന്റെ പേരിൽ... എന്തായാലും ഒന്നുകൂടി ആലോചിച്ചിട്ടു തീരുമാനമെടുത്താൽ മതിയെ ന്നാണ് എന്റെ അഭിപ്രായം. വെറുതെ വിഷമിച്ചിട്ടെന്താ കാര്യം? എന്തിനും ഒരു പരിഹാരമില്ലേ?"

ചങ്ങഴിയൂര്‍

ഒരു പ്ലാസ്റ്റിക് സഞ്ചിയുടെ കഷണവും ചുണ്ടില്‍ തൂക്കി ഒരു കാക്ക എങ്ങോട്ടെന്നില്ലാതെ പറന്നു. എവിടങ്ങളിലോ ചെന്നു കൂടുകൂട്ടുവാന്‍ ആയിരിക്കണം. കൂടുകള്‍ നഷ്ടമാകുന്ന ജീവന്, ഒരു ബലിക്കാക്കയുടെ ജന്മമെങ്കിലും ലഭിച്ചിരുന്നെങ്കില്‍ എന്നുതോന്നി, അപ്പോള്‍. ആകാശം മെല്ലെ മേഘാവൃതമാകുന്നുണ്ടായിരുന്നു. ഇരുളിമയ്ക്കിടയില്‍ മിന്നാമിനുങ്ങിന്റെ നുറുങ്ങുവെട്ടത്തിനായി കൊതിക്കുന്ന മനസോടെ, വാഹനങ്ങളുടെ തിരക്കുകള്‍ക്കിടയിലൂടെ നൂണിറങ്ങി ജീവന്‍ മെല്ലെ ഓഫീസിലെത്തി.

മദ്യത്തിന്റെ ഗന്ധം മറയ്ക്കുവാന്‍ പോക്കറ്റില്‍ നിന്നും കുറച്ച് ഉണങ്ങിയ കച്ചോലക്കിഴങ്ങെടുത്ത് വായിലിട്ടു ചവച്ചു. 'ടിക് ടാക്' മിഠായിയുടെ പെട്ടിയില്‍ നിന്നും എടുക്കുന്നതു കണ്ടപ്പോള്‍, അത് മിഠായിയാണെന്നു കരുതിയാണ് ജോര്‍ജ് ജേക്കബ് കൈനീട്ടിയത്. വായിലിട്ടു ചവച്ചപ്പോള്‍ പൊള്ളലുണര്‍ത്തുന്ന ചുവയറിഞ്ഞ് അയാള്‍ ഞെട്ടി.

"കച്ചോലമാ. ഇതിലെ ആല്‍ക്കലോയിഡ് ആല്‍ക്കഹോളിനെ പ്രതിരോധിക്കാന്‍ മിടുക്കനാണ്. ഇഞ്ചി കുടുംബത്തില്‍ ഇവനെ വെല്ലാന്‍ വേറൊരാളില്ല." പെട്ടെന്ന് തികഞ്ഞ ശാസ്ത്രവിദ്യാര്‍ഥിയായി ജീവന്‍ മാറി.

"നീ ബോട്ടണി പഠിച്ചതു കൊണ്ട് ഇങ്ങനെ ചില ഉപകാരങ്ങളൊക്കെയുണ്ടല്ലേ." ചിരിച്ചു തോളില്‍ത്തട്ടി ജോര്‍ജ് ജേക്കബ് മുകളിലേയ്ക്കുള്ള പടികള്‍ കയറി. ആ പ്രശംസ അയാള്‍ക്ക് നന്നേ രസിക്കുകയും ചെയ്തു.

ജീവന്‍ ഫെര്‍ണാണ്ടസ് രണ്ടും കല്‍പ്പിച്ചാണ് എഡിറ്ററുടെ റൂമിലേയ്ക്കു കടന്നത്. പരമ്പര എന്തായിരിക്കുമെന്നോ വിഷയം ഏതായിരിക്കുമെന്നോ അപ്പോള്‍ ചിന്തിച്ചിട്ടേ ഉണ്ടായിരുന്നില്ല. എന്നിരിക്കിലും, ഒരു ശ്രമം നടത്തുക തന്നെയാണ് മനസിനു നല്ലതെന്ന് അയാള്‍ക്കു തോന്നി. അപ്പോള്‍, മദ്യപിച്ചിട്ടുണ്ടെന്ന തോന്നല്‍ അയാളില്‍ ഉണ്ടായതേയില്ല. അല്ലെങ്കില്‍ത്തന്നെ, റോഡ് പരിശോധനയ്ക്ക് 'ആല്‍ക്കോമീറ്ററു'മായി നില്‍ക്കുന്ന പോലീസുകാരന്, കച്ചോലം ചവച്ചവന്റെ മദ്യഗന്ധം ലഭിക്കില്ല; പിന്നെയാണ്, പാവപ്പെട്ട ഒരു പത്രാധിപര്‍ക്ക്...! മരുന്നിന്റെ രഹസ്യം പറഞ്ഞുനല്‍കിയ, മറയൂരിലെ മദ്യപാനി എസ്.ഐ ദിവാകരന് ജീവന്‍ മനസുകൊണ്ട് സ്തുതിപറഞ്ഞു. ഒരു ഫീച്ചര്‍ യാത്രയിലെ പരിചയപ്പെടല്‍ നല്‍കിയ ഉപകാരം!

"വെല്ലുവിളി സ്വീകരിച്ചിരിക്കുന്നു സര്‍. ഒരു പതിനായിരം രൂപ വേണം. ഒരു മാസം കഴിഞ്ഞ് നമുക്കു കാണാം."

ജീവന്‍ ഫെര്‍ണാണ്ടസ് മാത്യു കുനിയാംതുരുത്തിന്റെ നേര്‍ക്ക് ഹസ്തദാനം നല്‍കി പുറത്തിറങ്ങുമ്പോള്‍ ആശ്വാസത്തിന്റെ വെള്ളിവെളിച്ചം

മാത്യുവിന്റെ മുഖത്തും തെളിഞ്ഞു. അയാൾ ഒരിക്കലുമില്ലാത്ത സന്തോഷത്തോടെ പുഞ്ചിരിച്ചു. അപ്പോൾ ആ കണ്ണുകൾ രണ്ടും ഇടയുന്നുണ്ടായിരുന്നു.

3

"ആരാണ് ആദ്യത്തെ പത്രപ്രവർത്തകൻ?"

സുഭാഷ് പാർക്കിനോടു ചേർന്നുള്ള പാറക്കെട്ടിലിരുന്ന് കായലോളങ്ങളെയും കപ്പൽച്ചേതങ്ങളെയും നോക്കി താൻ വെറുതെ ചിന്തിച്ചുനോക്കി. ആലോചിച്ചിട്ട് ഒരു എത്തും പിടിയും കിട്ടുന്നില്ല. ആദ്യത്തെ പത്രപ്രവർത്തകൻ എന്നു പറയുമ്പോൾ, ഇതിഹാസങ്ങളുടെ കാലം മുതൽക്കേ പത്രപ്രവർത്തകൻ ഉണ്ടായിരുന്നോ?

ചോദ്യത്തിന് ഉത്തരം പിഴയ്ക്കുന്നു എന്നറിയുമ്പോൾ കാവിവേഷധാരിക്ക് ഉത്സാഹം. മറുപടി ഒറ്റവാക്കിലായിരുന്നു.

"ഹനുമാൻ."

"ഹനുമാൻ...?"

"അതെ. അദ്ദേഹമല്ലേ ആദ്യം 'കണ്ടേൻ സീതയെ' എന്നു വിളിച്ചുപറഞ്ഞത്. വാർത്തകൾ അറിയിക്കുന്നയാളാണല്ലോ പത്രപ്രവർത്തകൻ.

ഓർമകളുടെ പഴഞ്ചോറിൽ ഉപ്പുചേർത്തിളക്കി ആവോളം ഭക്ഷിക്കുകയായിരുന്നു ജീവൻ ഫെർണാണ്ടസ്. ഈ യാത്രയ്ക്ക് അങ്ങനെ ചില നിയോഗങ്ങൾ ഉണ്ടായിരിക്കണമെന്ന് അയാൾ ഓർത്തു. 'നിമിത്തമല്ല, നിയോഗമാണ്.' അയാൾ ഒരിക്കൽക്കൂടി ഓർമിപ്പിക്കാൻ ശ്രമിച്ചു.

നിമിത്തത്തിന് വെറും യാദൃച്ഛികതയുടെ തലമാണല്ലോ ഉള്ളത്. ഇത്, മുൻകൂട്ടി നിശ്ചയിച്ച എന്തോപോലെ... അല്ലെങ്കിൽപ്പിന്നെ, ഒഴിവാക്കാമായിരുന്നിട്ടും ഒഴിവാക്കാനാവാതെ വന്ന ഒരു ട്രാൻസ്ഫർ പുതിയ തീരുമാനങ്ങളിലേയ്ക്ക് എന്ന മട്ടിൽ അറിയാതെ തന്നെ സ്വയം എവിടേയ്ക്കോ വലിച്ചുകൊണ്ടുപോവുമോ?

പ്രൈവറ്റ് ബസിലായിരുന്നു കൊച്ചിയിലേയ്ക്കുള്ള മടക്കയാത്ര. നാഗമ്പടത്തുനിന്നും അറിയാത്ത ഏതൊക്കെയോ ഊടുവഴികളിലൂടെ ചുറ്റിത്തിരിഞ്ഞ് ബസ് ഇരച്ചുനീങ്ങിയപ്പോൾ സമയവും കുതിച്ചുപായുകയായിരുന്നു; മനസാകട്ടെ, അതിനെക്കാൾ വേഗത്തിലും...!

പത്താം ക്ലാസിൽ പഠിക്കുമ്പോൾ ബുക്കിൽ ഒളിപ്പിച്ച കവിതകൾ കൂട്ടുകാർ കണ്ടുപിടിച്ചത്... സ്കൂൾ മാഗസിന്റെ ചരിത്രത്തിലെ ആദ്യത്തെ സ്റ്റുഡന്റ് എഡിറ്ററായത്... പത്താം ക്ലാസ് അവധിക്ക് പറമ്പിൽ വായിക്കാനെന്നമട്ടിൽ കസേരയിട്ടിരുന്ന് കവിതകൾ ഒളിച്ചെഴുതിയത്... എഴുത്തിന്റെ വിശാലവീഥികൾ മെല്ലെമെല്ലെ വെളിച്ചത്തായത്... അങ്ങനെ പല

തും...

ഉയർന്ന ഫീസ് നൽകിയിട്ട് മെഡിക്കൽ കോളജ് അഡ്മിഷൻ വേണ്ടെന്നു വച്ചതുകൊണ്ട് സ്കൂളിലെ ഉയർന്ന മാർക്കുകാരൻ പ്രീഡിഗ്രിക്കും തുടർന്ന് ഡിഗ്രിക്കും ചേർന്നു. പണത്തിന്റെ ഇല്ലായ്മ, എഴുത്തിന്റെ പുത്തൻ രസവാഗ്മയങ്ങൾ കണ്ടെത്തിനൽകിയപ്പോൾ കോളജിലെ താരത്തിന് മെല്ലെമെല്ലെ പത്രപ്രവർത്തനത്തിന്റെ വഴികൾ ആഗ്രഹിക്കാതെ തന്നെ തുറന്നുകിട്ടി... പ്രീഡിഗ്രിക്ക് അഡ്മിഷൻ ലഭിക്കാൻ അപേക്ഷാഫോറം പൂരിപ്പിച്ചുനൽകിയപ്പോൾ തന്നെ ഇന്റർവ്യൂ കാർഡ് ചീന്തിത്തന്നതുപോലെ, ജോലി മുന്നിൽവന്നുനിൽക്കുകയായിരുന്നു. പിന്നെ, സാഹിത്യസംവാദങ്ങൾ, ഉന്നതരും എഴുത്തുകാരും സിനിമക്കാരും ഒക്കെയായുള്ള ബന്ധം... അതിനിടയിലെവിടെയോ മനസിൽ കയറിക്കൂടിയ അവൾ... രേഖാ വർമ. അവൾക്കായി ചെയ്ത സഹായങ്ങൾ കൊച്ചി, മനസിന്റെ കോണിൽനിന്നും പറിച്ചെറിയാൻ പറ്റാത്തവിധം വലിയ വികാരമാക്കി മാറ്റിയത്... ജീവൻ ഫെർണാണ്ടസിന്റെ മുന്നിൽ, ലോകത്തിന്റെ കാഴ്ചകൾ ഒരു ഗ്ലോബിലെന്നവണ്ണം ഉരുണ്ടുകൂടി.

ശരിക്കും പറഞ്ഞാൽ, കാവിവേഷധാരിയോടുണ്ടായ ബഹുമാനവും പത്രപ്രവർത്തനത്തിന്റെ വഴികൾ വലുതെന്നു കാട്ടിക്കൊടുക്കുകയായിരുന്നുവല്ലോ. കണ്ണാടി നരേന്ദ്രൻ!

മുഖത്തെ വട്ടക്കണ്ണടയ്ക്കൊപ്പം കാഴ്ചകളെ അതേപടി തുറന്നുകാണിക്കുന്ന മാധ്യമം കൂടിയായിരുന്നല്ലോ അയാൾക്ക്, 'കണ്ണാടി'. ഇഷ്ടമുള്ളപ്പോൾ പ്രസിദ്ധീകരിച്ചിരുന്ന ഒരു 'ടാബ്ലോയ്ഡ് വാർത്താ പ്രസിദ്ധീകരണം.' വാരത്തിൽ പ്രസിദ്ധീകരിക്കുന്നത് 'വാരിക'യും മാസത്തിൽ പ്രസിദ്ധീകരിക്കുന്നത് 'മാസിക'യുമാണെങ്കിൽ, ഇഷ്ടമുള്ളപ്പോൾ പ്രസിദ്ധീകരിക്കുന്നതിന് 'ഇഷ്ടിക' എന്നു പേരുവിളിക്കാമെന്ന് ഏതോ വിദ്വാൻ സരസമായി പറഞ്ഞത് അയാളോർത്തു.

ഒടുവിൽ, വാസ്തവങ്ങൾ തുറന്നെഴുതിയപ്പോൾ പോലീസും അധികാരികളും ഉരുക്കുമുഷ്ടി പ്രയോഗിച്ച് ആ 'കണ്ണാടി' പൊട്ടിച്ചെറിഞ്ഞു. അവിടെ തുടങ്ങുകയായിരുന്നു 'കണ്ണാടി നരേന്ദ്രന്റെ' രണ്ടാം ജീവിതം. അഴിമതിക്കെതിരേ സന്ധിയില്ലാ സമരവുമായി, പൊതുതാത്പര്യഹർജികൾക്ക് അവധി കൊടുക്കാതെ അയാൾ ഹൈക്കോടതി വരാന്തകൾ കയറിയിറങ്ങി. കയറിക്കിടക്കാൻ സ്വന്തമായി വീടുപോലുമില്ലെങ്കിലും അയാളെത്തേടിയുള്ള കത്തുകൾ എപ്പോഴും കൃത്യമായി എത്തുമായിരുന്നു. 'കണ്ണാടി നരേന്ദ്രൻ, ഹൈക്കോടതി വരാന്ത, എറണാകുളം' എന്ന മേൽവിലാസത്തിൽ.

ശരിക്കും, തന്നെ എന്തു കാര്യമായിരുന്നു അയാൾക്ക്. എപ്പോഴും എഴു

ത്തിൽ പ്രോത്സാഹിപ്പിച്ചുകൊണ്ടിരുന്ന ആൾ. അതിനൊപ്പം, മദ്യത്തിന്റെ ലഹരികളിൽ മുങ്ങിക്കുളിക്കുവാൻ അവസരമൊരുക്കിത്തന്ന ആൾ. ബാറിലെ 'ഹാപ്പി അവേഴ്സി'നെക്കുറിച്ച് ആദ്യം പരിചയപ്പെടുത്തിത്തന്നത് 'കണ്ണാടി'യാണ്.

താൻ അദ്ദേഹത്തെ 'കണ്ണാടി' എന്നാണ് വിളിക്കുക. ബഹുമാനവും സ്നേഹവുമെല്ലാം, തന്റെ അച്ഛനാകാൻ പ്രായമുള്ള ആളെങ്കിലും, ആ വിളിയിലുണ്ടെന്ന് അദ്ദേഹത്തിനറിയാം.

മന്ത്രിപദത്തിലിരിക്കുന്നവരുടെ തോന്ന്യാസങ്ങളെയും പരസ്യമായി അധിക്ഷേപിക്കാൻ പൗരനു ധർമവും കടമയുമുണ്ടെന്നു പറഞ്ഞുതന്നത് ശരിക്കും അദ്ദേഹമായിരുന്നു. ഒടുവിൽ, പത്രത്തിന്റെ നൈറ്റ് ഡെസ്കിൽ ചീഫായിരിക്കുന്ന ഒരു ദിവസം അയാൾ മരണമടഞ്ഞ വാർത്ത കേൾക്കാനിടയാകുന്നു. കാൻസർ ബാധിച്ച്, ആരാലും പരിത്യക്തനായി... ഓർമക്കുറിപ്പു വാർത്ത തയാറാക്കുവാനും പേജ് തയാറാക്കിയശേഷം മൃതദേഹം മെഡിക്കൽ കോളജിനു വിട്ടുകൊടുക്കുന്ന ചടങ്ങിനു സാക്ഷിയാകാൻ രാത്രി വൈകി തലസ്ഥാനത്തിനു യാത്രയായതുമടക്കം എത്രയെത്ര നിയോഗങ്ങൾ...! ഒടുവിൽ, ട്രാൻസ്ഫർ കുരുക്കിൽ സ്വയം ബലിയാടാകാൻ മാത്രം താൻ അധഃപതിച്ചതാണോ?

ജീവന് സ്വയം ചോദിച്ച ചോദ്യങ്ങൾക്ക് ഉത്തരം ലഭിച്ചതേയില്ല. അപ്പോഴാണ് വണ്ടി ബ്രേക് ഡൗണായത്. വഴിയിലെവിടെയോ കാത്തുകാത്തു കിടന്ന ബസിൽ നിന്നുമിറങ്ങിക്കയറിയത് തൊട്ടടുത്ത ബാറിലേയ്ക്കാണ്. പഴമ്പുരാണങ്ങളുടെ ആത്മകഥനത്തിൽ നിന്നും മുക്തനാവാൻ അതു മാത്രമാണ് മാർഗമെന്ന് ജീവനു തോന്നി.

നാട്ടിൽ പരിചയമുള്ള 'ബെയ്റർ' മദ്യവുമായി എത്തിയപ്പോഴും ഓർമകളുടെ ഭാണ്ഡം വീണ്ടും ജീവനെ വേട്ടയാടിത്തുടങ്ങി.

കോളജ് പഠനനാളുകൾ. ഒറ്റയടിപ്പാത എന്നറിയപ്പെടുന്ന ചെറിയ ഇടവഴികളിലൂടെ പാടം കടന്ന് കള്ളുഷാപ്പിൽ പോയ കാലം. 'ഇമേജു'കളിൽ അഭിരമിക്കുന്ന ആ നാളുകളിൽ അയൽക്കാരൻ മദ്യവുമായെത്തിയപ്പോൾ താൻ ശരിക്കും ഒന്നു ഞെട്ടി. മുഖം കൊടുക്കാതിരുന്ന് കള്ളുമോന്തി കോളജിൽ നിന്നും വീട്ടിലെത്തിയപ്പോൾ ഒരു കവിത പിറന്നു. പേര് 'പരിചിതൻ'.

'വർഷമാം സൂര്യന്റെയെട്ടാമതാം രശ്മി
ശക്തിക്ഷയിച്ചു മടങ്ങാൻ തുടങ്ങവേ...
മാടപ്പിറാവുകൾ ഞങ്ങളിതാദ്യമായ്
ഒറ്റയടിപ്പാത കാണുവാൻ യാത്രയായ്...'

യാത്രയുടെ ഓർമയിലെ നീളൻ കവിത കണ്ട് സുഹൃത് സദസുകൾ

കോരിത്തരിച്ചതും കവിയായി വാഴ്ത്തിയതും അന്നത്തെ ചരിത്രം. അതെ. ചരിത്രത്തിന്റെ മുഖം പലപ്പോഴൊക്കെയും പുകഴ്ത്തലുകളുടേതാണെന്ന് ജീവൻ ഓർത്തു. അതേസമയം, ചരിത്രം വിജയികളുടേതാണ്; വിജയികളുടേതു മാത്രം എന്ന ചിന്ത അയാളെ വേട്ടയാടുവാൻ തുടങ്ങി.

കേടുപാടുമാറ്റിയ വണ്ടിയിൽ, തിരിച്ച്, കൊച്ചിയിലെ ഏകാന്ത തുരുത്തിലെ ഒറ്റമുറിവീട്ടിലെത്തുമ്പോൾ അയാൾക്ക് അതു മാത്രമായിരുന്നു ചിന്ത. ചരിത്രം വിജയികളുടേതാണ്; വിജയികളുടേതു മാത്രം!

തന്റെ രാജി ഒരു തോൽവി സമ്മതിക്കലാണെങ്കിൽ താൻ ചരിത്രത്തിൽ നിന്നും നിഷ്കാസിതനാക്കപ്പെടുകയില്ലേ? ഇതേവരെ പടുത്തുയർത്തിയ പേരും പെരുമയും ഏതോ ചരിത്രത്താളുകളിലെ ചിതലുകൾ തിന്നൊടുക്കില്ലേ? അതു പാടില്ല.

ആ നിശ്ചയദാർഢ്യം മനസിൽ ഉണർത്തിയ ചിന്ത ശക്തമായപ്പോഴാണ് രേഖയെ ഒരിക്കൽക്കൂടി കാണണമെന്ന് അയാൾക്കു തോന്നിയത്. ദേശാന്തരങ്ങൾക്കപ്പുറത്തുനിന്നും അപ്പുറത്തേയ്ക്കുള്ള യാത്രപോലെ, പ്രാണൻ പ്രാണനെ തേടുന്ന യാത്രപോലെ അത്ര കഠിനവും എന്നാൽ ഒഴിവാക്കാനാവാത്തതുമായ യാത്രയുടെ തുടക്കമായിരുന്നു അത്.

മുറിയിൽ കയറി കുളിച്ചുവെന്നു വരുത്തിയതേയുള്ളൂ. മൂന്നു നാലു ദിവസത്തേയ്ക്കുള്ള ഡ്രസുമെടുത്ത് ഒറ്റ യാത്രയായിരുന്നു. ക്ലീറ്റസ് വരുമ്പോൾ അറിഞ്ഞിരിക്കാനായി 'ഞാൻ പോകുന്നു. ഒരാഴ്ചയ്ക്കുള്ളിൽ മടങ്ങിവരുമ്പോൾ കാണാം' എന്ന കുറിപ്പ് മുറിയുടെ വാതിലിനിടയിൽ തിരുകി.

വയനാട്ടിലെ തിരുനെല്ലിയിലേയ്ക്കാണ് യാത്ര. പാപനാശം എന്ന പേരിൽ പ്രശസ്തമായ 'പുഴ'യൊക്കെയുള്ള സ്ഥലം. പുഴയെന്നൊക്കെ പറയുമെങ്കിലും ഒരു കുഞ്ഞു കാട്ടരുവിയാണ് പാപനാശം എന്ന് അവിടെ ചെല്ലുന്നവർക്കു മാത്രമേ മനസിലാവുകയുള്ളൂ. അതിൽ മുങ്ങിക്കുളിച്ചാൽ പാപങ്ങൾ എല്ലാം തീരുമത്രേ. അതിന്, മുങ്ങിക്കുളിക്കാനുള്ള ജലം അതിൽ ഉണ്ടായിട്ടു വേണ്ടേ?

പത്തു മണിക്കൂറോളം ബസിൽ ഇരുന്നാൽ മാത്രമേ തിരുനെല്ലിയിലെത്തൂ. ഹൃദയമിടിപ്പുകൾ ഉച്ചസ്ഥായിയിലാവുന്ന തണുപ്പുറയുന്ന കാലവും.

യാത്രയുടെ ചിന്ത മനസിൽ ഉത്തേജിച്ചുകഴിഞ്ഞാൽ മടക്കമില്ല. അതാണ് ശീലം. അതും, പ്രണയമോ സ്നേഹമോ എന്നു പറയാവുന്നതിനുമപ്പുറം സ്നേഹം തുളുമ്പുന്ന ഏക വ്യക്തിയെ കാണുവാൻ കൂടിയുള്ള യാത്രയാവുമ്പോൾ പ്രതിരോധങ്ങളെന്തിന്?

യാത്രയ്ക്കിടയിൽ, കൃഷിനാശം വന്നുപോയ പാടങ്ങൾ കണ്ടപ്പോൾ

അയാൾ വീണ്ടും രേഖയെക്കുറിച്ചോർത്തു. ഒരിക്കൽ ഇതുപോലൊരു സാഹചര്യത്തിലാണ് താൻ രേഖയുടെ കുടുംബത്തെ നെഞ്ചോടു ചേർത്തത്. പത്രപ്രവർത്തകകാലത്തു പരിചയപ്പെട്ട മിടുമിടുക്കിയായ ഒരുവൾ കഷ്ടപ്പെടരുതെന്ന് മനസ് മനസിനോടു മന്ത്രിച്ചപ്പോൾ. നാടും വീടും വിട്ട് തിരുനെല്ലിയിൽ അവർക്ക് ഭൂമിവാങ്ങാനൊക്കെ അവസരമൊരുക്കിക്കൊടുത്തത് താനായിരുന്നല്ലോ. പത്രപ്രവർത്തകയുടെ പരിവേഷം അവൾക്ക് ജീവിക്കാൻ മാർഗങ്ങൾ ഒട്ടേറെയാണ് തുറന്നുകൊടുത്തത്.

ഇപ്പോൾ വയനാട്ടിൽ അറിയപ്പെടുന്ന സാമൂഹ്യപ്രവർത്തകയാണ് അവൾ. ആദിവാസി അവകാശങ്ങൾക്കൊക്കെയായി വീറോടെ പൊരുതുന്ന ജിഹ്വ. കണ്ടാൽ അഞ്ചടിയേ ഉള്ളൂവെങ്കിലും അവളുടെ നാവിന് ആറടി നീളമെന്നാണ് പറച്ചിൽ! ആരും ആ വാക്കിൽ വീഴുമെന്ന് ഉറപ്പ്. അങ്ങനെയൊരു നാവു കണ്ടല്ലേ താനും അവളിൽ ആകൃഷ്ടനായതെന്ന് ജീവൻ ഓർത്തു.

അറിയിപ്പില്ലാതെയുള്ള യാത്രയായിരുന്നതുകൊണ്ടുതന്നെ അയാൾക്ക് അതൊരു കൗതുകമായിരുന്നു. ചരിത്രം വിജയികളുടേതെങ്കിൽ താൻ പുതിയ ചരിത്രമെഴുതുവാൻ തയാറെടുക്കുന്നു എന്ന് പ്രിയപ്പെട്ടവളെ അറിയിക്കാൻ ഒരു യാത്ര. അതിനായി മാത്രം...

വയനാട് അടുക്കുമ്പോൾ വഴിനീളേ നെടുങ്കൻ ബാനറുകൾ ഉയർന്നിരിക്കുന്നത് അയാളുടെ ശ്രദ്ധയിൽപ്പെട്ടു. 'അവിവാഹിതരായ ആദിവാസി അമ്മമാർക്കായി തൊഴിൽ ശിൽപ്പശാല' എന്ന ബാനറിന്റെ ചുവട്ടിൽ കണ്ട പേര് അയാളെ അത്ഭുതപ്പെടുത്തി. ഉദ്ഘാടനം: രേഖാ ബഹൻ.

ഗോത്രവർഗക്കാർ അവൾക്ക് വിളിപ്പേരിട്ടിരിക്കുന്നു. രേഖാ ബഹൻ. ബാനറുകൾ എണ്ണത്തിൽ അധികരിച്ചിരിക്കുന്ന ഒരിടമെത്തിയപ്പോൾ ബസ് അവിടെ ഭക്ഷണം കഴിക്കാൻ നിർത്തി. സമയം ഏതാണ്ട് ഉച്ചതിരിഞ്ഞ് മൂന്നു മണിയായിട്ടുണ്ടാവണം. കൊള്ളാവുന്ന ഹോട്ടലുകൾ ഇല്ലാത്ത ഇടവഴികൾ താണ്ടിയെത്തുമ്പോൾ ഉച്ചഭക്ഷണത്തിനായി യാത്രക്കാർ ഹോട്ടലിലേയ്ക്ക് ഇരച്ചുകയറി.

നന്നായി തണുപ്പ് അരിച്ചുകയറുന്നുണ്ടായിരുന്നു. ഭക്ഷണം കഴിക്കും മുൻപ് ചുറ്റുവട്ടത്തെ ബാനറുകളിലെ എഴുത്തുകളിലേയ്ക്കാണ് ജീവന്റെ ശ്രദ്ധ പോയത്. ഇടയ്ക്ക് നീളൻ ഖാദി വസ്ത്രത്തിന്റെ പോക്കറ്റിൽ നിന്നും ഒരു സിഗരറ്റെടുത്തു കത്തിച്ചു. തണുപ്പുമാറ്റാൻ അതാണ് പറ്റിയ മാർഗമെന്ന് അയാൾക്കു തോന്നി.

മഞ്ഞുമറയ്ക്കിടയിൽ, സിഗററ്റിന്റെ പുക മായികമായ ഒരു വലയം തീർത്തു. അതിനിടയിൽക്കൂടിയുള്ള കാഴ്ച നേരിയതോതിലായി.

എതിരേയുള്ള വളഞ്ഞ ഇടനാഴിയുടെ മുൻപിൽ കൊടികൾ ആടിയു

ലയുന്നതുകണ്ടാണ് അയാൾ അവിടേയ്ക്കു നോക്കിയത്. മുൻപിലെ കൊടികൾക്കു തൊട്ടുപിന്നാലെ നീളൻ ബാനറും പിടിച്ചുകൊണ്ട് അഞ്ചു യുവതികൾ. അതിനു മധ്യത്തിലെ യുവതിയുടെ മുഖത്തെ പ്രകാശം കണ്ട് അയാൾ അവിടേയ്ക്കു നോക്കി. അതെ. അത് അവളാണ്. തന്റെ പ്രിയപ്പെട്ട രേഖ. നാട്ടുകാരുടെ രേഖാ ബഹൻ എന്ന വാത്സല്യനിധി. ആ ആൾക്കൂട്ടം തന്റെ നേർക്കു നടന്നുനീങ്ങുന്നതുവരെ അയാൾ അതേ നിൽപ്പിലായിരുന്നു.

ദൂരെവച്ചുതന്നെ അവൾക്ക് അയാളെ മനസിലായി. ജീവൻ ഫെർണാണ്ടസ്. ഒരുകാലത്ത് തന്റെ ജീവൻ പിടിച്ചുനിർത്തിയ മനുഷ്യസ്നേഹി. അല്ലെങ്കിൽത്തന്നെ ആരും ആരെയും സഹായിക്കാത്ത കാലത്തല്ലേ, ജീവൻ തന്നെ സഹായിച്ചത് എന്ന് അവൾക്കു നന്നേ അറിയാം. ആ സ്നേഹത്തിന്റെ തുളുമ്പൽ അവളിൽ വല്ലാത്തൊരു മർദം സൃഷ്ടിച്ചപ്പോൾ അവൾ ആ ആൾക്കൂട്ടത്തിൽ നിന്നും തെന്നിമാറി ഒറ്റ ഓട്ടമായിരുന്നു. കണ്ടുനിന്നവരുടെ അമ്പരപ്പ് വർധിക്കുമ്പോഴേയ്ക്കും അവൾ ജീവന്റെ കരങ്ങൾ ഗ്രഹിച്ചുകഴിഞ്ഞിരുന്നു.

“നീയിവിടെ? തീർത്തും അപ്രതീക്ഷിതമായല്ലോ വരവ്...”

“എല്ലാം പെട്ടെന്നായിരുന്നു. നീ ജോലി തുടർന്നോളൂ. ഞാൻ വീട്ടിൽ കാണാം.”

“ഏയ്, എന്താ ജീവൻ. നീയും കൂടി ഇവിടെ നിൽക്ക്. ഞങ്ങൾക്ക് ഒരു ‘ഗസ്റ്റ്’ കൂടിയായെന്നു കരുതാമല്ലോ. പ്രത്യേകിച്ചും, അവിവാഹിതരായ അമ്മമാരെക്കുറിച്ച് പരമ്പരയെഴുതി അവാർഡൊക്കെ വാങ്ങിയയാളല്ലേ നീ. എനിക്കുവേണ്ടി ഒരു റിക്വസ്റ്റ്. നീ ഇവർക്ക് ഒരു മണിക്കൂർ ക്ലാസെടുക്കണം. അപ്പോഴേയ്ക്കും ഞാൻ വീടുവരെ പോയി എല്ലാം ഒന്ന് ഏർപ്പാടാക്കി വരാം. ഒകെ.”

“അതൊന്നും വേണ്ടെടന്നേ. നിന്നെ ഒന്നു കാണാൻ വന്നെന്നേയുള്ളൂ. കുറെ വിശേഷങ്ങളുടെ ഭാരമുണ്ട്. ഒന്നിറക്കിവയ്ക്കാതെ പണിയെടുക്കാൻ കഴിയില്ല എന്നൊരു തോന്നൽ. എന്നിട്ട് എനിക്ക് മടങ്ങണം. ഇനി എന്നു കാണുമെന്നോ എന്താവുമെന്നോ യാതൊരു രൂപവുമില്ല. വിഷമം കൊണ്ട് അൽപ്പം മദ്യപിച്ചിട്ടുമുണ്ട്. ക്ലാസെടുക്കുകയെന്നൊക്കെ പറയുമ്പോൾ...”

“നീ വിചാരിക്കുന്ന മാതിരി വല്യ ടീമുകളൊന്നുമല്ല ഇവർ. സാധുക്കൾ. ഇവർക്ക് ജീവിക്കാനുള്ള മാർഗങ്ങൾ കാട്ടിക്കൊടുക്കണം. അത്രേയുള്ളൂ ഈ സെമിനാറിന്റെ ഉദ്ദേശ്യം. സെമിനാറെന്നൊക്കെ പറഞ്ഞാൽ പോലും പാവങ്ങൾക്ക് മനസിലാവില്ല. ‘വർത്തമാനം’ എന്നാണ് പരിപാടിക്കു പേരിട്ടിരിക്കുന്നതു തന്നെ. നിനക്കറിയാവുന്നതു പറഞ്ഞുകൊടുക്കുക. അത്രേയുള്ളൂ. വെറുതെ വേണ്ട. ക്ലാസിന് ഫീസും തരാം.”

“ഒ.കെ. സമ്മതിച്ചു. നീ പറയുന്നതു കേൾക്കാതെ ഞാൻ ചരിത്രത്തിൽ നിന്നും പുറന്തള്ളപ്പെട്ടുപോവാതാരിക്കട്ടെ.”

മൈക്ക് കൈയിലെടുത്ത് രേഖ സംസാരിക്കുന്നതു കണ്ടപ്പോൾ അയാൾക്ക് അയാളോടു തന്നെ അഭിമാനം തോന്നി. താൻ ചൂണ്ടിക്കാട്ടിയ ഒരു വഴിയിലൂടെ സഞ്ചരിച്ച അവൾ എത്രയധികം തെളിഞ്ഞിരിക്കുന്നു. തന്റെ കാര്യത്തിൽ പോലും ഇത്രയും ആർജവം തനിക്കു കാണില്ലെന്ന് അപ്പോൾ അയാൾക്കു തോന്നി.

“പ്രിയപ്പെട്ടവരെ,

നിങ്ങൾക്കൊക്കെ പ്രിയങ്കരനാവുന്ന ഒരാളെ ഞാൻ പരിചയപ്പെടുത്തുകയാണ്. ജീവൻ ഫെർണാണ്ടസ്. ‘ദേശപത്രിക’ പത്രത്തിന്റെ ചീഫ് റിപ്പോർട്ടറും എഴുത്തുകാരനുമായ ഇദ്ദേഹം നിങ്ങളുടെ ചരിത്രത്തെക്കുറിച്ച് വ്യക്തമായി പഠിച്ച് പരമ്പരയൊക്കെ എഴുതിയിട്ടുള്ളയാളാണ്. ഇനി, കുറച്ചുനേരം അദ്ദേഹം നിങ്ങളോടു വർത്തമാനം പറയുന്നതായിരിക്കും.”

അയാൾക്ക് എന്തെന്നില്ലാത്ത ചമ്മൽ തോന്നി. ശരിക്കും പറഞ്ഞാൽ തനിക്ക് ഈ ക്ലാസെടുക്കാൻ എന്താണ് യോഗ്യത? അവിവാഹിതരായ അമ്മമാരെക്കുറിച്ചു പരമ്പരയെഴുതിയതോ? അതോ, അവരിൽ നിന്നും രഹസ്യങ്ങൾ ഊറ്റിയെടുക്കാനായി സ്വയം കണ്ടെത്തിയ മഹത്തരമല്ലാത്ത മാർഗങ്ങളോ?

ക്ലാസിൽ എന്തു പറയുമെന്നു വിഷമിച്ച അയാളുടെ കണ്ണിൽപ്പെട്ടത് സമ്മേളനവഴിയുടെ അരികത്തുള്ള മരത്തിലെ വലിയ തേനീച്ചക്കൂടാണ്. കൂട്ടായ്മ നിറഞ്ഞ പ്രവർത്തനത്തിലൂടെ തേനീച്ചകൾ തേനുണ്ടാക്കുന്നതിനെക്കുറിച്ചും തേനിന്റെ വിപണിസാധ്യതകളെക്കുറിച്ചുമൊക്കെ പറഞ്ഞുകൊടുക്കാൻ ജീവൻ തീരുമാനിച്ചപ്പോൾ അത് ഏറെ ആസ്വാദ്യകരമായെന്ന് സദസിന്റെ പ്രതികരണത്തിൽ നിന്നും തന്നെ അയാൾക്കു മനസിലാവുകയും ചെയ്തു.

രേഖ തിരികെയെത്തുമ്പോൾ കാണുന്ന കാഴ്ച, ആദിവാസി സ്ത്രീകൾക്കിടയിൽ കളിയും തമാശകളുമൊക്കെയായി അവരുടെ പ്രിയങ്കരനായി മാറിയ ജീവൻ ഫെർണാണ്ടസിനെയായിരുന്നു. അവൾക്ക് ഏറെ സന്തോഷം തോന്നി.

‘വർത്തമാനം’ അവസാനിപ്പിച്ച് ഇരുവരും വീട്ടിലേയ്ക്ക് എത്തിച്ചേരുമ്പോൾ രാത്രി എട്ടോടടുത്തിരുന്നു. അച്ഛനും അമ്മയും ഉറങ്ങാൻ തുടങ്ങിയിരുന്നു. ഏഴു മണിക്കേ കിടക്കുന്നതാണല്ലോ അവിടുള്ളവരുടെ ശൈലി.

കഞ്ഞിയും മുളകുചമ്മന്തിയും പപ്പടവും കഴിച്ച് ഇരുവരും പുറത്തേയ്ക്കിറങ്ങി. വീടിനോടു ചേർന്നുള്ള പാറമടക്കുകളിലിരുന്ന് അവൾ സംസാ

രിച്ചു. ജീവിതത്തിൽ ജീവൻ വഴിയായി വന്ന വഴിത്തിരിവുകളെപ്പറ്റി, സമൂഹത്തിൽ ഉയർന്നുവരുന്ന തന്റെ വിലയെപ്പറ്റി... എല്ലാം.

അപ്പോഴെല്ലാം അയാളുടെ മനസ് വിഷാദമൂകമായിരുന്നു. അത് അത്ര പെട്ടെന്നു തിരിച്ചറിയാൻ, തന്റെ ഉത്സാഹത്തിനിടെ അവൾ മറക്കുകയും ചെയ്തു.

ഒടുവിൽ, ക്ഷമ കെട്ടാണ് അവൻ പറഞ്ഞത്.

“ശരി. നീ നന്നായതിൽ എനിക്ക് ഏറെ സന്തോഷമുണ്ട്. പക്ഷേ, ഞാൻ ജോലിയിൽ നിന്നും രാജിവയ്ക്കാൻ തീരുമാനിച്ചു...”

അപ്പോഴാണ് അവളിൽ ബോധ്യം ഉണർന്നത്. കുറ്റബോധം നിറഞ്ഞ് അവൾ ജീവന്റെ മടിയിലേയ്ക്കു ചാഞ്ഞു.

“എടാ സോറി. നിനക്കു സന്തോഷമാകുമെന്നു കരുതിയാ ഞാൻ എന്റെ കഥ പറഞ്ഞത്. നിന്റെ കാര്യം എനിക്ക് അറിയാമായിരുന്നല്ലോ. ആരും ആഗ്രഹിക്കുന്ന സുന്ദരനായ യുവാവ്, മിടുക്കനായ പത്രപ്രവർത്തകൻ, എഴുത്തുകാരൻ... പുതുമയുള്ള വിശേഷങ്ങളൊന്നും അതിലില്ലെന്നു ഞാൻ കരുതിപ്പോയി. എന്റെ കാര്യം അങ്ങനെയാണോ? ഓരോ ദിവസവും ഓരോ ഊരിലേയ്ക്കുള്ള യാത്ര. ക്ലാസെടുപ്പുകൾ, ചർച്ചകൾ... ദിവസവും അന്തിയ്ക്കണയുമ്പോൾ നേരം കുറെയാകും.

അതൊക്കെ പോട്ടെ, എന്താ എന്റെ ജീവനു സംഭവിച്ചത്?”

“അതൊന്നും നിനക്കു പറഞ്ഞാൽ മനസിലാവില്ല. എനിക്ക് കൊച്ചിയിൽ നിന്നും പോരാനാവാത്ത സാഹചര്യങ്ങൾ ഉണ്ടെന്നു വല്ലതും നിനക്കറിയുമോ? എന്നിട്ട്, ചില സമ്മർദങ്ങളിൽപ്പെട്ട് കുനിയാംതുരുത്ത് എനിക്ക് ട്രാൻസ്ഫർ ഓർഡർ നൽകി. അവിടെനിന്ന് ഒരു മാസത്തേയ്ക്ക് പരമ്പരയാത്രയെന്നും പറഞ്ഞ് രക്ഷപ്പെട്ടു പോന്നതാണ് ഞാൻ. തുടക്കം ഇവിടെയാക്കിയെന്നു മാത്രം. ശരിക്കും പറഞ്ഞാൽ, പിരിയാനും വയ്യ, പിരിയാതിരിക്കാനും വയ്യ എന്നതാണ് എന്റെ അവസ്ഥ.”

“അതു കള. അങ്ങനെയാണെങ്കിൽ നിന്നെ ഒരു ദിവസം കാണാതെ ഞാൻ എങ്ങനെ ഇവിടെ കഴിയുന്നുവെന്ന് നീ ചിന്തിച്ചിട്ടുണ്ടോ? എനിക്ക് എന്തെങ്കിലും വിശേഷങ്ങൾ പറയണമെങ്കിൽ നീയല്ലാതെ പിന്നാരാ ഉള്ളത്? പക്ഷേ, ഞാൻ ചെയ്യുന്നതോ, എന്നും നിന്നോടുള്ള സ്നേഹം മനസിൽ സൂക്ഷിച്ച് ഓരോ ദിവസവും പ്രവർത്തനം തുടരും. തിരികെ വരുമ്പോൾ ഞാൻ എന്നും നിന്നോടു സംസാരിക്കാറുണ്ട്. ഫോണിൽ കിട്ടാത്ത സ്ഥലത്ത് മനസുകൊണ്ടെങ്കിലും സംസാരിച്ചുകൂടെന്നുണ്ടോ? ചുരുക്കത്തിൽ എപ്പോഴും നീ എന്റെ കൂടെത്തന്നെയുണ്ട്. എന്റെ ദൗത്യങ്ങൾ നേരാംവണ്ണം നടക്കുന്നുമുണ്ട്. ഞാൻ ഹാപ്പിയാണ്.”

ആ വാക്കുകൾ ഒരു വലിയ തിരിച്ചറിവായിരുന്നു ജീവന്. വാസ്തവ

ത്തിൽ, താൻ ആരെയെങ്കിലും സ്നേഹിച്ചിട്ടുണ്ടോ, ആത്മാർഥമായിട്ട്...? എന്നുവച്ചാൽ, ജീവൻ പോലും നൽകാൻ തക്കവണ്ണം വിശ്വസ്തതയോടെ... ഇല്ല എന്ന തിരിച്ചറിവല്ലേ തന്റെ ജീവിതത്തിലെ ദുഖങ്ങൾക്കു കാരണം? ആത്മാർഥമായി സ്നേഹിക്കുവാൻ, എല്ലാം പങ്കുവയ്ക്കുവാൻ ഒരാൾ പോലുമില്ലാതെ എന്തിനാണ് ഒരു ജീവിതം? മരണത്തെ വാരിപ്പുൽകുവാൻ മാത്രം ഓടിയണയുന്ന ഈയാംപാറ്റകളും തന്റെ ജീവിതവുമായി എന്താണ് വ്യത്യാസം?

മൗനം മൗനത്തെ അറിയാതെ പുൽകുന്നതു പോലെയായിരുന്നു അപ്പോൾ. രാത്രി നിശബ്ദം സഞ്ചരിക്കുമ്പോൾ മിന്നാമിനുങ്ങുകളുടെ വെളിച്ചം മാത്രം കൂട്ടിന്. ഊരിൽ നിലാവെളിച്ചത്തോടു മത്സരിക്കാൻ ഇലക്ട്രിക് വെളിച്ചത്തിന്റെ അതിപ്രസരമൊന്നുമില്ലാത്തതിനാൽ, ആ യാമത്തിന് അനിർവചനീയമായ ഒരു ഭംഗിയുള്ളതുപോലെ തോന്നി.

രാവിന്റെ നിശബ്ദതയിൽ ഒരു പാറമടക്കിൽ ഒരു ആണും പെണ്ണും. അവർ മൗനമായി സംസാരിക്കുമ്പോൾ ലോകം മാറുന്നു. രാവ് ഏറെ സുന്ദരിയായിരിക്കുന്നു.

“അല്ല ചങ്ങാതീ, എന്താ, ആലോചിച്ചു വശംകെട്ടോ?”

“ഏയ്, ഇല്ല. എനിക്ക് ചില കാര്യങ്ങൾ തീരുമാനിക്കാനുണ്ടായിരുന്നു. ഇപ്പോൾ അതിനു തീരുമാനമായി.”

“എന്താണാവോ പുതിയ തീരുമാനം? കോട്ടയത്തിനു മടങ്ങിച്ചെല്ലാനാ...?”

“അതു ഭീരുത്വമാവില്ലേ? ഏറ്റ ജോലിയുണ്ട്. അത് ആദ്യം തീർത്തിട്ടു ബാക്കി. നിന്നോടു പറയാതെ യാത്ര തുടരാനുള്ള ഒരു മടികൊണ്ടല്ലേ, ഇവിടം വരെ യാത്ര എത്തിനിന്നത്?”

“അതെനിക്ക് ഇഷ്ടപ്പെട്ടു. എന്തായാലും, നമുക്ക് പുത്തൻ തീരുമാനങ്ങളിൽ മുന്നോട്ടുപോകാം. ശരിക്കും ഇപ്പോൾ എനിക്കു നിന്നോട് കൂടുതൽ ഇഷ്ടം തോന്നുന്നു.”

“അതെന്താ?”

“നിരാശപ്പെട്ടു വന്ന എന്റെ കുട്ടി കുറെ ‘പ്രാക്ടിക്കൽ’ ആയിത്തുടങ്ങിയില്ലേ? പിന്നെന്തായാലും, ഊരുകൂട്ടത്തിന് സാറിനോടുള്ള ആരാധന എത്രയധികമായിരുന്നെന്നോ?”

“വേണ്ട വേണ്ട, ഈ ആരാധനയൊക്കെ എനിക്കു പേടിയാ. നിയന്ത്രണരേഖകൾ ഇല്ലാതാക്കുന്ന ഒന്നാണ് പലപ്പോഴും ആരാധന.”

“നിയന്ത്രണരേഖ ലംഘിക്കാതെ അവർ ആരാധിച്ചോട്ടെ. നമുക്കിടയിൽ വേണമെങ്കിൽ നിയന്ത്രണരേഖ ഇല്ലെങ്കിലും കുഴപ്പമില്ലെന്നു പറയാം.”

"നീ ഏറെ വാചാലയായിരിക്കുന്നു. എന്നെ അത്ഭുതപ്പെടുത്തുമാറ്..."

"അടുത്ത കാഴ്ചയില്‍ നീ എന്തൊക്കെയാണാവോ പറയാന്‍ പോവുക... വാ, നമുക്ക് ഉറങ്ങാം. നാളെ പനവല്ലിയില്‍ ക്ലാസെടുക്കാനുള്ളതാ."

ഊരിലെ അവസാന വെളിച്ചവും അണഞ്ഞു. അവര്‍ ആലിംഗനബദ്ധരായി ഉറങ്ങി. ജീവന്‍ ജീവനെ കണ്ടെത്തുന്നതുപോലെയുണ്ടായിരുന്നു അത്.

4

ക്ഷേത്രത്തില്‍ നിന്നും ഉയരുന്ന 'സുപ്രഭാതം' കേട്ടുകൊണ്ടാണ് ഉണര്‍ന്നത്. കുടിയിലെങ്ങും വെളിച്ചത്തിന്റെ മനോഹരമായ നിഴലാട്ടം. പ്രകാശത്തിനൊത്തുയരുന്ന താളങ്ങള്‍ പോലെ തൊടിയില്‍ നിന്നും പണിയരുടെ 'ഹെയ് ഹോയ്' വിളി. അവര്‍ നേരത്തെ ജോലിയിലേയ്ക്കു കടന്നുകഴിഞ്ഞിരിക്കുന്നു.

ജനാലയിലൂടെ നോക്കുമ്പോള്‍ നോക്കെത്താദൂരത്തോളം സമൃദ്ധമായ പാടങ്ങള്‍. എള്ളും പാവലും പടവലവുമെല്ലാം സമൃദ്ധമായി വിളഞ്ഞ പാടങ്ങള്‍ക്കിപ്പുറം മഴവില്ലുപോലെ മനോഹരമായ പുഷ്പങ്ങളുടെ സൗകുമാര്യം. ഗ്രാമത്തിന്റെ വിശുദ്ധി എത്ര മനോഹരമാണെന്ന് അയാള്‍ അറിഞ്ഞു. താനടക്കമുള്ള പുരുഷകേസരികള്‍ മെയ്യനങ്ങി അധ്വാനിക്കുന്നതില്‍ എത്ര വിമുഖരാണെന്നും.

ചുക്കുകാപ്പിയുമായി രേഖ വന്നപ്പോഴാണ് അയാള്‍ കിടക്കവിട്ടെണീറ്റത്. കുളിച്ച് ഈറനണിഞ്ഞ് അവള്‍ എത്ര ഉത്സാഹവതിയാണെന്ന് അയാള്‍ കണ്ടു.

"ശരിക്കും, ഇന്നാണ് അവളുടെ മുഖത്ത് ഒരു പ്രകാശം വീണത്. എന്നും ജീവനെക്കുറിച്ചു പറയാനേ മോള്‍ക്കു നേരമുള്ളൂ. ഞങ്ങളുടെ ജീവിതത്തിന്റെ ഗതി തന്നെ മാറ്റിയ ആളല്ലേ...

ഇവിടിപ്പോള്‍ ഇങ്ങനെയൊക്കെയാണെങ്കിലും ഒരു സമാധാനമുണ്ട്. കടക്കാര്‍ തത്ക്കാലം അന്വേഷിച്ചു വരില്ലല്ലോ."

അമ്മയാണ്. നിലാവുദിക്കുന്ന ആ മുഖം കണ്ടപ്പോള്‍ അവന് നഷ്ടപ്പെട്ട ജീവന്‍ തിരികെ കിട്ടിയെന്നു തോന്നി. തനിക്ക് നിരാശയും കഷ്ടപ്പാടുകളും വന്നുചേരുമ്പൊഴും തന്നെയോര്‍ത്ത് ചിലരെങ്കിലും സന്തോഷിക്കുന്നുണ്ടല്ലോ. ജീവിതത്തിന്റെ ആളനക്കങ്ങളില്‍ വിഷമതകള്‍ മറക്കുന്നുണ്ടല്ലോ. താന്‍ എത്ര നിസാരനാണെന്ന് അയാള്‍ ഓര്‍ത്തു.

അല്ലെങ്കിലും താന്‍ അങ്ങനെയാണ്. എപ്പോഴും ടെന്‍ഷനാണ്. ഒരു വിഷമവും മനസില്‍ നില്‍ക്കില്ല. എന്തിനെക്കുറിച്ചുള്ള ആധി മനസില്‍

വന്നാലും ഒന്നും പ്രവർത്തിക്കാനും കഴിയില്ല. ആധികൾ ഇല്ലായിരുന്നു വെങ്കിൽ താൻ ഉണ്ടാകുമായിരുന്നില്ല എന്നതുപോലെ.

"ജീവാ, ഇങ്ങനെയൊക്കെ പോയാൽ മതിയോ? ഒരു പെൺതുണയ്ക്കൊക്കെ സമയമായില്ലേ?"

എന്താണ് പറയുക? ജീവിതത്തിന്റെ ആഗ്രഹങ്ങളെക്കുറിച്ച് ഓർക്കുമ്പോൾ, ഒന്നും പറയാനുള്ള മാനസികാവസ്ഥയിലായിരുന്നില്ല, അയാൾ. ജീവൻ മെല്ലെ കൂനു നിവർത്തു.

"ആദ്യം എന്റെ ജീവൻ എവിടംവരെയുണ്ടാകുമെന്ന് നോക്കട്ടെ. എന്നിട്ടുപോരേ അമ്മേ, ഒരാളെയും കൂടി ബുദ്ധിമുട്ടിക്കാൻ...?"

"അതുകൊള്ളാം, ആദർശമല്ലല്ലോ കുട്ടീ ജീവിതം. വാ കീറിയ ദൈവം ഇരയും തരും. ജീവിതത്തെക്കുറിച്ചൊക്കെ ആയുർരേഖ വരച്ചു നിർണയിക്കാനായിരുന്നെങ്കിൽ ഞങ്ങളൊക്കെ എന്നേ ഈ ലോകം വിട്ടുപോയേനേ..."

തിരിച്ചറിവുകളുടെ പാതയിലേയ്ക്ക് ഉണരുമ്പോൾ രേഖ ഉടുത്തൊരുങ്ങിക്കഴിഞ്ഞിരുന്നു.

"വേഗം റെഡിയായാൽ നമുക്ക് ഒന്നിച്ച് ബസ് സ്റ്റോപ്പുവരെ പോകാം. ഒൻപതിനാണ് പനവല്ലിയിൽ സ്ത്രീസംഗമം വച്ചിരിക്കുന്നത്. ഞാൻ ഉഴപ്പിയാൽ അവിടുത്തെ കാര്യം താളം തെറ്റും."

"ഞാനായിട്ട് ഇനി നിന്റെ കാര്യം തകർക്കുന്നില്ല. പത്തുമിനിറ്റിനുള്ളിൽ ദേ ഞാൻ റെഡി. പുഴവെള്ളത്തിൽ കുളിച്ചിട്ട് ഒത്തിരി നാളായി. ഇവിടായിട്ട് ആ സൗകര്യം കിട്ടി."

ജീവൻ കുളിച്ചുവരുമ്പോഴേയ്ക്കും ചുവന്ന അരിയുടെ പുട്ടും കടലക്കറിയും റെഡി. നാടൻ ഭക്ഷണത്തിന്റെ കുളിർമ അവന് തന്റെ കുട്ടിക്കാലത്തെ വീട്ടുജീവിതം ഓർമവരുത്തി. എന്നിട്ടിപ്പോൾ എന്താ, ഓരോരുത്തരും അവരവരുടെ വഴിക്ക്. താന്താങ്ങളുടെ പ്രാരാബ്ധങ്ങൾക്കിടയിൽ പരസ്പരം കാണാനും സഹായിക്കാനുമൊക്കെ മറന്നുപോയ സഹോദരങ്ങൾ. ആ നാട്ടിൽ ഏറ്റവും കൂടുതൽ അംഗങ്ങളുണ്ടായിരുന്ന കുടുംബമാണ്. ഇപ്പോഴെല്ലാം ചടങ്ങുകൾക്കുള്ള കൂടിച്ചേരലുകൾ മാത്രം. ജീവിതം ഇത്ര അർഥശൂന്യമാണോ എന്ന് അവനു തോന്നി. അതേസമയം ജീവിതത്തിന് അർഥങ്ങൾ കണ്ടെത്താൻ ശ്രമിക്കുന്നവരുടെ കാഴ്ചകൾ അവന്റെ ജീവിതത്തിന് പുത്തൻ വെളിച്ചങ്ങൾ നൽകുകയായിരുന്നു.

ബസ് കൃത്യസമയത്തുതന്നെയെത്തിയെങ്കിലും ഉടൻ മടങ്ങുവാൻ അവനു മനസുവന്നില്ല. രേഖയുടെ ജീവിതത്തിന്റെ ഉത്സാഹങ്ങൾ അവന് കണ്ടിട്ടും കണ്ടിട്ടും മതിയാവാത്തതുപോലെയുണ്ടായിരുന്നു.

"രേഖാ ബഹൻ? ഞങ്ങക്കും അക്ഷരം പഠിക്കണം. വരുത്തന്മാര് ഞങ്ങളെ ചതിക്കാൻ ഇനിയും നിന്നുകൊടുക്കാൻ വയ്യ." രാമിയാണ്. ഊരിലെ പ്രധാന കാരണവത്തി. അവർ രേഖയുടെ ഇടപെടൽ കൊണ്ട് ഏറെ മാറിയിരിക്കുന്നു.

"ഇപ്പ നിങ്ങക്ക് കാര്യങ്ങളൊക്കെ മനസിലായിത്തുടങ്ങിയില്ലേ? ഈ മിഥുനത്തില് നമ്മക്ക് പഠിത്തം തുടങ്ങാം. മഴ പെയ്താൽ പണിയൊക്കെ വയ്യാണ്ടാവുന്ന സമയം വരില്ലേ? അപ്പത്തന്നെ..."

ജീവന് അവളുടെ പെരുമാറ്റത്തിൽ അത്ഭുതം തോന്നി. തന്റെ കൂടെ പത്രപ്രവർത്തനവുമായി നടന്ന നാടൻ പെണ്ണാണ്. അവളിപ്പോൾ എത്ര മാറിയിരിക്കുന്നു. ശരിക്കും ഇരുത്തം വന്ന ഒരു സാമൂഹ്യപ്രവർത്തക.

"എനിക്ക് ഇവിടം വിട്ടു പോകാൻ തോന്നുന്നേയില്ല. ജീവിതത്തിന്റെ ഒരു ആർജ്ജവമെന്തെന്നറിയണമെങ്കിൽ ശരിക്കും ഈ ഊരിൽ ചുറ്റിത്തിരിയണം. പിന്നെ, നിന്റെ പ്രവർത്തനങ്ങളുടെ മധുരമൊക്കെ നുണഞ്ഞ്..." ജീവൻ തന്റെ ജീവിതത്തിന്റെ വ്യസനങ്ങൾ ഒരുവേള മറന്നതുപോലെയുണ്ടായിരുന്നു.

"എന്റെ ജീവാത്മാവ് തത്ക്കാലം ചെല്ല്. ഒന്നാന്തരൊരു പരമ്പര വർത്തമാനവുമായി വേണം അടുത്തതവണ നമുക്കു കാണാൻ. ഇനീ വൈകിയാല് അവിടെച്ചെല്ലുമ്പോൾ ക്ലീറ്റസ് തെറിപറയുന്നുണ്ടാവും. കാത്തിരുന്നു മടുത്തുകാണും, പാവം അഭ്യുദയകാംക്ഷി."

മലമടക്കുകളിറങ്ങുവാൻ സമയമായെന്ന് അയാൾക്കു തോന്നി. അതോ, മറ്റൊരു മല കയറ്റത്തിന്റെ ആരംഭമോ? ഏതായാലും, പ്രകൃതിയുടെ സൗന്ദര്യം കുറെക്കൂടി ആസ്വദിച്ചതിനുശേഷം യാത്രയാവാനായി, അയാളുടെ തീരുമാനം.

നിറംമാറിത്തുടങ്ങിയ പ്രകൃതിയുടെ ആരവങ്ങളെ വകവയ്ക്കാതെ ബത്തേരിക്കുള്ള വണ്ടിവന്നുനിന്നു. അവിടെ ഇറങ്ങിയിട്ടുവേണം തുടർന്നുള്ള യാത്ര.

അപ്പോൾ നേരം ഏതാണ്ട് വൈകിത്തുടങ്ങിയിരുന്നു. രാത്രിയാത്രയുടെ ആലസ്യത്തെക്കുറിച്ചുള്ള ചിന്തകൾ മനസിൽ ഉണ്ടായിരുന്നുവെങ്കിലും മനസ് നിറയെ അവളായിരുന്നു; അവൾ മാത്രം.

മെല്ലെ മഴ പൊടിഞ്ഞുതുടങ്ങി. മലയോരങ്ങളിൽ നിന്നും വീശുന്ന കാറ്റിന്റെ ഓലിയിടൽ കൂടിയായപ്പോൾ മഴയ്ക്ക് ഒരു പ്രത്യേക ഭംഗി. ബസിന്റെ മുൻസീറ്റിലിരുന്ന് മഴ കാണുവാൻ അവന് കൊതിതോന്നി. ചന്നംപിന്നം പെയ്യുമ്പോൾ, ദിശമാറിച്ചലിക്കുന്ന ജീവിതത്തിന്റെ അനുരണനങ്ങൾ പോലെ.

നന്തനാരുടെ കഥകൾ അവന് ഓർമ വന്നു. മഴയെ പ്രേമിച്ച്, മഴയിൽ

ജീവിക്കാൻ ആഗ്രഹിച്ച പട്ടാളക്കഥകളുടെ എഴുത്തുകാരൻ. ഒരു മഴക്കാലരാത്രിയിൽ, അവധിക്ക് വീട്ടിൽ കയറിവന്ന് ഭാര്യയുമൊത്ത് രമിക്കുവാൻ കൊതിച്ച നന്തനാർ. ഒടുവിൽ, ആ മഴക്കാലരാത്രിയിൽ നന്തനാർ ആത്മഹത്യ ചെയ്യുവാൻ കാരണം എന്തായിരിക്കണം? അപരർക്ക് സുഖം പകർന്ന സുമാനുഷന് സ്വന്തം സുഖം എവിടെയെന്നു തിരിച്ചറിയാൻ കഴിയാഞ്ഞിട്ടോ, അതോ...?

ചിന്തകളുടെ വേലിയേറ്റത്തിൽ, ഇപ്പോൾ അയാൾ കോട്ടയത്തു ബേക്കർ ജംഗ്ഷനിലെ വെയ്റ്റിംഗ്ഷെഡിലാണ്. തോരാതെ മഴപെയ്യുന്ന ഒരു മൺസൂൺ കാലത്ത് വെള്ളിയാനി ഉരുൾപൊട്ടൽ റിപ്പോർട്ട് ചെയ്യുവാൻ പോയി തിരികെയെത്തുന്നത് ആ മഴത്തോറ്റത്തിലേയ്ക്കായിരുന്നുവല്ലോ. മഴയെ പ്രേമിച്ച്, മഴച്ചിത്രങ്ങളിലേയ്ക്കു നടന്നുനീങ്ങിയ വിക്ടർ ജോർജ് മഴയുടെ ഒരു ഓർമച്ചിത്രമായി അവശേഷിച്ചുവെന്ന വാർത്ത അറിയുന്നത് ആ ബേക്കർ ജംഗ്ഷനിൽ വച്ചാണ്. വിവരം അറിയുന്നത് അവളിൽ നിന്നായിരുന്നു. രേഖ. ഒരു നേർരേഖ പോലെ ശുഭ്രമായ മനസുള്ളവൾ എന്ന് അവളെപ്പറ്റി ചിന്തയുദിക്കുവാൻ അതുമാത്രമായിരുന്നില്ലല്ലോ കാരണം.

മഴച്ചാറ്റലിന്റെ ഈറനിൽ നിന്നും രക്ഷപ്പെടാൻ വെയ്റ്റിംഗ് ഷെഡിന്റെ തുരുമ്പിച്ച തൂണുകൾക്കിടയിൽ താൻ ശിരസൊപ്പിക്കുമ്പോൾ, മഴയത്ത് ഒരു വൃദ്ധയെ റോഡുമുറിച്ചുകടക്കാൻ സഹായിക്കുകയായിരുന്നുവല്ലോ അവൾ. വൃദ്ധയെ ബസ് കയറ്റി യാത്രയാക്കുന്നതിനിടെ പാവത്തിന്റെ ബാഗ് വെള്ളത്തിൽ വീണു. അതിലെ കടലാസ് കഷണങ്ങൾ നനഞ്ഞതിന്റെ വ്യസനത്തിൽ വെയ്റ്റിംഗ് ഷെഡിൽ വന്നുനിൽക്കുമ്പോഴാണ് പരിചയപ്പെടാൻ തോന്നിയത്.

"പത്രത്തിലാണോ ജോലി?"

"അതെ, എങ്ങനെ മനസിലായി...?"

"എന്റെ പത്രത്തിലും ഇതേ ന്യൂസ് പ്രിന്റ് പാഡിലാണ് ഞാൻ കുത്തിക്കുറിക്കാറുള്ളത്. വെള്ളം കണ്ടാൽ അതിന്റെ കാര്യം പോക്കാ."

ആ മറുപടി അവൾക്കു ബോധിച്ചു. അതായിരുന്നു പരിചയത്തിന്റെ തുടക്കം.

മെല്ലെയാണ് അവൾ കൂടുതലായി പരിചയപ്പെട്ടത്. പത്രജീവിതത്തിന്റെ ദുരന്തങ്ങൾ പങ്കുവയ്ക്കാൻ ഒരു പ്രത്യേക സുഹൃത്ത്. ആ സൗഹൃദം മെല്ലെ മെല്ലെ ജീവിതത്തിന്റെ രഹസ്യങ്ങളിലേയ്ക്ക് നടന്നുകയറുകയായിരുന്നു; മഴയത്ത്, കമ്പിളിപ്പുതപ്പിനിടയിൽ നൂണുകയറുന്ന ശിരസു പോലെ.

"നോക്കൂ ജീവൻ. ഞാൻ 'ദിനരശ്മി'യിലെ ജോലി ആരംഭിച്ചിട്ടു രണ്ടു

വർഷമായി. ചിലപ്പോഴൊക്കെ തോന്നും ഇത്രയും ബോറൻ ഒരു പണിയില്ലെന്ന്."

"അതെന്തേ പെട്ടെന്ന് അങ്ങിനെ തോന്നാൻ...?" കോഫി ഹൗസിലെ ചർച്ചകൾ ചൂടുപിടിച്ചപ്പോൾ അവൾ പറഞ്ഞു.

"ജീവൻ നോക്ക്. എന്തെങ്കിലും വ്യക്തിപരമായ കാര്യത്തിന് നമുക്കു സമയം കിട്ടുമോ? ആദ്യത്തെ 'ക്രേസി'നാണ് ഞാൻ റിപ്പോർട്ടിംഗാണ് താത്പര്യമെന്ന് എഴുതിക്കൊടുത്തത്. ഇപ്പോൾ തോന്നും വേണ്ടായിരുന്നെന്ന്. ഓരോരുത്തന്മാരുടെ സ്ഥിരം പൊങ്ങച്ചങ്ങൾ എഴുതിയെഴുതി ഛർദിക്കാൻ വരും. തറക്കല്ലിടീലുകളുടെയും ഇലക്ഷൻ റിപ്പോർട്ടിംഗിന്റെയും കാര്യമാണെങ്കിൽ പറയുകയും വേണ്ട. ചില അവന്മാരുടെ രാഷ്ട്രീയ അജണ്ടകൾക്കൊപ്പിച്ച് വാർത്തകൾ വളച്ചൊടിക്കാൻ മാനേജ്മെന്റ് ആവശ്യപ്പെടുമ്പോൾ, അപ്പോ രാജിവച്ചിറങ്ങാനാ തോന്നുന്നത്. പിന്നെ, പെട്ടെന്നൊരു ജോലി കളയുന്ന കാര്യമോർക്കുമ്പോഴാ..."

"രേഖ അതു പറയും. രേഖയ്ക്കു തോന്നുന്നുണ്ടോ, ഡെസ്കിലെ ജോലിക്ക് അത്രയും സുഖമുണ്ടെന്ന്. ഞാൻ കുറെ നാൾ അവിടെ കിടന്നിട്ടല്ലേ, റിപ്പോർട്ടിംഗിലേയ്ക്കു ചാടിയത്. എഡിറ്റർക്ക് എന്നോടുള്ള കാര്യം കൊണ്ട് എല്ലാം പഠിക്കണമെന്നു പറഞ്ഞ് ഇതിലേയ്ക്കിട്ടു. ഒരു തരത്തിൽ എനിക്കിഷ്ടമാണ്, ഈ പൊങ്ങച്ചക്കാരെയൊക്കെ ഒരു പരിധിവരെ വരുതിയിലാക്കാനും എവിടെയും കയറിച്ചെല്ലാനും ലൈസൻസുള്ള വേറെ ഏതുണ്ട് പണി പെണ്ണേ?"

വളരെ പെട്ടെന്ന് സ്വാതന്ത്ര്യത്തോടെ സംസാരിക്കുന്ന വിധത്തിലേയ്ക്ക് താൻ മാറിയെന്ന് അയാൾക്കു തോന്നി. പത്രപ്രവർത്തകന്റേതായ നിർഭയസ്വഭാവത്തിന്റേതാവാം. ഏതായാലും, തന്റെ സ്വതന്ത്രമായ സംസാരരീതി, രേഖ ആസ്വദിക്കുക തന്നെയായിരുന്നു.

"അതൊക്കെ ശരിയാണ്. പക്ഷേ, ചില അവന്മാരുടെ അടുത്ത് റിപ്പോർട്ടിംഗിനു ചെന്നാൽ അവര് നമ്മുടെ മൊതലാളിമാരാണെന്നു തോന്നും. 'എഴുതിക്കഴിഞ്ഞ് കാണിച്ചിട്ടേ കൊടുക്കാവൂ, വല്ല വേണ്ടാതീനവും എഴുതിയൊപ്പിച്ചാൽ പണിയാകും' എന്നൊക്കെ പറഞ്ഞുകളയും. അവരുടെ വിചാരം ഒന്നുമറിയാതെയാ നമ്മളീ പണിക്കിറങ്ങുന്നതെന്നാണ്. പിന്നെ, ഇവനൊക്കെ ഒരു സ്ഥാനത്തെത്തിയാൽ എന്താ പത്രാസ്. നമ്മപ്പോലുള്ളവരുടെ എഴുത്തുകൊണ്ടുകൂടിയാ 'പ്രശസ്ത'നായതെന്ന ഭാവം പോലും കാണില്ല, പിന്നെ 'അപ്പോയിന്റ്മെന്റ്' ചോദിക്കുമ്പോൾ. ശരിക്കും അറയ്ക്കും."

"എനിക്കൊരു തമാശ തോന്നുന്നു. ഞങ്ങടെ പത്രത്തിലെ മൊതലാളീടെ അടുത്തയാളായ ബിഷപ്പിന്റെ അമ്മ മരിച്ചു. സീനിയർ എഡിറ്റർക്കാ

യിരുന്നു ചരമക്കോളത്തിന്റെ ചാർജ്. കക്ഷി രാത്രിയിലെ ഉറക്കച്ചടവിൽ ബിഷപ്പ് മരിച്ചുവെന്ന് വാർത്തയടിച്ചു. പിറ്റേന്ന് കിട്ടി, കൃത്യം മെമ്മോ. നാണക്കേട് സഹിക്കാതെ അയാൾ സ്ഥലം വിട്ടു. എവിടെയോ ജേർണലിസം പഠിപ്പിക്കാനാണ് പോയതെന്നു കേട്ടു."

"പാവം പിള്ളേർ. ഇതൊക്കെയാവും പഠിക്കുന്നത്. ക്ഷമയുണ്ടാവേണ്ടതെങ്ങനെ എന്നു പഠിപ്പിച്ചാൽ നല്ല പത്രപ്രവർത്തകരുണ്ടായേക്കുമെന്നാണ് എനിക്കു തോന്നുന്നത്. പിന്നെ, ഒന്നുണ്ട്. നമ്മുടെ പത്രങ്ങളിലെ വിരസഹാസ്യങ്ങളെല്ലാം കൂട്ടിച്ചേർത്താൽ നല്ലൊരു മസാലപ്പുസ്തകത്തിനുള്ള പടക്കോപ്പുണ്ട്."

മഴ തകർക്കുകയാണ്. ചുരമിറങ്ങുമ്പോൾ മഴയുടെ വീരസ്യം വഴികളെ മറയ്ക്കുന്നു. പുകമഞ്ഞും കോടക്കാറ്റും ചേർന്ന് അഗ്നിപർവത വിസ്ഫോടനങ്ങൾ തീർക്കുന്നു. ഗ്രാമത്തിലെ ഈറൻ സന്ധ്യകളെക്കാൾ എത്രയോ ഭീതിദമാണ് ഇവിടുത്തെ മഴക്കാലം.

കുന്നിറങ്ങി കുറെ കിലോമീറ്ററുകൾ കഴിഞ്ഞപ്പോഴാണ് ഓർമകളുടെ പാതിമയക്കത്തിൽ നിന്ന് ഞെട്ടിയുണർന്നത്. നോക്കുമ്പോൾ, ബസിൽ ഒരാളുമില്ല. വാച്ചിൽ നോക്കി. രാത്രി. എട്ടുമണി കഴിഞ്ഞിരിക്കുന്നു. പുറത്തിറങ്ങുമ്പോഴുണ്ട്, വലിയൊരു ശണ്ഠയുടെ തുടക്കമാണ്.

"ഇതാണോ നിങ്ങടെ രീതി? ദൂരയാത്രയ്ക്കു പോന്ന ബസാ. ഒരു സ്റ്റെപ്പിനി ടയറു പോലുമില്ലാതെ യാത്രയ്ക്കിറങ്ങിയിരിക്കുന്നു. ഈ രാത്രി ഞങ്ങളിനി എവിടെപ്പോകുമെന്നാ. ഒന്നുകിൽ വേറെ ബസ് സംഘടിപ്പിച്ചു താ. അല്ലേൽ തരാനുള്ള പൈസയുടെ അത്രയും കൂടി ചേർത്തു താ. അല്ലേ കളി മാറും."

നാശം. ബസ് വീണ്ടും പണിമുടക്കിയതു തന്നെ. അയാൾ യാത്രയെ ശപിച്ചു. തന്റെ യാത്രകൾക്കിടയിൽ സംഭവിക്കുന്ന ചെറിയ ചെറിയ തടസങ്ങൾ എന്തിന്റെ പേരിലായിരിക്കണം?

ഓരോരുത്തരും അവരവരുടെ വഴിക്ക് ജീപ്പിനെയും കാറിനെയുമൊക്കെ അഭയം പ്രാപിച്ചു. രാത്രിയിൽ തർക്കിച്ചതുകൊണ്ടു മാത്രം കാര്യമില്ലെന്ന് പലർക്കും അറിയാം.

വെട്ടം കണ്ട വഴിയിലേയ്ക്ക് ജീവൻ നീങ്ങി. എത്രയോ പേർ തർക്കിക്കുന്നു? ഇനി, താൻ കൂടി തർക്കിച്ച് അയാളുടെ മനസമാധാനം കെടുത്തണോ? അയാളുടെ സ്ഥാനത്ത് താനായിരുന്നെങ്കിൽ എന്താകുമായിരുന്നു സ്ഥിതി എന്ന് അയാളോർത്തു.

തൊട്ടടുത്ത് ഒരു തട്ടുകട കണ്ടപ്പോൾ ഒരു കട്ടൻകാപ്പി കുടിക്കാനാണ് തോന്നിയത്. പോക്കറ്റിൽ തപ്പി. ഉവ്വ്. വിൽസുണ്ട്. ഈ നേരിയ മഞ്ഞിൽ കട്ടനൊപ്പം പുകയ്ക്കുമ്പോൾ ഒരു പ്രത്യേക സുഖമാണ്.

"ചേട്ടാ, ഇതേതാ സ്ഥലം?"

"ബത്തേരി കഴിഞ്ഞതേയുള്ളൂ. ഈ രാത്രികാലത്ത് ഇവിടെ ഇതു പതിവാ. അതല്ലേ ഞങ്ങൾ ഈ വഴിക്ക് കടയുമായി ഇരിക്കുന്നത്."

അതു ശരി. മറ്റുള്ളവരുടെ വിഷമം കൊണ്ട് ജീവിതം കരുപ്പിടിപ്പിക്കുകയാണ് ഇവർ. അയാൾക്ക് ആ അഭിപ്രായപ്രകടനത്തിൽ തെല്ലു നീരസം തോന്നി.

"ഏതായാലും എന്റെ കാര്യം ഗോവിന്ദ. ഇനി ഈ രാത്രി തള്ളിനീക്കാൻ പെട്ടതു തന്നെ."

ആത്മഗതം കേട്ടതോടെ കടക്കാരന് ഉത്സാഹമായി. ഒരു ഇര കൂടി വന്നുചേർന്നിരിക്കുന്നു. ഈയാംപാറ്റകൾക്ക് രാവെന്നോ പകലെന്നോ ഇല്ലല്ലോ, വെളിച്ചം കാണുമ്പോൾ.

"സാറു വിഷമിക്കണ്ട. രാത്രി കിടക്കാനാണെങ്കിൽ ഇവിടടുത്ത് എന്റെ ഒരു വീടുണ്ട്. കണ്ടിട്ട് കൊഴപ്പക്കാരനല്ലാത്തതുകൊണ്ടു പറയുകാ. സാറ് ധൈര്യായി അങ്ങോട്ടു പോര്. അര മണിക്കൂർ കഴിഞ്ഞാൽ എന്റെ കട ഞാൻ പൂട്ടും."

"എന്തായാലും ഇനിയിപ്പോ എനിക്കു വേറെ മാർഗമില്ലല്ലോ. ഞാൻ ഇവിടിരിക്കാം."

"ഒരു കൊഴപ്പോമില്ല. നമ്മളൊക്കെ മനുഷ്യമ്മാരല്ലേ സാറേ. ആർക്കെപ്പഴാ ഓരോ ആവശ്യം വരുന്നതെന്ന് ആരറിഞ്ഞു. ആട്ടെ, സാറിന്റെ ഭാര്യയൊക്കെ...?"

"എവിടെയോ? എനിക്കറിയില്ല... ഞാൻ കെട്ടിയിട്ടില്ല മാഷേ."

"അപ്പോ, ഈ രാത്രിയാത്രയിൽ ഒറ്റയ്ക്ക്... മടുക്കില്ലേ ഈ യാത്ര?"

അയാളുടെ ചോദ്യം കേട്ടാൽ തോന്നും മടുപ്പുമാറ്റുന്ന ആരോ ആണ് ഭാര്യയെന്ന്. മറുത്തുപറയാനാണ് തോന്നിയത്. പക്ഷേ, ഈ രാത്രിയിൽ... തനിച്ച്... അയാൾ സ്വയം നിയന്ത്രിക്കാൻ ശ്രമിച്ചു.

"സാറിനു വേണമെങ്കിൽ..." അയാൾ എന്തോ പറയാനാഞ്ഞു.

രാത്രിയുടെ ആലസ്യം തന്നെ മടുപ്പിക്കുന്നുണ്ടായിരുന്നുവെങ്കിലും ആ അർദ്ധോക്തിയിൽ ജീവൻ മയക്കം മറന്നു.

"എന്ത്...?"

"അല്ല, കൂട്ടിന്..."

"നിങ്ങളോ... ഏയ്, എനിക്കു പേടിയൊന്നുമില്ല..."

"അതല്ല സാറേ. കെട്ടിപ്പിടിച്ചുറങ്ങാനൊക്കെ ഈ പ്രായത്തിലൊള്ള ചെറുപ്പക്കാർക്ക് ആഗ്രഹമൊണ്ടാവില്ലേ? അതുകൊണ്ടു ചോദിച്ചതാ...?"

"എന്താ, ഇവിടെ കിട്ടുമോ? എങ്ങനെയാ കാര്യങ്ങൾ...?" രണ്ടും കൽപ്പിച്ചാണ് ചോദിച്ചത്. എന്തായാലും പിഴച്ചിറങ്ങി. ഇനി കൂടെക്കൂടാൻ

ഒരാൾകൂടിയുണ്ടെങ്കിലും പ്രത്യേകിച്ചൊന്നും സംഭവിക്കാനില്ല എന്ന് അയാൾക്കു തോന്നി.

"ഒരു അഞ്ഞൂറു രൂപ തന്നാ മതി സാറേ. മുന്നൂറെങ്കിലും അവക്കു കൊടുത്തില്ലേ പാപം കിട്ടും. പാവപ്പെട്ട വീട്ടിലെ കുട്ടിയാ. അതിനും ജീവിക്കണ്ടേ? സാറിനെപ്പോലുള്ള നല്ലവരുടെ കനിവുകൊണ്ടാ അവൾ രണ്ടു നേരം എന്തെങ്കിലും കഴിക്കുന്നത്..."

പിന്നെ അയാൾ, മറിച്ചുചിന്തിച്ചതേയില്ല. കടക്കാരൻ പറഞ്ഞ വീട്ടിലെ മുറിയിൽ കയറുമ്പോഴുണ്ട്, ഒരുവൾ കാത്തിരിക്കുന്നു. വിളഞ്ഞ ഗോതമ്പിന്റെ നിറം. ചുണ്ടിൽ ചെഞ്ചായമണിഞ്ഞ് ഹാഫ്സാരിയുമുടുത്തു നിൽക്കുന്ന അവളെ കണ്ടപ്പോൾ, നാട്ടിൻപുറത്ത് എസ്.എസ്.എൽ.സിക്കു മാർക്കു കുറഞ്ഞതിന് 'നീലം' കുടിച്ച് ആത്മഹത്യ ചെയ്യാൻ ശ്രമിച്ച സംഗീതയെപ്പോലെ തോന്നി അയാൾക്ക്.

അന്ന് അയാൾക്ക് ഒരു പെണ്ണിന്റെ കൂടെ ശയിക്കണമെന്നുണ്ടായിരുന്നില്ല. തലേന്നു രാത്രിയിൽ താൻ കിടന്നത് രേഖയ്ക്കൊപ്പമായിരുന്നുവെന്ന് അയാൾ ഓർത്തു. ഇന്നിതാ, വേറൊരുവൾ. ആണനുഭവത്തിന്റെ കമ്രപപാതകൾ എവിടെയൊക്കെയോ സംഗമിക്കുന്നുവെന്നു തോന്നിപ്പോയി, അയാൾക്ക്.

യാത്രയുടെ ക്ഷീണം മാറ്റാൻ ഒന്നു കുളിച്ചു. നനുത്ത തണുവുള്ള ജലത്തിന് അരുവിയുടെ കുളിര്. പുറത്ത് തകർത്തു പെയ്യുന്ന പേമാരി. ഈ മഴക്കാലരാത്രിയ്ക്കായല്ലേ നന്തനാർ ആഗ്രഹിച്ചുകഴിഞ്ഞതെന്ന് അയാൾ ഓർത്തു.

കട്ടിലിൽ നോക്കുമ്പോഴുണ്ട്, തികഞ്ഞ വിധേയത്വമുള്ള ഒരു പൂച്ചക്കിടാവിനെപ്പോലെ അവൾ.

"സാറ് എവിടന്നു വരുവാ?"

"തിരുനെല്ലീന്ന്. വന്നവഴി വണ്ടി പണിമുടക്കി."

"അതുനന്നായി. അതുകൊണ്ട് എനിക്ക് സാറിനെ കാണാൻ കഴിഞ്ഞല്ലോ."

"അതെന്തേ? നിനക്ക് എന്നെ ഇഷ്ടപ്പെട്ടോ?" അയാൾ അവളുടെ മടിയിൽ മുഖം ചായ്ച്ചു.

"ആരാ സാറിനെ കണ്ടാ ഇഷ്ടപ്പെടാതിരിക്കാ? എന്താ ഒരു ഭംഗി!"

അവളുടെ വാചാലത അയാൾക്കു നന്നേ പിടിച്ചു. അവളുടെ വർത്തമാനം കേട്ടാൽ ഒരു ലൈംഗികത്തൊഴിലാണിയാണെന്നു തോന്നുകയേയില്ല. മുപ്പതിനോടടുത്ത പ്രായം. ഇടിഞ്ഞുതൂങ്ങാത്ത മാറിടങ്ങൾ. ഒരു നോക്കിന് ആർക്കും ഇഷ്ടമാവുന്ന ശരീരവടിവ്. അയാൾ അവളെ നോട്ടംകൊണ്ടൊന്നുഴിഞ്ഞു.

"എന്താ നിന്റെ പേര്?"

"സുശീല." അയാൾ ഒന്നു ഞെട്ടി. സുന്ദരമായ ശീലങ്ങൾ ഉള്ളവൾ. അവൾ പിന്നെ എങ്ങനെയാണ് തന്റെ കൂടെ കിടക്കയിലെത്തിയത്. താൻ ഒരിക്കലും സുശീലനും ആയിരുന്നില്ലല്ലോ.

"സാറെന്താ, ഇങ്ങനെ നോക്കുന്നത്? ഞാൻ അങ്ങനെ എല്ലാരുടേം കൂടെ പോകുന്ന പെണ്ണൊന്നുമല്ല. നല്ലൊരാളാണെന്ന് ദാമുവേട്ടൻ പറഞ്ഞതുകൊണ്ടാ... പിന്നെ, എനിക്കും ജീവിക്കണ്ടേ സാറേ?"

"നിനക്ക് വീട്ടിൽ ആരുമില്ലേ?"

"ഒണ്ടായിട്ടെന്താ കാര്യം? എന്റെ പിള്ളാരേ നോക്കണേ, ഞാൻ കിടന്ന് കഷ്ടപ്പെടണം. കെട്ടിയിട്ട് ഒരുത്തൻ നേരെ ഗൾഫിലേയ്ക്കെന്നും പറഞ്ഞ് പോയി. പിന്നെ അവനെ കണ്ടിട്ടേയില്ല. രണ്ടു വരവിന് ഓരോന്ന് വയറ്റിലൊണ്ടാക്കിത്തന്നു. പിന്നെ ഞങ്ങള് ചത്തോ ജീവിച്ചോ എന്ന് യാതൊരന്വേഷണവുമില്ല. അവനോടുള്ള വാശിക്കാ ഞാൻ എന്നെ ഇങ്ങനെ വിയ്ക്കുന്നത്. എനിക്ക് ആരും ഒന്നും തന്നില്ലേലും കൊഴപ്പമില്ല. പുള്ളേളാരെ അമ്മ എങ്ങനേലും നോക്കിക്കോളും. വീട്ടിച്ചെന്നാ തള്ളേടെ വായീന്നും കേക്കണം. നിന്റെ കൊണവതികാരം കൊണ്ടാ കെട്ടിയോൻ ഇട്ടേച്ചും പോയതെന്നും പറഞ്ഞ് തുടങ്ങും. മനസമാധാനമില്ലാഞ്ഞിട്ടാ ഇങ്ങനെ കഴിയുന്നേ...

സോറി. ഞാൻ സാറിന്റെ മൂഡ് കളഞ്ഞു. സാറ് ചോദിച്ചതുകൊണ്ട് പറഞ്ഞുപോയതാ. എനിക്കല്ലേലും സംസാരിക്കാൻ ആരാ ഒള്ളേ? ഓരോരുത്തന്മാര് എന്റടുത്തു വന്നാൽ തുണിയും പറിച്ച് ഒറ്റ കിടപ്പാ. കാര്യം എങ്ങനേം സാധിച്ച് എന്തേലും കട്ടിലിൽ വച്ച് പൊയ്ക്കോളും. മിണ്ടാട്ടവുമില്ല, സ്നേഹവുമില്ല. അല്ലേലും എന്നെ എന്തിനാ സ്നേഹിക്കുന്നേ അല്ലേ?"

അയാൾക്ക് അവളുടെ സംസാരത്തിൽ കുസൃതി തോന്നി; ഒപ്പം, സഹതാപവും. താൻ അവളോടു ചെയ്യുന്നത് ശരിയാണോ എന്ന് എപ്പോഴോ അയാളുടെ മന:സാക്ഷി ചോദ്യചിഹ്നമായി.

"ഏയ്. നീ നല്ലവളല്ലേ. ഒന്നുമല്ലേലും നിന്റെ ജീവിതത്തിന്റെ അവസ്ഥകളോടു പോരാടാൻ നീ ത്രാണി നേടിയില്ലേ?"

"ജീവിതം വഴിമുട്ടുമ്പോ ആരും ഇങ്ങനെയൊക്കെ ചെയ്യും സാറേ. അപ്പഴത്തെ ആവേശമെന്നൊക്കെ തോന്നും. പക്ഷേ, ഇന്നത്തെ കാലത്ത് വെറുതെ ആരാ സഹായിക്കുന്നേ? പ്രത്യേകിച്ചും, ഒരു വേലേം കൂലീമില്ലാത്ത പെണ്ണിനെ..."

"എവിടാ നിന്റെ സ്ഥലം?"

"ചങ്ങഴിയൂര്."

"അതെവിടാ?"

"ഇവിടുന്ന് കൊറെ ദൂരെയാ. കൃത്യമായി പറയാൻ എനിക്കറിയില്ല. ദാമുവേട്ടനാ എന്നെ ഇവിടെ കൊണ്ടാക്കിയേ. ഞങ്ങടെ നാട്ടിലെ ഒരു പൗരപ്രമാണി പരിചയപ്പെടുത്തി എന്നെ ഏൽപ്പിച്ചതാ ദാമുവേട്ടന്. ആ മുത്തൻ നല്ലവനാ. എന്നെ ഇന്നുവരെ ഒന്നു തൊട്ടിട്ടുപോലുമില്ല."

"അപ്പോ, ഞാൻ..."

"ഏയ്, സാറിനെ എനിക്കു പെരുത്തിഷ്ടായി. എത്ര നല്ല പെരുമാറ്റാ...?"

അവൾ മെല്ലെ അയാളുടെ മാറിലേയ്ക്കു ചാഞ്ഞു. അയാളുടെ നെഞ്ചിലെ രോമക്കാടുകൾക്കിടയിലൂടെ കൈയോടിച്ച്, മെല്ലെ മെല്ലെ അവൾ അയാളിലേയ്ക്ക് അലിയുകയായി.

പുറത്ത് മഴ തകർത്തു പെയ്യുന്നുണ്ടായിരുന്നു. മൺപുറ്റുകളിലേയ്ക്ക് മഴവെള്ളം ഒലിച്ചിറങ്ങി. അവിടെ സംഗമത്തിന്റെ നീർച്ചാലുകൾ ഒഴുകിയിറങ്ങി.

അയാൾ മെല്ലെ അവളിലേയ്ക്ക് തലചായ്ച്ചു.

നേരം വെളുത്തപ്പോൾ കുളിച്ചൊരുങ്ങി അടുത്ത ബസിനു പോകുവാൻ തയാറെടുക്കുകയായിരുന്നു അവളും. രാത്രിയാവും മുമ്പ് തിരികെയെത്തണം. കുട്ടികൾക്ക് എന്തെങ്കിലും കൊടുത്തിട്ടുവേണം മടങ്ങിയെത്താൻ.

ഒരിക്കൽക്കൂടി സുശീലയെ ആലിംഗനം ചെയ്ത് യാത്രപറയുമ്പോൾ ആ പേരായിരുന്നു, ജീവന്റെ മനസ് നിറയെ.

ചങ്ങഴിയൂർ.

5

വേശ്യകൾ എങ്ങനെയൊക്കെയാണ് പെരുമാറുക എന്നു പ്രവചിക്കാൻ വയ്യ. കാർമേഘം ഉരുണ്ടുകൂടിയാൽ മഴ തകർത്തുപെയ്യുമോ അതോ കാറ്റടിച്ചു തലോടിപ്പോകുമോ എന്നു പറയുന്നത്ര പ്രയാസം. ചിലപ്പോൾ മനസിൽ ഉരുണ്ടുകൂടിയ കാർമേഘങ്ങളുടെ അന്ധകാരനഭസിൽ പുരുഷനെ ശ്വാസംമുട്ടിക്കും. ശരീരത്തിന് കൃത്യം വിലപറഞ്ഞ്, അതിനപ്പുറം എന്തെങ്കിലുമൊക്കെയോ കരസ്ഥമാക്കാനുണ്ടോ എന്ന് ഗവേഷണം നടത്തും. മറ്റു ചിലപ്പോൾ, കണ്ണീരിന്റെ നനഞ്ഞ തോണിയിൽ നമ്മെ യാത്ര ചെയ്യിക്കും. തോണിയും തുഴക്കാരിയുമെല്ലാം ഒരുവളാകുമ്പോൾ കാഴ്ചക്കാരൻ കായലിന്റെ ഓളങ്ങളിൽ അന്ധാളിച്ച് ഇതികർത്തവ്യതാമൂഢനായി നിൽക്കും. ഇനി, അതുമല്ല, ലഭിക്കാതെ പോയ സ്നേഹം കണ്ടവ

നോടു കണക്കുപറഞ്ഞു വാങ്ങി പൂർവാശ്രമത്തിനോടു പക തീർക്കാൻ ഇറങ്ങിത്തിരിച്ചിരിക്കുന്നവരാവും അതിലേറെയും.

ജീവനു ചുമ്മാ ഒരു രസം തോന്നി. സിനിമാ നടിമാർ വേശ്യാവൃത്തിയിലേർപ്പെടാറുണ്ടെന്നു കേൾക്കുന്നുണ്ടല്ലോ. അതും ഒരു തരത്തിൽ ജോലിയുടെ ഭാഗമായി കണ്ടതാണോ? അതോ, കാമാസക്തി കാര്യസാധ്യത്തിനുള്ള ഏറ്റവും നല്ല ഉപായമെന്ന തിരിച്ചറിവോ?

അയാൾ ബാഗിൽ നിന്നും വെറുതെ ബൈബിളെടുത്ത് മറിച്ചുനോക്കി. യോഹന്നാന്റെ സുവിശേഷം എട്ടാം അധ്യായത്തിലേയ്ക്കു താളുകൾ നിവർന്നപ്പോൾ അവൻ അമ്പരന്നു. അത് ഇങ്ങനെയായിരുന്നു:

"വ്യഭിചാരത്തിൽ പിടിക്കപ്പെട്ട ഒരു സ്ത്രീയെ നിയമജ്ഞരും ഫരിസേയരും കൂടെ അവന്റെ അടുക്കൽ കൊണ്ടുവന്ന് നടുവിൽ നിർത്തി. അവർ അവനോടു പറഞ്ഞു: ഗുരോ, ഈ സ്ത്രീ വ്യഭിചാരത്തിൽ പിടിക്കപ്പെട്ടവളാണ്. ഇങ്ങനെയുള്ളവരെ കല്ലെറിയണമെന്നാണ് മോശ നിയമത്തിൽ കൽപ്പിച്ചിരിക്കുന്നത്. നീ എന്തു പറയുന്നു?

ഇത് അവനിൽ കുറ്റമാരോപിക്കാൻ വേണ്ടി അവനെ പരീക്ഷിച്ചുകൊണ്ടു ചോദിച്ചതാണ്. യേശുവാകട്ടെ, കുനിഞ്ഞ് വിരൽ കൊണ്ട് നിലത്ത് എഴുതിക്കൊണ്ടിരുന്നു. അവർ ആവർത്തിച്ചു ചോദിച്ചുകൊണ്ടിരുന്നതിനാൽ അവൻ നിവർന്ന് അവരോടു പറഞ്ഞു: 'നിങ്ങളിൽ പാപം ഇല്ലാത്തവൻ ആദ്യം അവളെ കല്ലെറിയട്ടെ.' അവൻ വീണ്ടും കുനിഞ്ഞ് നിലത്ത് എഴുതിക്കൊണ്ടിരുന്നു.

എന്നാൽ, ഇതുകേട്ടപ്പോൾ മുതിർന്നവർ തുടങ്ങി ഓരോരുത്തരായി സ്ഥലംവിട്ടു. ഒടുവിൽ യേശുവും നടുവിൽ നിന്നിരുന്ന ആ സ്ത്രീയും മാത്രം അവശേഷിച്ചു. യേശു നിവർന്ന് അവളോടു ചോദിച്ചു: 'സ്ത്രീയേ, അവർ എവിടെ? ആരും നിന്നെ വിധിച്ചില്ലേ?'

അവൾ പറഞ്ഞു: 'ഇല്ല കർത്താവേ!'

യേശു പറഞ്ഞു: ഞാനും നിന്നെ വിധിക്കുന്നില്ല. പൊയ്ക്കൊള്ളുക. ഇനിമേൽ പാപം ചെയ്യരുത്."

അവൻ ബൈബിൾ അടച്ചു. എന്തെന്നില്ലാത്ത ചിന്തകൾ ആ മനസിൽക്കൂടി ഉരുണ്ടുകൂടി. യഥാർത്ഥത്തിൽ അവൾ മോശമാണെന്നു പറയാൻ ആർക്കാണ് അവകാശം? അല്ലെങ്കിൽത്തന്നെ, സുശീല യഥാർത്ഥത്തിൽ വേശ്യയായിത്തീർന്നവൾ തന്നെയോ?

ഒരിക്കൽക്കൂടി അവളെ കണ്ട് സംസാരിക്കാൻ മനസ് വെമ്പി. പെട്ടെന്ന്, തലേന്നു ബസിറങ്ങിയ സ്ഥലത്തുവന്നുനോക്കി. തട്ടുകടക്കാരനെ അവിടെ കാണാനില്ല. സന്ധ്യയായാൽ മാത്രമേ അയാൾ കച്ചവടത്തിനിറങ്ങൂ എന്ന് സമീപത്തുള്ളവർ പറഞ്ഞു. അയാളെ അന്വേഷിച്ചപ്പോൾ മറ്റു കടക്കാ

രുടെ ഭാവവ്യത്യാസം അയാൾ ശ്രദ്ധിച്ചു. ഒന്നല്ല, പല വീടുകൾ അയാൾക്കുണ്ടെന്ന് ചിലർ അടക്കം പറയുന്നത് അവൻ കേട്ടു.

പിന്നെ അവിടെ നിന്നില്ല. ബസ് കയറിയത് നേരെ കൊച്ചിക്കാണ്. ഒരിക്കൽക്കൂടി ബത്തേരിയിൽ വന്ന് വണ്ടിയിറങ്ങണമെന്ന വിചാരം അപ്പോൾ അവനിൽ അടിയുറച്ചുകഴിഞ്ഞിരുന്നു. കണ്ടെത്താൻ ആഗ്രഹിക്കുന്ന എന്തൊക്കെയോ വിശേഷങ്ങളുടെ ആമാടപ്പെട്ടി അവനെ അസ്വസ്ഥമാക്കി.

ബസിലെ അസഹനീയമായ തിരക്ക് അവനിൽ അസ്വാസ്ഥ്യങ്ങൾ സൃഷ്ടിച്ചു. അതുമാത്രമല്ല, പണിയരുടെയും കുറുമരുടെയുമൊക്കെ ഗന്ധം ഒരുതരം ആനച്ചൂരിന്റേതുപോലുണ്ടായിരുന്നു. മദിപ്പിക്കുന്ന ഗന്ധം. ആ യാത്ര എത്രയും പെട്ടെന്ന് അവസാനിച്ചിരുന്നെങ്കിൽ എന്ന് അവനു തോന്നി.

വണ്ടി ഏതോ ഒരു വലിയ ജംഗ്ഷനിലെത്തിയപ്പോൾ ആദിവാസികൾ കുറെ പുറത്തിറങ്ങി. ഒരുവിധത്തിൽ ബസിനുള്ളിൽ നിന്നുതിരിയാമെന്നായി. അപ്പോഴാണ്, ആരോ തന്റെ കുപ്പായത്തിന്റെ പിന്നാമ്പുറത്ത് കൈതട്ടി വിളിക്കുന്നതായി അവനു തോന്നിയത്.

തിരിഞ്ഞുനോക്കിയപ്പോൾ ഞെട്ടിപ്പോയി. ഒരിക്കലും കാണാതിരുന്നെങ്കിൽ എന്ന് ആഗ്രഹിച്ചിരുന്ന അയാൾ. രാമു മൂപ്പൻ. വിഷക്കല്ലുകളുടെ ശേഖരമുള്ള ഒരാളെക്കുറിച്ച് ഞായറാഴ്ചപ്പതിപ്പിന് 'സ്റ്റോറി' വേണമെന്നു പറഞ്ഞ് ഒരിക്കൽ പോയത് അയാളുടെ വീട്ടിലേയ്ക്കായിരുന്നു. വീടെന്നൊന്നും പറയാൻ വയ്യ. ഒരു ചെറിയ കുടിൽ. ഓലയും ഷീറ്റും മേഞ്ഞ ആ കൂരയിൽ മഴക്കാലത്തൊക്കെ എങ്ങനെ കഴിയുമെന്ന് താൻ അന്നേ അതിശയിച്ചതാണ്. ചാണകം മെഴുകിയ തറയിൽ പായയിട്ടാണ് അന്ന് ഇരുന്നത്.

ചെന്നപ്പോഴേയ്ക്കും അയാൾ പത്രക്കാരനെ തന്റേതായ രീതിയിൽ മാനിച്ചിരുത്തി. കല്ലുകൾ ഓരോന്നായി എടുത്തുകൊണ്ടുവന്നു നിരത്തി വിശേഷങ്ങൾ പറഞ്ഞപ്പോൾ അമ്പരന്നു.

ഈ കല്ലുകൾ ഒക്കെ വിഷപ്പാടിൽ വച്ചാൽ വിഷമിറങ്ങുമോ? പാമ്പുകടിക്ക് കല്ലുവച്ചു വിഷമിറക്കാമെന്നത് 'കല്ലുവച്ച നുണയല്ലേ'യെന്നാണ് അപ്പോൾ തോന്നിയത്. കല്ലുകൾക്കൊക്കെയും വല്ലാത്തൊരു നാറ്റമായിരുന്നു. കാരിരുമ്പിന്റെ കറുപ്പുള്ള ആ മനുഷ്യന്റെയും ഭാര്യയുടെയും ശാരീരികാവസ്ഥയും അസ്വസ്ഥത ഉളവാക്കുന്നതായിരുന്നുവല്ലോ.

കഥകൾ കേട്ട് ഫീച്ചറിനുള്ള വിശേഷങ്ങളൊക്കെ തികഞ്ഞിട്ടുണ്ടെന്നു സ്വയമുറച്ച് എഴുന്നേൽക്കാൻ തുടങ്ങുമ്പോഴാണ്, ഒരു ഗ്ലാസ് നാരങ്ങാവെള്ളവുമായി ആ സ്ത്രീ ഇറങ്ങിവന്നത്. ഒന്നും തരരുതേയെന്ന് മന

സിൽ പ്രാർഥിച്ച് ഇരുന്നത് വെറുതെയായി.

വെള്ളം നിറഞ്ഞ ഗ്ലാസ് ചുണ്ടോടടുപ്പിച്ചപ്പോൾ, വല്ലാത്തൊരു ദുർഗന്ധം. മഞ്ഞ നിറമുള്ള വെള്ളം കലങ്ങിമറിഞ്ഞിരിക്കുന്നു. റേഷൻ കടയിലെ ചെളിനിറഞ്ഞ പഞ്ചസാരയുടെ നിറത്തിന്റേതാവാം. കുടിക്കാമോ കുടിക്കാതിരിക്കാമോ എന്ന് സംശയത്തിലായ അവസ്ഥ. കുടിക്കാതിരുന്നാൽ ആ വീട്ടുകാരെ അവഗണിക്കലാവും. ഒടുവിൽ, രണ്ടും കൽപ്പിച്ച് ഒറ്റവലിക്കാണ് ശ്വാസംപോലും വിടാതെ കുടിച്ചുതീർത്തത്.

നന്ദി പറഞ്ഞിറങ്ങി അരകിലോമീറ്ററോളം നടന്ന് അടുത്ത ഹോട്ടലിൽ മുഖവും വായയും കഴുകി ചായകുടിച്ചപ്പോഴാണ് പത്രക്കാരനു വന്നുചേരുന്ന ചില വൃത്തികെട്ട നിയോഗങ്ങളെ സ്വയം ശപിച്ചതെന്നോർത്തു, അയാൾ. ആ വീട്ടുകാരണവരാണ് തന്റെ പിന്നിൽ.

“സാറെങ്ങോട്ടാ? ഇവിടിരിക്കുന്നോ?”

“ആ, ചേട്ടൻ... ഇതെവിടെപ്പോയി ഇപ്പോ?”

“വിഷമിറക്കാൻ ഒരാൾ വിളിച്ചുപോയതാ. ഞങ്ങടെ കൂട്ടർ ഇപ്പോൾ ഇല്ലാതായിക്കൊണ്ടിരിക്കല്ലേ? പോകാതെ പറ്റ്വോ?”

പതിവു വീരസ്യം പറച്ചിലുകൾക്കു പ്രായമില്ലെന്ന് അയാൾക്കു തോന്നി.

“എന്നിട്ട്... ആള് രക്ഷപെട്ടോ?”

“ഓ... അതിനു യോഗമില്യാരുന്നു. കടിച്ചത് ചേരയെന്നാ പറഞ്ഞത്. പക്ഷേ, ഒത്ത രാജവെമ്പാലയാരുന്നു. കല്ലുമാറിപ്പോയാ, ആള് രക്ഷപ്പെടോ?”

“അതുവല്യ കഷ്ടായല്ലോ രാമേട്ടാ... അവരൊക്കെ എന്തു പറഞ്ഞു?”

“എന്തുപറയാൻ... പന്തികേടുണ്ടാകുന്നതറിഞ്ഞാ നമ്മ പിന്നെ ഒരു നിമിഷം അവിടെ നിക്കില്ലല്ലോ. ഒരുവിധത്തിൽ ഒരുപായം പറഞ്ഞ് തടിയൂരി...”

വിഷഹാരിക്ക് പിടിച്ചുനിൽക്കാനുള്ള മാർഗങ്ങളറിയാം. ജീവിതത്തിൽ രക്ഷപ്പെടണമെങ്കിൽ ഈ വിധം പൊടിക്കൈകളൊക്കെ അറിയാതെ പറ്റില്ലെന്ന് അപ്പോഴാണ് അയാൾക്കു തോന്നിത്തുടങ്ങിയത്.

ഏതോ ഒരു ആൾക്കൂട്ടപ്പെരുവഴിയിലേയ്ക്ക് അയാൾ ബസിറങ്ങിപ്പോയി. വിഷക്കല്ലുകളുടെ ദുർഗന്ധം കാറ്റിലലിഞ്ഞ് എവിടെയോ ഇല്ലാതെയായി.

ബസ് എറണാകുളത്തെത്തുമ്പോൾ ഏറെ വൈകിയിരുന്നു. ചെന്നിറങ്ങുന്നത് നാരായണേട്ടന്റെ പീടികയ്ക്കു മുന്നിലാണ്. ക്ലീറ്റസിനെ അന്വേഷിച്ചു. തന്നെ തിരക്കി മടങ്ങിയതേ ഉണ്ടായിരുന്നുള്ളൂവെന്ന് നാരായണേട്ടൻ പറഞ്ഞു.

നേരെ പോയത് ക്ലീറ്റസ് എസ്.ഐ ആയുള്ള പോലീസ് സ്റ്റേഷനിലേയ്ക്കാണ്. രാത്രിയായിത്തുടങ്ങിയിട്ടും, സ്റ്റേഷനിൽ തിരക്കിനു കുറവൊന്നുമില്ല. ആളുകൾക്കിടയിൽ നല്ല പ്രതിച്ഛായയുള്ള പോലീസ് ഏമാനെ കണ്ട് പ്രശ്നപരിഹാരം നേടാൻ കാത്തിരിക്കുന്നവർ വേറെയും. വണ്ടികൾ നിരനിരയായി സ്റ്റേഷനു മുന്നിൽ കാത്തുകിടക്കുന്നു.

ചെന്നുനോക്കുമ്പോഴുണ്ട്, അവിടെ, രണ്ടു യുവാക്കളെയും ഒരു യുവതിയെയും അസഭ്യം കൊണ്ടു മൂടുകയാണ് പോലീസ് സബ് ഇൻസ്പെക്ടർ!

"നിന്റെയൊക്കെ വെഷമം തീർക്കാൻ വീട്ടിലാരും ഇല്ലാഞ്ഞിട്ടാണോടാ, ഇമ്മാതിരി തോന്ന്യാസത്തിനെറങ്ങുന്നത്? ഇനിയീ നാട്ടിലെങ്ങാൻ കണ്ടുപോയാൽ അകത്തിട്ടുകളയും ഞാൻ. ഇത്തവണത്തേയ്ക്കു പൊക്കോ."

"ഇല്ല സാർ. ഇനി ഞങ്ങൾ വേറേതെങ്കിലും നാട്ടിൽ പോയി ജീവിച്ചോളാം. ജീവിക്കാൻ ഗതിയില്ലാഞ്ഞിട്ട് അബദ്ധം പറ്റിപ്പോയതാ."

എല്ലാം കഴിഞ്ഞ് അയാൾ കാബിനിലിരുന്ന് മുഖം തുടയ്ക്കുന്നതു കണ്ടപ്പോൾ കോൺസ്റ്റബിൾ വേണുവാണ് ഓടിയെത്തിയത്.

"എന്താ, എന്തുപറ്റി സാർ?"

"ഏയ്, ഒന്നുമില്ല. താൻ പോയി ഒരു ഗ്ലാസ് വെള്ളം എടുത്തുതാ."

അയാൾ തന്റെ പഴ്സിൽ നിന്നും അവളുടെ ചിത്രമെടുത്തു നോക്കി. എന്നിട്ട് കൈലേസെടുത്ത് വീണ്ടും മുഖം തുടച്ചു.

"സർ, ഒരു ജീവൻ ഫെർണാണ്ടസ് കാണാൻ വന്നിട്ടുണ്ട്. വെയ്റ്റ് ചെയ്യാൻ പറയണോ?"

"ങേ, ജീവനോ? കയറ്റിവിടടോ. എന്റെ സ്വന്തം ചങ്ങാതിയാണ്. ഇത്തിരി മുമ്പും ഞാൻ അവനെ തിരക്കിയതേയുള്ളൂ."

നാളുകൾ കൂടി ചങ്ങാതിയെ കണ്ടതിന്റെ ആവേശത്തിൽ, ജീവൻ സ്വയം മറന്നു.

"സാറിന്റെ പ്രകടനം ഉഗ്രൻ. പക്ഷേ, എന്തിനാടോ ആ പാവങ്ങടെ മേത്ത് കുതിരകേറുന്നത്? എങ്ങനെങ്കിലും അവര് നിന്നുപിഴച്ചാൽ തനിക്കെന്താ? പോലീസായിട്ട് ഉപദേശിക്കുകാന്നൊന്നും കരുതണ്ട. സ്വാതന്ത്ര്യം കൊണ്ട് പറയുവാ. തന്റെ പെങ്ങളാണ് ആ സ്ഥാനത്തെങ്കിൽ എന്തു ചെയ്യുമാരുന്നു...?"

വെറുതെ പറഞ്ഞുപോയതാണ്. പക്ഷേ, വേണ്ടായിരുന്നുവെന്ന് അപ്പോൾ തന്നെ ജീവനു തോന്നി. പോയ വാക്ക് തിരികെ എടുക്കാൻ കഴിയില്ലല്ലോ.

ജീവന്റെ ആ സംസാരംകൂടിയായപ്പോൾ അയാൾ വാവിട്ടു കരയാൻ

തുടങ്ങി.

"എന്റെ ക്ലാര. നിനക്കറിയോ, ഒന്നിനും കൊള്ളാത്ത ഒരു എലുമ്പ നാണ് ഞാനെന്ന്. പെങ്ങൾ. ആ വാക്കു കേൾക്കാനുള്ള യോഗ്യത പോലും എനിക്കില്ല. അറിയോ? എന്തിനാടാ വെറുതെ ഇങ്ങനെ കേറി വന്ന് എന്നെ വെഷമിപ്പിക്കുന്നേ? കാക്കിയിട്ടെങ്കിലും എന്റെ ശരീരത്തി ലോടുന്നതും ചോരതന്നെയല്ലേടാ...?"

"ഏയ്, എന്തായിത്...? ഞാൻ അങ്ങനെ പറഞ്ഞെന്നു കരുതി... ഞാൻ വെറുതെയൊരു പൊതുതത്ത്വം പറഞ്ഞതല്ലേ? എന്നെ സമാധാനിപ്പി ക്കുന്ന ക്ലീറ്റസ് തന്നെയാണോ ഈ കരയുന്നത്...? ഛേ... നീ വാ. നമുക്ക് നാരായണേട്ടന്റടുത്തൂന്ന് എന്തെങ്കിലും ഒരു സമാധാനം കണ്ടെത്താം..."

വണ്ടി നേരെ ബാറിലേയ്ക്കു നീങ്ങുമ്പോൾ അയാൾ തന്റെ കഥ പറ ഞ്ഞു. ആരും അറിയാൻ ആഗ്രഹിക്കാതിരുന്ന, ആരോടും പറയാത്ത ആ കഥ... കൂട്ടുകാരനായ ജീവനു പോലും അതേവരെ അറിയില്ലാതിരുന്ന കഥ...

"കുട്ടിക്കാലം മുതൽക്ക് ഞങ്ങൾ ഒന്നിച്ചാണ് കളിച്ചുവളന്നത്. എന്നെ ക്കാൾ രണ്ടു വയസു മാത്രം ഇളപ്പം. സ്കൂളിൽ അവക്കടെ കൈയും പിടിച്ച് പൊയ്ക്കൊണ്ടിരുന്ന കാലത്തോളം ഞാൻ ഇന്നുവരെ ജീവിത ത്തിൽ സന്തോഷിച്ചിട്ടില്ല. നെനക്കറിയോ? മാതാപിതാക്കൾ പോലും എന്നെ അതുപോലെ സ്നേഹിച്ചിട്ടുണ്ടാവില്ല.

പഠിത്തത്തിന്റെ തിരക്കുകൾക്കിടയിൽ ഞങ്ങൾ സ്വയം വേർപെട്ടു. ഒരിക്കൽ അവൾ ബി.എഡ് പഠിക്കാനായി ആന്ധ്രയിൽ പോയ ദിവസം എനിക്ക് ബിരുദ പരീക്ഷയുടെ തിരക്ക്. യാത്രയയയ്ക്കാൻ റെയിൽവേ സ്റ്റേഷനിൽ പോകാനുള്ള ഭാഗ്യം പോലും ലഭിക്കാതിരുന്ന ഹതഭാഗ്യൻ!

പിന്നെ, ഇടയ്ക്കെപ്പോഴോ അവളുടെ കല്യാണം നടക്കുമ്പോൾ ഞാൻ പോലീസ് ട്രെയിനിംഗിന്റെ തിരക്കോടുതിരക്കിൽ. കല്യാണത്തിന് ആങ്ങ ളയുടെ ഉത്തരവാദിത്തം പോലും മര്യാദയ്ക്കു പൂർത്തിയാക്കാനാവാതെ, കല്യാണത്തിൽ പങ്കെടുക്കുക മാത്രം ചെയ്ത അവളുടെ പൊന്നാങ്ങ ള...

ഭർത്താവിന്റെ മദ്യപാനവും ദുർനടത്തവും അവൾ മാത്രമല്ല, ഞങ്ങളും അറിയാൻ വൈകി. അപ്പോഴേയ്ക്കും അവൾക്ക് ഒരു കുഞ്ഞുപിറന്നിരു ന്നു. തറവാടിത്തം പറഞ്ഞിരുന്ന കുടുംബക്കാരും അവന്റെ കാര്യത്തിൽ വേണ്ടത്ര ഇടപെടാൻ മടിച്ചു. എന്നിട്ട്, ആൺപിറന്നോന്റെ ശല്യം സഹി ക്കവയ്യാതെ കുഞ്ഞിനെയുമായി അവൾ നാടു വിട്ടു. കുറെ നാൾ അന്വേ ഷണങ്ങൾ നടന്നിട്ടും ഞങ്ങൾക്കാർക്കും അവളെ കണ്ടെത്താനേ കഴി ഞ്ഞില്ല. തങ്കക്കുടം പോലുള്ള ആ കുഞ്ഞിനെ ഒന്നു ലാളിക്കാൻ പോലും

ഈ ആങ്ങളയ്ക്ക് ഭാഗ്യം ലഭിച്ചിട്ടില്ല. പിന്നുണ്ടായ കാഴ്ച..."

ഓൾഡ് പോർട്ട് റമ്മിന്റെ പെഗ് മോന്തിക്കുടിക്കുമ്പോൾ അയാൾ നിർത്താതെ കരഞ്ഞു. പ്രായത്തിന്റെയും പോലീസ് വേഷത്തിന്റെയും ധൈര്യമെല്ലാം അപ്പോൾ അമ്പേ ചോർന്നുപോയിരുന്നു.

"ഇടുക്കിയിൽ ഒരു സ്റ്റേഷനിൽ ജോലിചെയ്യുമ്പോഴാണ് ഒരു സ്ത്രീയെയും പുരുഷനെയും കൂടി അനാശാസ്യത്തിനു പിടിച്ചുകൊണ്ട് എന്റെ സഹപ്രവർത്തകർ വരുന്നത്. ആ കാഴ്ച കണ്ട് ഞാൻ ഞെട്ടിപ്പോയി. അത് അവളായിരുന്നു. എന്റെ ക്ലാര...! മുടിയെല്ലാം പാറിപ്പറപ്പിച്ച്, തിളങ്ങുന്ന സാരിയുമണിഞ്ഞ്, മുഖത്തെ പ്രസാദമെല്ലാം നഷ്ടപ്പെട്ട്...

പുന്നമരത്തൊണ്ടിൽക്കൂടിയുള്ള സ്കൂൾ യാത്രയിൽ, മഴ വരുമ്പോൾ എന്റെ കൈയും പിടിച്ച് ഓടി സ്കൂളിലേയ്ക്കു പോയിരുന്ന ക്ലാര. ചെറിയ കുറ്റങ്ങൾക്ക് വീട്ടിൽ അപ്പന്റെ പക്കൽ നിന്നും ഞാൻ തല്ലുവാങ്ങുമ്പോൾ എന്റെ തുടയിലെ തിണിർപ്പുകൾ തലോടിത്തന്നിരുന്ന ക്ലാര. ആ അവൾ... എന്റെ മുന്നിൽ നിൽക്കുമ്പോൾ ഞാൻ എന്തായിരിക്കണമെടാ പറഞ്ഞിട്ടുണ്ടാവുക...?

കൂടെയുള്ള പോലീസുകാർ അശ്ലീലവർഷംകൊണ്ട് അവളെ താഡനം ചെയ്യുമ്പോൾ, ദേഷ്യം കൊണ്ട് അവടെ സാരിത്തലപ്പു പിടിച്ചുവലിക്കുമ്പോൾ... എന്റെ മാനം രക്ഷിക്കാൻ എന്നോടുള്ള പരിചയഭാവം പോലും കാട്ടാതെ തലകുനിച്ചു നിന്ന അവളെ, ആ അവസ്ഥയിൽ കാണുമ്പോൾ, ഞാൻ എങ്ങനെ പ്രതികരിക്കണമായിരുന്നുവെന്ന് നീ പറ. എന്നിട്ട് ഞാൻ ചെയ്തതോ...?

എന്നെ കണ്ട് ഞെട്ടിക്കരഞ്ഞ അവളെ പരിചയഭാവം പോലും പ്രകടിപ്പിക്കാതെ മാറ്റിനിർത്തി അവനോട് ഗർജിക്കുകയായിരുന്നു. അവൾക്കു നൽകുന്ന സഹായധനത്തിന് സ്നേഹം പങ്കിടുകയായിരുന്നുവെന്ന് അവനിൽ നിന്നും കേട്ട ഞാൻ ഇരുവരെയും പറഞ്ഞുവിട്ടു.

"എവിടെങ്കിലും പോയി ജീവിക്ക്. സ്നേഹിക്കോ ചാകോ എന്തും...?"

എന്റെ മാനം രക്ഷിക്കാനാവണം, സ്വന്തം ആങ്ങളയെ തിരിച്ചറിഞ്ഞതായി പോലും ഒടുവിലും അവൾ ഭാവിച്ചില്ല. അപ്പോഴത്തെ എന്റെ സങ്കടത്തിന് ഞാൻ ഏതു ദൈവത്തോട് സമാശ്വാസം തേടണമായിരുന്നുവെന്ന് നീ പറ.

കേസെടുക്കാതെ വിട്ടതിന് എനിക്കു കിട്ടിയത് സസ്പെൻഷൻ. കൂടെയുള്ള ശത്രുക്കളെക്കൊണ്ട് അങ്ങനെ ഒരു ഉപകാരം കിട്ടി.

പക്ഷേ അതിലും കഠോരമായത് ആ കാഴ്ചയായിരുന്നു. വീട്ടിലേയ്ക്കുള്ള വഴിയിലെ റെയിൽവേ ട്രാക്കിൽ കണ്ട അവളുടെ ജഡം. എന്നെ

വീണ്ടും അഭിമുഖീകരിക്കേണ്ടി വന്നെങ്കിലോ എന്ന വിഷമത്തിലാവണം, അവൾ തന്റെ ജീവനൊടുക്കി. ഞാൻ പറഞ്ഞതിൽ രണ്ടാമത്തേതാണ് അവൾ മുഖവിലയ്ക്കെടുത്തത്.

ഇനി നീ പറ, ഞാൻ എങ്ങനെ പ്രതികരിക്കണമെന്ന്. ഒന്നുമല്ലേലും ഞാനും മനുഷ്യനല്ലേടാ...?

സ്റ്റേഷനിൽ വന്ന പെൺകുട്ടിയിൽ എനിക്കു കാണാൻ കഴിഞ്ഞത് അവളുടെ മുഖമായിരുന്നു. എന്റെ ക്ലാരയുടെ. എന്റെ ജീവിതത്തിൽ നിന്നും നഷ്ടമായ എന്റെ സ്വപ്നത്തിന്റെ, തേങ്ങലുണർത്തുന്ന മുഖം..."

ക്ലീറ്റസിന്റെ കൈയിൽ നിന്നും ഗ്ലാസ് അറിയാതെ നിലത്തുവീണുടഞ്ഞു. അവൻ ഒരു നിമിഷത്തേയ്ക്ക് ഈ ലോകത്തിൽ നിന്നും തന്നെ കൈവിട്ടുപോയതുപോലെയുണ്ടായിരുന്നു.

തനിക്കാണെങ്കിൽ, സുശീല മനസിൽ കിടന്നു മഥിക്കുന്നു.

"ജീവിതം വഴിമുട്ടുമ്പോ ആരും ഇങ്ങനെയൊക്കെ ചെയ്യും സാറേ. അപ്പഴത്തെ ആവേശമെന്നൊക്കെ തോന്നും. പക്ഷേ, ഇന്നത്തെ കാലത്ത് വെറുതെ ആരാ സഹായിക്കുന്നേ? പ്രത്യേകിച്ചും, ഒരു വേലേം കൂലീമില്ലാത്ത പെണ്ണിനെ..."

"ഏയ്, സാറിനെ എനിക്കു പെരുത്തിഷ്ടായി. എത്ര നല്ല പെരുമാറ്റാ...?"

മനസിൽ രാത്രിയുടെ കടവാതിലുകൾ ചൂളംകുത്തുന്നു. രാത്രിമഴ ആരെയോ ബലാത്ക്കാരം ചെയ്യുവാൻ ഇറങ്ങിത്തിരിച്ചിരിക്കുന്നതാണെന്നു തോന്നി അവന്.

ഒരർഥത്തിൽപ്പറഞ്ഞാൽ, താനെത്ര നീചനാണ്? സ്നേഹം നിഷേധിക്കപ്പെട്ട ആ പെൺകൊടിയുടെ കൂടെ ശയിക്കുമ്പോൾ അവൾക്കും ഇങ്ങനെയൊരു ഭൂതകാലം ഉണ്ടായിരുന്നിരിക്കാം എന്ന് അപ്പോഴെന്തേ താൻ ഓർത്തില്ല...? കേവലം, നിമിഷങ്ങൾ നീളുന്ന മൂർധന്യാവസ്ഥയുടെ ആവേഗത്തിന് താൻ കശക്കിയെടുത്തത് ആരുടെ ജീവനാവാം? പിറക്കാതെ പോയ ഉണ്ണികൾക്കായി വിതുമ്പുന്ന എത്രയെത്ര ഭൈമീകാമുകന്മാർ ഈ ലോകത്തുണ്ടായിരിക്കാം എന്നയാൾ ഓർത്തു. ലിംഗാഗ്രങ്ങളുടെ സംഭോഗതൃഷ്ണകൾ നഷ്ടപ്പെടുത്തുന്ന ജീവിതചിത്രങ്ങളിൽ വാശിയോ കാമമോ പ്രേമമോ നിരാശയോ ഇപ്പോൾ നിഴൽച്ചിത്രങ്ങൾ വരയ്ക്കുന്നത്? 'സുശീലേ, നീയെന്നാ തൂങ്ങിമരിക്കണത്' എന്ന് ചോദിക്കാതെ പോകാൻ കഴിഞ്ഞതിൽ അയാൾ സമാധാനിച്ചു. അല്ലെങ്കിലും, അവൾക്ക് എന്തിനെയെങ്കിലും, ആരെയെങ്കിലും സ്നേഹിച്ച് ലോകത്തോടു വാശി തീർക്കണമെന്നല്ലേ ഉണ്ടായിരുന്നുള്ളൂ.

വാസ്തവത്തിൽ, എല്ലാം അവനോടു തുറന്നുപറയാനാണ് വന്നത്.

രേഖാ വർമ്മ എന്ന രേഖാ ബഹറനെപ്പറ്റി... സുശീല എന്ന അന്തിക്കൂട്ടുകാരിയെപ്പറ്റി... എല്ലാം. പക്ഷേ, ഇനി അതു പറഞ്ഞാൽ താൻ വെറും ശവം തീനിയായിപ്പോകുമെന്ന് അവന് ഒരു തോന്നൽ. ജീവിതത്തിന്റെ പ്രഹേളികയുടെ അർഥമറിയാൻ ശ്രമിച്ചാൽ നാറാണത്തുഭ്രാന്തൻ കല്ലുരുട്ടുന്നതിന്റെ അർഥം മാത്രമേ ഉണ്ടാകൂ എന്ന് വീണ്ടും വീണ്ടും മനസിന്റെ ഓർമപ്പെടുത്തൽ.

"പോട്ടെ ക്ലീറ്റസ്. ജീവിതം അങ്ങനെയാണ്. നാം വിചാരിക്കുന്നിടത്ത് എല്ലാ കാര്യങ്ങളും ഭംഗിയാകുമായിരുന്നെങ്കിൽ ദൈവമൊക്കെ എന്തിനായിരുന്നു? ശരിക്കും ദൈവം തന്നെ ഉണ്ടാകുമായിരുന്നോ? ഇന്നിപ്പോൾ കഷ്ടപ്പാടുകൾ വരുമ്പോഴെങ്കിലും നമ്മൾ ദൈവത്തെ ഓർക്കുന്നുണ്ട്. ഇതൊക്കെ ഒരു പരീക്ഷണമായി കണ്ടാൽ പോരേ? അല്ലെങ്കിൽപ്പിന്നെ, എല്ലാം അവസാനിപ്പിക്കാൻ തുനിഞ്ഞിറങ്ങിയ എനിക്ക് ഇപ്പോൾ അൽപ്പമെങ്കിലും ജീവിതാഭിലാഷം ഉണ്ടായതായി നിനക്കു തോന്നുന്നില്ലേ? എന്താ, കാരണം? ദൈവത്തിന് ഞാൻ കുറെ നാൾ കൂടി ജീവിച്ചുകാണാൻ ആഗ്രഹമുണ്ടെന്നു തോന്നുന്നു. അല്ലെങ്കിൽപ്പിന്നെ നിന്നെയും അവളെയുമൊക്കെ ഈ സാഹചര്യത്തിൽ അങ്ങേര് എന്നോടു കൂടുതൽ അടുപ്പിക്കുമായിരുന്നോ...?"

"നീ പറഞ്ഞത് ശരിയാണ്. ഈ ജീവിതത്തിന് ഓരോ നിയോഗങ്ങളുണ്ട്. അതു പൂർത്തിയാകുമ്പോഴാണ് ജീവിതം സഫലമായി എന്ന് നമുക്കു തോന്നിത്തുടങ്ങുന്നത്. അതൊക്കെ പോട്ടെ, എന്താ ഇനി നിന്റെ പ്ലാൻ...?"

"ചങ്ങഴിയൂര്. ചങ്ങഴിയൂരിൽ പോകണം. അവിടുത്തെ ജീവിതങ്ങളെ അടുത്തറിയണം. എന്റെ ഏറ്റവും പുതിയ പ്രോജക്ട്."

"ചങ്ങഴിയൂരോ. അതെവിടെ...?"

"ദൂരെ ദൂരെ. സ്നേഹം മാത്രം വിലയ്ക്കു വാങ്ങാൻ കിട്ടുന്ന ഒരു തെരുവ്. എല്ലാം അളവിനും തൂക്കത്തിനുമൊപ്പിച്ച്... ചങ്ങഴിയുടെ കണക്കുകൾക്ക് സ്നേഹത്തിന്റെ വിലയും നോവും. അത് ചങ്ങഴിയൂരിൽ മാത്രം കാണുന്ന കാഴ്ച. അതിപ്പോൾ നിന്നോടു പറഞ്ഞാൽ ശരിയാവില്ല. ഏതായാലും ഞാൻ പോകുന്നു. നാളെത്തന്നെ. രണ്ടാഴ്ചയ്ക്കു ശേഷമുള്ള വരവിൽ കുറെ കഥകൾ പറയണം എനിക്കു നിന്നോട്. നമ്മുടെ പഴയ കോളജ് ജീവിതത്തെപ്പറ്റി. ചങ്ങഴിയൂരിന്റെ ഗന്ധത്തെപ്പറ്റി. അങ്ങനെ പലതും... തത്ക്കാലം സാർ വിഷമിക്കാതെ മുറിയിൽ പോയി കിടക്കാൻ നോക്ക്."

"ആ, നിന്റെ വിഷമമെങ്കിലും കുറഞ്ഞു കണ്ടല്ലോ. സമാധാനമായി..."

"ആരുടെയെങ്കിലും വിഷമം മാറ്റാനല്ലെങ്കിൽപ്പിന്നെ എന്തിനാടാ നമ്മൾ മനുഷ്യരായി ജീവിച്ചിരിക്കുന്നത്...?"

ആശ്വാസത്തിന്റെ ഒരു കുളിർമഴ ഒരു ഇളംതെന്നലായി ഇരുവരെയും തഴുകി.

6

നേരം വൈകിത്തുടങ്ങിയിരുന്നു. നാട്ടിടവഴികളൊക്കെയും വിജനമായത് അവനറിഞ്ഞു. കാട്ടുകോഴികളുടെ ചിലമ്പലും ചീവിടിന്റെ പയ്യാരം പറച്ചിലുമൊഴിച്ചാൽ രാത്രി ശാന്തമായിരുന്നു.

കാൽക്കീഴിൽ നനഞ്ഞുകുതിർന്നു തുടങ്ങിയ കരിയിലകളുടെ മൃദുത്വം. എത്രയധികമായി ചവിട്ടിമെതിക്കപ്പെട്ടിട്ടുള്ള കരിയിലകൾക്ക് ക്ലാരയുടെയും സുശീലയുടെയും ഹൃദയമിടിപ്പുകൾ അനുഭവിപ്പിക്കാൻ കഴിയുന്നതുപോലെ അയാൾക്കു തോന്നി.

പാമ്പുകൾ ഇരതേടുന്നത് ഇത്തരം രാത്രികാലങ്ങളിലാണെന്ന് ചെറുപ്പകാലത്ത് കേട്ടിട്ടുണ്ട്, അയാൾ. അതേപോലൊരു രാത്രിയിലാണ് സുശീലയുടെ നെടുവീർപ്പുകൾക്കായി താൻ കാതോർത്തതെന്ന് അവനോർത്തു. ആരാണ് ഭേദം? സുശീലയോ, അതോ താനോ?

ആകാശത്ത് ഒരേയൊരു നക്ഷത്രമേ കാണുന്നുള്ളൂ. അതോ, മറ്റു നക്ഷത്രങ്ങൾ തന്റെ ദൃഷ്ടിവൃത്തത്തിൽ നിന്നും സ്വയം മാറിയിരിക്കുന്നതാണോ? രണ്ടായിരം വർഷങ്ങൾക്കു മുൻപ് ആട്ടിടയന്മാർക്കു വഴികാട്ടിയായി കാണപ്പെട്ട വാൽനക്ഷത്രം പോലെ ഒരേയൊരു നക്ഷത്രം!

കാൽപ്പെരുമാറ്റത്തിന് വേഗം കൂടുമ്പോൾ നക്ഷത്രം അവനു മുൻപേ ചലിച്ചുകൊണ്ടിരുന്നു. രാത്രിയിലെ ഒരേയൊരു കൂട്ട്. മരിച്ചവർ നക്ഷത്രങ്ങളായി മാറാറുണ്ടെന്ന് പഴമക്കാർ പറഞ്ഞുകേട്ടിട്ടുണ്ട്. ക്ലീറ്റസിന്റെ ഓർമകളിലെ ആ പാവം ക്ലാരയായിരിക്കുമോ ആ നക്ഷത്രം? അപ്പോഴത്തെ മനസിന് അങ്ങനെ ചിന്തിക്കാനാണ് തോന്നിയത്.

“ശരിക്കും ഞാൻ മരിക്കാൻ ആഗ്രഹിച്ചിരുന്നില്ല ജീവൻ. ജീവിതത്തിന് ഒരു അന്തവുമില്ലാതെ വരുമ്പോൾ എവിടെയെങ്കിലും ഒരു പൂർണവിരാമം വേണമെന്നു കരുതിയെന്നതു ശരിയാണ്. പക്ഷേ, എന്നെക്കൊണ്ട് അങ്ങനെ ചെയ്യിച്ചത് ആരാണ്? സാഹചര്യങ്ങൾ! ആർക്കും വേണ്ടാത്തൊരു ജന്മമായി എത്രനാൾ? രക്തബന്ധത്തിലുള്ളവർക്കും ഭാരമായി ജീവിക്കുന്നതിനെക്കാൾ ഭേദം ഈ നക്ഷത്രത്തിന്റെ അവസ്ഥയാണ്. രാത്രികാലങ്ങളിലെങ്കിലും ആർക്കെങ്കിലും അൽപ്പം വെളിച്ചമാകാമല്ലോ.

അതുമല്ലെങ്കിൽ വിശാലമായ ആകാശത്തിന്റെ നെറ്റിത്തടത്തിൽ ഒരു ചെറിയ പൊട്ട്. അത് എന്റെ ചോരയിൽ കുതിർന്ന ജന്മമാണെന്നെങ്കിലും കാണുന്നവർ ഓർത്തുകൊള്ളട്ടെ. ആർക്കും വേണ്ടാത്തൊരു ജീവൻ, ഈ

ആകാശത്ത് ആരെയും ശല്യപ്പെടുത്താതെ...

അല്ലെങ്കിൽപ്പിന്നെ, നേരത്തെ തന്നെ എന്നെ ആരെങ്കിലും ഏറ്റെടുത്തിരിക്കണമായിരുന്നു. അവരവരുടെ ആകാശങ്ങൾക്ക് എന്നെക്കൊള്ളാൻ വ്യാപ്തിയില്ലാതെ വരുമ്പോൾ ഈ ആകാശത്തെങ്കിലും ഞാൻ സമാധാനിക്കട്ടെ ജീവാ. ക്ലീറ്റസിനെ കാണുമ്പോൾ എന്റെ അന്വേഷണം അറിയിക്കുക."

അവന് അസ്വസ്ഥത പെരുകി. ആർക്കും ഭാരമാകാതെ ജീവിക്കാൻ എളുപ്പമാർഗം ആകാശത്ത് നക്ഷത്രമാകാൻ ആഗ്രഹിക്കുന്നതാണോ? അങ്ങനെയെങ്കിൽ തനിക്കും എന്നേ ആവക ചിന്തകൾ ആവേശിക്കേണ്ടിയിരുന്നു... ഓ, വേണ്ട. പ്രവർത്തനം കൊണ്ട് നക്ഷത്രമാകുന്നതാണ് അതിലും ഭേദം. ജീവൻ കാലുകൾ വലിച്ചുവച്ചുനടന്നു.

എത്രയും വേഗം മുറിയിലെത്തി പരമാവധി പുലർച്ചെ തന്നെ പോകണം. ചങ്ങഴിയൂരിലേയ്ക്ക്. സംസാരിക്കാനും സന്തോഷിപ്പിക്കാനും മറ്റാരുമില്ലാത്തപ്പോൾ സ്വന്തം പ്രവൃത്തിയിലെങ്കിലും ഊർജം കണ്ടെത്തണമെങ്കിൽ അതുമാത്രമേയുള്ളൂ മാർഗം എന്ന് അവൻ ഉറപ്പിച്ചതുപോലെയുണ്ടായിരുന്നു.

അപ്പൊഴും ഒരു ചോദ്യത്തിനു മാത്രം അവന് പൂർണമായ ഉത്തരം ലഭിച്ചില്ല. വേശ്യകൾ എങ്ങനെയാണ് ഉണ്ടാകുന്നത്?

ജീവിതത്തോടുള്ള പയ്യാരംപറച്ചിലുകൾക്കിടയിൽ കാമത്തിനും പ്രണയത്തിനുമപ്പുറം എന്താണുള്ളതെന്ന് ചിന്തിച്ചിട്ട് ഒരു എത്തുംപിടിയും കിട്ടിയില്ല. ഓർമയിൽ ഉദിച്ചുവന്നത് ആ പഴയ വേശ്യയുടെ ചിത്രമാണ്. കൊച്ചമ്മിണി. നാട്ടിലെ ബസ് സ്റ്റാൻഡിനോടടുത്ത് എപ്പോഴും കാണാമായിരുന്നു അവരെ. കണ്ടാൽ അറുപതോടടുത്തു പ്രായം വരും. എന്നാലും ആ നാട്ടിലെ കാമദാഹികൾക്ക് അവരായിരുന്നു പലപ്പോഴും ഉത്തരം നൽകിയിരുന്നതത്രേ!

രാത്രികാലമായാൽ ബസ് സ്റ്റാൻഡിനോടടുത്ത മിൽമ ബൂത്തിൽ അവരുണ്ടാവും. സന്ധ്യയ്ക്കുള്ള പ്രവർത്തനബാഹുല്യത്തിനുമപ്പുറം തന്റെ പതിവുതോഴനായ തെരുവു നായയ്ക്കൊപ്പം... ഒരു പ്ലാസ്റ്റിക് കൂട് നിവർത്തിപ്പിടിച്ച് മിൽമ ബൂത്തിൽ നിന്നും പാൽ വാങ്ങി ബസ് സ്റ്റാൻഡിനപ്പുറമുള്ള ഫാൻസി ഷോപ്പിന്റെ ഷട്ടറിന്റെ ഓരം ചേർന്ന് അവർ ഇരിക്കുന്നത് എത്രവട്ടം കണ്ടിരിക്കുന്നു! കൈയിൽ നീട്ടിപ്പിടിച്ച കവറിൽ നിന്നും നായ പാൽ മുത്തിക്കുടിക്കുമ്പോൾ കൊച്ചമ്മിണിയുടെ മുഖത്തുള്ള സന്തോഷം ഒന്നു കാണേണ്ടതുതന്നെയാണ്. നായ പാൽ കുടിച്ചുകഴിഞ്ഞാൽ അന്നത്തെ അവരുടെ ദിവസം അവസാനിച്ചു എന്നാണ് സൂചന. പിന്നെ, കിടക്കവിരി വിരിച്ച് കടത്തിണ്ണയിൽ വിശ്രമിക്കുമ്പോൾ

സന്തതസഹചാരിയായ നായയുമുണ്ടാവും, കൊച്ചമ്മിണിയുടെ ഓരം ചേർന്ന്...

പിന്നെയുമുണ്ടായിരുന്നല്ലോ, ബസ് സ്റ്റാൻഡിൽ ചിലർ. ശോഭ, ശ്യാമള, വിലാസിനി... ഹാൻഡ് ബാഗും തൂക്കിയുള്ള അവരുടെ അന്നത്തെ നിൽപ്പുകണ്ടപ്പോൾ കുട്ടിക്കാലത്ത് തോന്നിയിരുന്നത് മഹിളാസമാജം പ്രവർത്തകരായിരുന്നുവെന്നാണ്. അങ്ങനെ ബാഗും തൂക്കിനടക്കുന്ന സ്ത്രീകളെക്കുറിച്ചുള്ള സങ്കൽപ്പം അതായിരുന്നിരിക്കണം.

ഇടയ്ക്കെപ്പോഴോ തിരക്കുപിടിച്ച് ഓട്ടോയിലും മറ്റും കയറിപ്പോകുന്നതു കാണാമായിരുന്നു അവർ.

കൂട്ടത്തിൽ ശോഭയെ കണ്ടാൽ തന്നെ ഭയംതോന്നും. കറുത്തു തടിച്ച ശരീരം. കോങ്കണ്ണു പിടിച്ച ഒരു കണ്ണ് വഴിതെറ്റിയ പ്രകൃതം വ്യക്തമാക്കുമ്പോൾ, തുറിച്ചുനോക്കുന്ന ഇടംകണ്ണ്.

ബസ് സ്റ്റാൻഡിന്റെ സ്ഥിരം സഹകാരികളെന്നമട്ടിൽ അവർ നിന്നുപോയ അക്കാലത്തൊന്നും വേശ്യയെന്നൊരു തോന്നൽ പോലും മനസിലെങ്ങും വന്നിട്ടില്ല. കോളജിൽ പഠിക്കുന്ന കാലത്ത് ഏതോ ഒരു ദിവസം ബസ് സ്റ്റാൻഡിൽ വന്നപ്പോഴാണ് അത് വേശ്യയാണെന്നു മനസിലായതുതന്നെ. ഏതോ ഇടപാടുകാരനോട് കണ്ണുപൊട്ടുന്ന മട്ടിലുള്ള പച്ചത്തെറി പറഞ്ഞത്, ശോഭയെന്ന് മറ്റുള്ളവർ വിളിക്കുന്ന ആ ഇടപാടുകാരിയായിരുന്നു. അന്ന് അവിടെനിന്നും ഓടി രക്ഷപ്പെടുകയായിരുന്നുവല്ലോയെന്ന് ജീവനോർത്തു.

കാലം മാറുന്നത് എത്ര പെട്ടെന്നാണ്. കുട്ടിക്കാലത്തെ കളിവേഷങ്ങളിൽ നിന്നുമെല്ലാം താൻ എത്രകണ്ട് മാറിയിരിക്കുന്നു. പത്രപ്രവർത്തക കാലത്തെ ജീവിതമാണെങ്കിൽ പ്രശസ്തരും പ്രഗത്ഭരുമായവരുടെ നിഴൽനാടകങ്ങൾ കണ്ടുള്ള യാത്രയും.

എത്ര പുകഴ്ത്തിയാലും ആർക്കും മതിയാവില്ലെന്നതാണ് റിപ്പോർട്ടർക്കുണ്ടാകുന്ന ഒരേയൊരു ദുര്യോഗം. എന്നാൽ പുകഴ്ത്താൻ എന്തെങ്കിലും ഉണ്ടായിട്ടുവേണ്ടേ എന്നു ചിന്തിക്കാൻ മാത്രം വിശാലമനസ്കത ഇപ്പറഞ്ഞ രാഷ്ട്രീയ-സാമൂഹ്യക്കോമരങ്ങൾക്ക് ഒരിക്കലും ഉണ്ടാകാറുമില്ലല്ലോ.

മടുപ്പുകൾ വർധിപ്പിക്കുന്ന അത്തരം പതിവുപ്രഹസനങ്ങളെക്കാൾ എത്രയോ ഭേദമായിരിക്കും ചങ്ങഴിയൂരിന്റെ ചരിത്രം എന്നത് ജീവന് തെല്ലൊരാശ്വാസം പകർന്നു. അതൊക്കെ ഓർത്തപ്പോൾ, മുറിയിൽ വിശ്രമിക്കാനുള്ള മാനസികാവസ്ഥ തന്നെ പാടേ നഷ്ടപ്പെട്ടിരുന്നു. എത്രയും വേഗം ചങ്ങഴിയൂരിലെത്താനുള്ള വെമ്പലായിരുന്നു മനസ് നിറയെ.

അയൽവാസിയുടെ ഓട്ടോറിക്ഷാ കിട്ടിയതുകൊണ്ട് ബസ് സ്റ്റാൻഡിൽ

എത്തിപ്പെടാൻ പാടുവന്നില്ല. ഒരേയൊരു കുഴപ്പമേ ഉണ്ടായിരുന്നുള്ളൂ. വഴിനീളേ അയാളുടെ പുരാണങ്ങൾ കേൾക്കേണ്ടിവന്നു. എന്നിരിക്കിലും, വല്ലപ്പോഴും സ്നേഹത്തോടെ സംസാരിക്കുന്നവർക്ക് മികച്ച കേൾവിക്കാരനാകണമെന്ന് ക്ലാരയുടെ കൂടി കഥ കേട്ടപ്പോൾ അവൻ തീരുമാനിച്ചുറപ്പിച്ചിരുന്നു.

ബസ് സ്റ്റാൻഡിൽ തിരക്കോടു തിരക്ക്. ഇരിക്കാൻ അൽപ്പം സ്ഥലം കിട്ടിയിരുന്നെങ്കിലെന്ന് ആഗ്രഹിച്ചിട്ടും പ്രയോജനമൊന്നുമുണ്ടായിരുന്നില്ല. സ്ത്രീകൾക്കായുള്ള ഇരിപ്പിടത്തിൽ അൽപ്പം സ്ഥലമുണ്ടായിരുന്നെങ്കിലും ഇരിക്കാൻ മടിച്ചു. ഒരിക്കൽ കോഴിക്കോടുണ്ടായ അനുഭവം സുശീലയെപ്പോലെ മറ്റൊരു രാത്രി സമ്മാനിക്കുന്ന തരത്തിലായിരുന്നല്ലോ.

കുറെ വർഷങ്ങൾക്കപ്പുറമായിരുന്നു ആ കൂടിക്കാഴ്ച. കോഴിക്കോട് കാപ്പാട് ബീച്ച് റിസോർട്ടിൽ *മിൽമ* വിളിച്ചുചേർത്ത അന്താരാഷ്ട്ര സെമിനാറും കഴിഞ്ഞ് മടങ്ങുന്ന വഴിയാണ്. തിരുവോണത്തലേന്ന്. പാലിൽ മായം ചേരുന്നുവെന്ന വിവാദത്തിന്റെ യഥാർഥ കഥകൾ അനാവരണം ചെയ്യാൻ *മിൽമ* വിളിച്ച സെമിനാറിനൊടുവിൽ ഹൃദ്യമായ ഓണസദ്യയുണ്ടായിരുന്നു. പിന്നെ, *മിൽമ* വക ഓണക്കിറ്റും.

ഒരുവിധത്തിൽ കോഴിക്കോട്ട് ബസ് സ്റ്റാൻഡിലെത്തിയ തനിക്ക് 'ലഗേജ്' എവിടെയെങ്കിലും ഇറക്കിവയ്ക്കണമെന്ന ചിന്തയേ ഉണ്ടായിരുന്നുള്ളൂ. സദ്യയുടെ ഭാരം ശരീരത്തെ തളർത്തിക്കളഞ്ഞതുപോലെ.

പെട്ടെന്നു കണ്ട സ്ഥലം സ്റ്റാൻഡിലുള്ളിലെ വിശ്രമകേന്ദ്രമാണ്. തിടുക്കപ്പെട്ട് ബാഗും മറ്റും അവിടെ വയ്ക്കുമ്പോൾ രണ്ടു കണ്ണുകൾ തന്നെ നിരീക്ഷിക്കുന്നുണ്ടായിരുന്നു. യാതൊരു പരിചയവുമില്ലാത്ത ഒരുവൾ. കാഴ്ചയിൽ ഒരു മുസ്ലിം സ്ത്രീ. സാരിയുടുത്ത്, തട്ടമൊക്കെയിട്ട് അണിഞ്ഞൊരുങ്ങിയ ഒരു സുന്ദരി. ഏതാണ്ട് മുപ്പത്തഞ്ചിനും നാൽപ്പതിനും മധ്യേ പ്രായം തോന്നും.

അവൾ തന്നെ കണ്ണുകാണിച്ചപ്പോൾ വെറുതെ ഒന്നു ശ്രദ്ധിച്ചു. 'സ്ത്രീകൾക്കായുള്ള വിശ്രമസ്ഥലം' എന്ന ബോർഡിലേയ്ക്കാണ് അവളുടെ കണ്ണുടക്കിയത്. ഒപ്പം നേരിയ ഒരു പുഞ്ചിരിയും.

"അതിലൊന്നും കാര്യമില്ല, നല്ല ക്ഷീണം..." എന്നായി താൻ.

നേരം കുറച്ചുകഴിഞ്ഞു.

കോട്ടയത്തിനുള്ള വണ്ടിക്ക് സീറ്റ് റിസർവേഷൻ അറിയിപ്പ് വന്നപ്പോൾ സമയം വൈകുന്നേരം നാലര. അഞ്ചു മണി കഴിഞ്ഞുള്ള ബസിന് സീറ്റ് റിസർവേഷൻ ആരംഭിക്കുകയായി.

സീറ്റും റിസർവ് ചെയ്തു വന്നപ്പോൾ അവൾ മനസിൽ നിന്നും മറഞ്ഞിരുന്നു. പക്ഷേ, പെട്ടെന്ന് തന്റെ കൺമുന്നിൽ അവർ വീണ്ടും പ്രത്യ

ക്ഷപ്പെട്ടു. അങ്ങനെ ഒളിക്കാൻ നോക്കേണ്ട എന്ന സൂചനയോടെയെന്ന വണ്ണം.

പെട്ടെന്നാണ് അവൾ കൂടുതലായി സംസാരിക്കാൻ താത്പര്യം കാട്ടിയത്.

"എവിടേയ്ക്കാണ് പോവുന്നത്?"

"കോട്ടയത്തിന്."

"എവിടേയ്ക്കാ?"

"മലപ്പുറത്തിന് പോണം. രാവിലെ വീട്ടിൽ നിന്നും ഇറങ്ങിയതാ. മകന്റെ വിദേശയാത്രയ്ക്കുള്ള ടിക്കറ്റ് ശരിയാക്കണമായിരുന്നു. 'കടപ്പുറത്ത് ലീഗിന്റെ സമ്മേളനമാണ്.' സമയം വൈകി. രാവിലെ മുതൽ ഒന്നും കഴിച്ചിട്ടില്ല. നല്ല വിശപ്പ്. വീട്ടിലേക്കു പോകാൻ കാശും തികയുന്നില്ല. കുറച്ചു കാശുണ്ടാവുമോ എടുക്കാൻ...?"

നൂറു കണക്കിനാളുകൾ നിരന്ന ബസ് സ്റ്റാൻഡിൽ തന്നോടു മാത്രം ഒരു ചോദ്യം. അല്ലെങ്കിൽത്തന്നെ വിദേശത്തയയ്ക്കാൻ പ്രായമുള്ള ഒരു മകൻ ഇവർക്കുണ്ടാവുമോ? സംശയങ്ങൾ ഒരുപാടായിരുന്നു. എന്നാലും, വിശക്കുന്ന വയറിന് ഭക്ഷണം വാങ്ങിത്തരില്ലെന്നു പറയാൻ മനസുവന്നില്ല.

"പുറത്തുപോകാൻ സമയമില്ല. ബസ് ഇപ്പോൾ വരും. അതിനു മുമ്പ് കാന്റീനിൽ നിന്നും വല്ലതും കഴിക്കാം." അങ്ങിനെ പറയാനാണ് അപ്പോൾ തോന്നിയത്. കാന്റീനിലേക്ക് നടക്കുന്നതിനിടയിൽ അവൾ പറഞ്ഞു.

"എന്നെ കണ്ടാൽ ഒത്തിരി സ്വത്തൊള്ളിടത്തെയാണെന്നു തോന്നും. ഇതൊക്കെ മുക്കുപണ്ടമാ. മലപ്പുറത്ത് ഒരു വീട്ടിൽ തയ്ക്കലാണ് ജോലി. പേര് ആയിഷ." മറുത്തൊന്നും ചോദിച്ചില്ല.

"എന്താണ് കഴിക്കുന്നത്, മസാലദോശ... നെയ്റോസ്റ്റ്...?"

"ഇവിടെ ചിക്കൻ ബിരിയാണി ഹാഫിന് ഇരുപത്തിനാലു രൂപയേ ഉള്ളൂ." എല്ലാം അറിയാമെന്ന മട്ടിൽ അവളുടെ മറുപടി.

താൻ എതിരു പറഞ്ഞില്ല. സദ്യ കഴിഞ്ഞ് വിശപ്പും തീരെ ഉണ്ടായിരുന്നില്ലല്ലോ. പക്ഷേ ഹാഫെന്നു പറഞ്ഞ് ഫുൾ ചിക്കൻ ബിരിയാണി കഴിച്ചുകഴിഞ്ഞപ്പോൾ ബില്ല് വന്നു. 48 രൂപ. ബസ് സ്റ്റാൻഡിൽ തിരിച്ചെത്തിയപ്പോൾ ആയിഷയുടെ സംസാരം കുറെക്കൂടി മസൃണമായി.

"ഇന്നു തന്നെ പോകണമെന്നുണ്ടോ?"

"പോണം. കോട്ടയത്തിനുള്ള വണ്ടി ഇപ്പോൾ വരും."

"എനിക്ക് പോകാൻ പറ്റുമെന്ന് തോന്നുന്നില്ല. ഞാൻ വല്ല റെയിൽവേ സ്റ്റേഷനിലും പോയാലോയെന്ന് ആലോചിക്കുവാ. ഇത്രയൊക്കെ ചെയ്തതല്ലേ? ഞാൻ മോനെന്താ ചെയ്യേണ്ടത്?"

പെട്ടെന്ന് മനസിൽ ഒരു ഇടിത്തീ മിന്നി. അടുത്തുചേർന്നുനിൽക്കാൻ അവർ ശ്രമിക്കുന്നതുപോലെ. അവരുടെ മനസിന്റെ കൺവെട്ടത്തുനിന്നും ഒളിക്കുവാനെന്നവണ്ണം കോട്ടയത്തിനുള്ള ബസ്, സ്റ്റാൻഡിൽ വന്നു നിർത്തിയപ്പോൾ താൻ പറഞ്ഞു.

“ഒന്നും വേണ്ട. ബസ് വന്നു. ഞാൻ പോകട്ടെ.”

ബസിൽ കയറി കൈ വീശുമ്പോൾ അവൾ എന്താണാവോ വിചാരിച്ചിട്ടുണ്ടാവുക?

‘ബിരിയാണി’ കോഴിക്കോട്ടെ കോഡുഭാഷയാണെന്നു മനസിലാക്കുന്നത് കുറെക്കൂടി വൈകിയായിരുന്നു...

അത് അങ്ങനെയൊരു വേശ്യാനുഭവം.

പിന്നീട് വിചാരങ്ങൾക്കും ചിന്തകൾക്കും പ്രായം വച്ചുതുടങ്ങിയപ്പോൾ മനസിലായത് അതിലൊന്നും ഒരു കാര്യവുമില്ലെന്നാണ്. അല്ലെങ്കിൽപ്പിന്നെ, അങ്ങനെ ജീവിക്കുന്നവർക്ക് മറിച്ചൊരു ജോലി നൽകാൻ ഇന്നത്തെ സദാചാരപ്രസംഗകർ താത്പര്യം കാട്ടുമോ? പിന്നെന്തിന് താനായും മാറി ചിന്തിക്കണം എന്ന് ജീവന് കരുതാതിരിക്കാൻ കഴിഞ്ഞില്ല. ബസിലിരിക്കുമ്പോഴാണ് മനസിൽ ആ പേര് ഒരു മിന്നായം പോലെ പാഞ്ഞെത്തിയത്: **സഹശയനം: അതിജീവനത്തിന്റെ പോരാട്ടം.**

ജീവൻ ആ പേര് ഒരിക്കൽക്കൂടി ഉരുവിട്ടു നോക്കി. കൊള്ളാം. താൻ എഴുതാൻ തുടങ്ങുന്ന പരമ്പരയ്ക്ക് ഏറ്റവും യോജിച്ച പേര്. വേശ്യകളുടെ ചരിത്രവും ഭൂമിശാസ്ത്രവുമെല്ലാം തിരക്കിയുള്ള യാത്ര ചങ്ങഴിയൂരിലേയ്ക്കു തന്നെയാകുമ്പോൾ അത് തന്റെ അതിജീവനത്തിന്റെ വേറിട്ടൊരു ഏടുകൂടിയാകുമെന്ന് ജീവന് തോന്നാതിരുന്നില്ല. മഴയെയും മിന്നലിനെയും തോൽപ്പിക്കുമാറ് ബസിന്റെ ഹോണടി ശബ്ദം ചുരങ്ങളിൽ മുഴങ്ങി.

7

ദാമുവേട്ടന്റെ കട ലക്ഷ്യമാക്കിയാണ് ബസിറങ്ങിയത്. വഴി തെറ്റുമെന്നു ഭയന്നെങ്കിലും അടയാളമായുണ്ടായിരുന്ന കുരിശുപള്ളി, കൃത്യസ്ഥലത്തുതന്നെ എത്തിച്ചു. പതിവുപോലെ ബസ് ബ്രേക്ക് ഡൗണാകാതിരുന്നതിന്റെ ആശ്വാസത്തിൽ തട്ടുകടയിലെത്തുമ്പോൾ അയാൾ ബീഡിയും വലിച്ച് കടയുടെ ഓരത്തുള്ള ബഞ്ചിൽ വിശ്രമിക്കുകയാണ്.

“ആ, താനെന്താ വീണ്ടും? ബസ് ഒന്നും ബ്രേക്ഡൗണായിട്ടില്ലല്ലോ...” അപ്രതീക്ഷിതമായുള്ള വരവിൽ അയാൾ അമ്പരന്നിരുന്നു.

“ബസ് ചതിച്ചിട്ടൊന്നുമല്ല. ഇങ്ങോട്ടായിത്തന്നെ വന്നതാണ്. ദാമുവേ

ട്ടനെയും ഒന്നു കാണണമെന്നു തോന്നി."

"എന്നെ കാണാനോ? അങ്ങനെ പറഞ്ഞ് ഈ ചുരമിറങ്ങി ഒരാൾ ഇതാദ്യമാ. എന്തായാലും സന്തോഷായി. ഞാനാണെങ്കിൽ ഈച്ചയാട്ടി വെറുതെയിരിക്കുകാ. ഇടയ്ക്കിടെ ഓരോ അള്ളിട്ടെങ്കിൽ മാത്രമേ എന്റെ കാര്യം നേരെയാവൂ. ഉണ്ടായിരുന്ന പശുവാണെങ്കിൽ ദീനം വന്ന് കഴിഞ്ഞ ദിവസം ചത്തു. ചാണകമില്ലാതെ എങ്ങനാ അള്ളിടുക!"

"അതു ശരി. അപ്പം അങ്ങനെയാ ഈ വഴിക്ക് വണ്ടി തനിയെ ബ്രേക്ഡൗണാകുന്നതല്ലേ? മറ്റാരും അറിയണ്ട. വെറുതെ നാട്ടാരുടെ തല്ലുകൊള്ളണ്ട."

"ഏയ്. ഇതൊന്നും ആർക്കുമറിയാത്ത രഹസ്യമാ. തന്നെക്കുറിച്ച് അവൾ എന്നും വാതോരാതെ സംസാരിച്ചതുകൊണ്ട് ഒരടുപ്പം തോന്നി. അങ്ങനെ പറഞ്ഞുപോയതാ. എനിക്കും എന്തെങ്കിലും കച്ചവടം നടക്കണ്ടേ?"

"എന്നെക്കുറിച്ചോ? ആര്, സുശീലയോ...?"

"കൊള്ളാം. പേരു പോലും മറന്നിട്ടില്ലല്ലോ. അവൾ തന്നെ."

"എന്താ പറഞ്ഞത് എന്നെപ്പറ്റി?"

"വളരെ നല്ല ആളാണെന്നും തന്നെപ്പോലൊരുത്തനെ കണ്ടിട്ടില്ലെന്നുമൊക്കെ പറഞ്ഞു. ഏതായാലും എനിക്കു സന്തോഷായി. പലരും അവളെ വിഷമിപ്പിച്ച് പണി നിർത്തിയാലോയെന്ന് അവൾ വിചാരിക്കുമ്പഴാ തന്നെ കാണുന്നത്. ഇന്നും വീട്ടിലുണ്ട്, ഒന്നു കൂടുന്നോ?"

"ചേട്ടൻ പറഞ്ഞതല്ലേ. കാണണമെന്നുണ്ട്. അതിനുമുൻപ് കുറച്ചു കാര്യങ്ങൾ അറിഞ്ഞാൽ കൊള്ളാമെന്നുണ്ടായിരുന്നു."

"എന്തേ?"

"ഈ ചങ്ങഴിയൂരു വരെ ഒന്നു പോകാൻ... അടുത്താണോ ഇവിടുന്ന്...?"

"എന്തേ ഇപ്പം ചങ്ങഴിയൂര് പോകാൻ? തേയിലത്തോട്ടം മുഴുവൻ വാങ്ങാനാണോ പ്ലാൻ?"

"ഏയ്, അങ്ങനൊന്നുമില്ല. കേട്ടിട്ടുണ്ട് ഒരുപാട്. കുറെ കഥകൾ അറിയാൻ ഒരു കൗതുകം. അത്രേയുള്ളു."

"അറിയുന്നതിനൊന്നും കൊഴപ്പമില്ല. പിന്നെ നോക്കീം കണ്ടും എടപെട്ടില്ലെങ്കി പെശകാകും. അതു ശ്രദ്ധിക്കണോന്നേയുള്ളൂ."

കടുംകാപ്പി ചുണ്ടോടടുപ്പിക്കുമ്പോഴാണ് അയാൾ അതു പറഞ്ഞത്. നേരത്തെയൊരു മന്ത്രിമുഖ്യൻ അവിടുത്തെ സ്ഥിരം സന്ദർശകനായിരുന്ന കാര്യം.

"ജീന എന്നായിരുന്നു അവളുടെ പേര്. ഇടയ്ക്ക് അങ്ങേരു പതിവായി

വരും. സ്വന്തം കാറിൽ സെക്രട്ടറിയെയും മാത്രം കൂട്ടിയാണ് വരവ്. ചെറിയൊരു കുടിലായിരുന്ന അവടെ വീട് ഇപ്പോ കാണണം. വല്യ കാശുകാരിയായിപ്പോയില്ലേ?"

"അതെന്താ ജീനയ്ക്ക് ഇത്ര പ്രത്യേകത."

"ആർക്കറിയാം മോനേ. ആർക്കും പ്രത്യേകിച്ചൊന്നും മോളീന്ന് കൊടുത്തിട്ടില്ലെങ്കിലും ചെലർക്ക് അങ്ങനാ. കുറെയൊക്കെ അവടെ നാക്കിന്റെയാവും. ആയിരത്തൊന്നു രാവുകളിലെ നായിക ഷെഹറസേദിനെപ്പറ്റി കേട്ടിട്ടില്ലേ? അതുപോലെ കഥകൾ പറഞ്ഞു പ്രലോഭിപ്പിക്കാനും പെണ്ണിനു നാവുണ്ടെങ്കിൽ പൂവു തേടി തേനീച്ചകൾ വരുന്നതു പോലെയാവും കാര്യങ്ങൾ."

"പാവം പൂവുകൾ. പുരുഷവർഗം മുഴുവൻ ചിത്രശലഭങ്ങളും തേനീച്ചകളുമാണെന്ന് അവറ്റകൾ അറിയുന്നില്ലല്ലോ."

"എന്നുപറഞ്ഞാൽ...?" ദാമുവേട്ടന് കൗതുകമായി.

"അതുതന്നെ. എത്ര പൂവിൽ തേനുണ്ടാലും തേനീച്ചയും ചിത്രശലഭവും വീണ്ടും അടുത്ത പൂവിലേയ്ക്കു കടക്കും. ഓരോരുത്തർക്കായി പുഷ്പപാത്രം തുറന്നുവച്ചിരിക്കുന്ന പൂവുകൾ നിറച്ചുണ്ണാൻ കൊടുക്കുമ്പോൾ കരുതുക, അത് ആദ്യത്തെ ആളെന്നാവും. പാവങ്ങൾ!"

"താൻ കൊള്ളാമല്ലോ. എഴുത്തുകാർ സംസാരിക്കുന്നതുപോലെയുണ്ട്. ഈ വിവരമൊക്കെയുണ്ടായിട്ടും എന്താ കാര്യം അല്ലേ?"

"അതു ശരിയാണ്. ആരൊക്കെയാണെങ്കിലും മനുഷ്യനും വികാരങ്ങൾ ഉണ്ടാവാതിരിക്കില്ലല്ലോ. എന്നെപ്പോലെ ചെറിയ എഴുത്തുശീലമുള്ള ആൾക്കാർക്കൊക്കെയാണെങ്കിൽ മനസ് തീരെ ദുർബലമായിരിക്കുകയും ചെയ്യും. എന്നാൽ, എല്ലാവരെയും കൃത്യമായി മനസിലാവും. അതുകൊണ്ടാണ് എനിക്ക് സുശീലയോടും ഒരു പ്രിയം തോന്നിയത്."

"എന്തായാലും തന്നെ പരിചയപ്പെട്ടതിൽ ഒരു സുഖം തോന്നുന്നു. കച്ചവടമില്ലാതിരിക്കുമ്പോൾ സംസാരിക്കാനെങ്കിലും ഒരാളുണ്ടായിരിക്കുന്നത് ഏറെ ആശ്വാസം തന്നെ.

ആട്ടെ, രാത്രിയായി. ഇന്ന് കൂടെ പോരുവല്ലേ?"

"അതിപ്പോ പ്രത്യേകിച്ചു പറയേണ്ടതില്ലല്ലോ. ഒരു ദിവസമല്ല. ഒരാഴ്ചയോളം ഞാൻ ഇവിടെത്തന്നെ താമസിച്ചാലോ എന്നു വിചാരിക്കുന്നുണ്ട്."

"പിന്നെന്താ? ഇതൊക്കെയല്ലേ നമ്മടെ ഒരു സന്തോഷം."

വാതിൽക്കൽ മുട്ടുകേട്ടപ്പോൾ സുശീല ഒന്നു ഭയന്നു. താൻ ഒരിക്കൽക്കൂടി ആർക്കോ ഇരയാവാൻ ഒരുങ്ങേണ്ടിയിരിക്കുന്നു എന്നതിന്റെ സൂചനയാണ്... ദാമുവേട്ടന്റെ പതിവു മുട്ടിവിളിയിലാണ് ജീവിതം

എങ്ങോട്ടോ ചലിക്കുന്നതെന്ന് അറിയാമെങ്കിലും, പലപ്പോഴും അത് ഭീതിജനകമായ ഒരു കാര്യം തന്നെയാണ് സുശീലയ്ക്ക്.

"സുശീലേ, തനിക്കിന്നൊരു അതിഥിയുണ്ട്... വാതിൽ തുറന്നു നോക്കിക്കേ..."

ആ ശബ്ദം കൂടി കേട്ടപ്പോഴാണ് അവൾക്കു സമാധാനമായത്. ഇത് പ്രശ്നമില്ലാത്ത എന്തോ ഒന്നുതന്നെയെന്ന് അവൾക്കു തോന്നി. അല്ലായിരുന്നുവെങ്കിൽ വാതിൽക്കലുള്ള മുട്ടു മാത്രമല്ലേ ഉണ്ടാകുമായിരുന്നുള്ളൂ എന്ന് അവൾ ഓർത്തു.

അവൾ വേഗം തന്നെ, താൻ എഴുതിക്കൊണ്ടിരുന്ന കത്ത് ഒതുക്കിവച്ചിട്ട് വാതിൽ തുറന്നു.

നോക്കുമ്പോഴുണ്ട്, ജീവൻ! താൻ ഏറെ സ്നേഹത്തോടെ കണ്ട, തന്റെ പ്രിയപ്പെട്ട പുരുഷൻ! അവൾക്ക് ശരിക്കും അതിശയമായി. ആ അതിശയത്തിന്റെ സന്തോഷം അവളുടെ കണ്ണുകളിൽ തെളിഞ്ഞു.

ജീവൻ നോക്കുമ്പോഴുണ്ട്, കുളിച്ച് ഈറനുടുത്തു സുന്ദരിയായിരിക്കുന്ന സുശീല. ജീവനെ കണ്ടതും അവൾ ലജ്ജാവിവശയായി. പെട്ടെന്നുണ്ടായ ഒരു ഞെട്ടൽ. അവൾ അവനെ അവിടെ തീരെ പ്രതീക്ഷിച്ചിരുന്നില്ലല്ലോ.

കട്ടിലിനടിയിൽ ഒളിപ്പിച്ച നിലയിൽ കണ്ട കത്ത് അവൻ മെല്ലെ പുറത്തേയ്ക്കെടുക്കാൻ ശ്രമിച്ചപ്പോൾ അവൾ തടഞ്ഞു.

"ഏയ് വേണ്ട സാർ. അത് എന്റെ മാത്രം പഴ്സണൽ കാര്യങ്ങളാണ്."

"അതിനിടയിൽ ഞാനൊരു ഭാരമാകുമെങ്കിൽ ഞാൻ പൊയ്ക്കോളാം." ജീവൻ ബാഗിന്റെ വള്ളിയിൽ പിടിമുറുക്കി.

പെട്ടെന്ന് അവൾ സർവനിയന്ത്രണവും വിട്ട് ബാഗിൽ കയറിപ്പിടിച്ചു. എന്നിട്ട് അയാളെ മെല്ലെ കട്ടിലിൽ കൊണ്ടുപോയി ഇരുത്തി അയാളുടെ മടിയിൽ തല ചായ്ച്ച് വിതുമ്പുവാൻ തുടങ്ങി.

"പ്ലീസ്. ഇപ്പോൾ എന്റെയടുത്തുനിന്നും പോകരുത്. ഒരു വിവരവും പങ്കുവയ്ക്കാൻ ഒരാളില്ലാതെ വിഷമിച്ച കാലത്താ ഞാൻ സാറിനെ പരിചയപ്പെടുന്നത്. അതിൽ നിന്നും എനിക്കു ലഭിച്ച ആനന്ദം നഷ്ടപ്പെട്ടാൽ എനിക്ക് ജീവിക്കാൻ തന്നെ കഴിഞ്ഞെന്നു വരില്ല. സംശയമുണ്ടെങ്കിൽ ദാ നോക്ക്." അവൾ കട്ടിലിനടിയിൽ നിന്നും കത്തെടുത്ത് അയാളുടെ നേർക്കു നീട്ടി.

"പ്രിയപ്പെട്ട സിസ്റ്റർ,

എനിക്കിപ്പോൾ ഏറെ ആശ്വാസം തോന്നുന്നുണ്ട്. അമ്മ മരിച്ചതിൽപ്പിന്നെ കുട്ടികളെ ആരു നോക്കുമെന്നു വിഷമിച്ചിരിക്കുമ്പോഴാ സിസ്റ്റ

റിനെക്കുറിച്ചു കേട്ടത്. കുട്ടികൾ അവിടെ സമാധാനമായി കഴിയുന്നു എന്നതാണ് എന്റെ ഏറ്റവും വലിയ സന്തോഷം.

പിന്നെ, എന്റെ കാര്യം. അത് എങ്ങനെയെങ്കിലും നടക്കുന്നെങ്കി നടക്കട്ടെ.

ആകെ മടുത്തു തുടങ്ങിയ നാളുകളിലൊന്നാണ് ഞാൻ അയാളെ പരിചയപ്പെടുന്നത്. ജീവൻ ഫെർണാണ്ടസ്. ആ ചെറുപ്പക്കാരൻ എന്നോടു സ്നേഹമായി പെരുമാറിയ ആ ദിനത്തെക്കുറിച്ചോർക്കുമ്പോൾ ഞാൻ പറയാം, വിവാഹജീവിതത്തിന്റെ ചുരുങ്ങിയ നാളുകളിലൊന്നിൽപോലും ഞാൻ അത്രമാത്രം സന്തോഷിച്ചിട്ടുണ്ടാവില്ല.

സിസ്റ്റർ, ഈ പുരുഷന്മാരൊക്കെ സ്ത്രീകളെ ശരിക്കും സ്നേഹിച്ചാൽ ആരാണ് വഴിതെറ്റിപ്പോവുക? ഒരിക്കൽക്കൂടി അയാളെ കണ്ട് സംസാരിച്ചാൽ ഒരുപക്ഷേ എനിക്ക് ഏറെ മാറ്റം വരുമെന്നാണ് എനിക്കു തോന്നുന്നത്. പക്ഷേ, എന്റെ കുഞ്ഞുങ്ങൾ... അവരെ പോറ്റണമെങ്കിൽ ഞാൻ ജോലിചെയ്തല്ലേ പറ്റൂ... എന്തു ജോലി... അല്ല, എനിക്ക് ആര് ജോലി തരാൻ...

ഇതൊക്കെയാണ് സിസ്റ്റർ എന്റെ ജന്മം. ചിത്രശലഭങ്ങളെ തേടുന്ന വെറുമൊരു പൂവായി വിരിഞ്ഞ് വെറുതെ കൊഴിഞ്ഞുപോകാനായിരിക്കണം എന്റെ ജീവിതം.

ആയുസുണ്ടെങ്കിൽ നമുക്കു വീണ്ടും കാണാം.

കുഞ്ഞുങ്ങളെ നോക്കണേ,

സുശീല."

ആ കത്തു വായിച്ചപ്പോൾ അയാൾക്ക് എന്തെന്നില്ലാത്ത വിമ്മിഷ്ടം അനുഭവപ്പെട്ടു. എന്തു പറയണമെന്നറിയാതെ വിഷമിച്ച ജീവൻ, അവളെ കെട്ടിപ്പിടിച്ച് ചുംബിച്ചു. എന്നിട്ട് കട്ടിലിൽ വെറുതെ കിടന്ന് അവളുടെ മുഖത്തേയ്ക്കു നോക്കി.

"ശരിക്കും ഞാനൊക്കെ എത്ര നിസാരനാണ്, അല്ലേ സുശീലേ?"

"ഏയ്. സാറിനെ കണ്ടതുകൊണ്ടാ ഞാനിപ്പോഴും ജീവിച്ചിരിക്കുന്നേ. സാറു പോയതിന്റെ പിറ്റേന്ന് എന്റെ അമ്മ മരിച്ചു. കുട്ടികളെ നോക്കാനും ആരുമില്ലാണ്ടായി വിഷമിച്ചപ്പോഴാ, ദാമുവേട്ടന്റെ പരിചയത്തിലൊരാൾ ചാൾസമ്മ സിസ്റ്ററിനെപ്പറ്റി പറയുന്നത്. പിന്നെ, കുട്ടികളെ ഒരുവിധത്തിൽ അവിടെ കൊണ്ടാക്കി.

സാറിനെപ്പോലൊരു വലിയ മനുഷ്യൻ എന്നോടു സ്നേഹം കാണിച്ചപ്പോൾ എനിക്കു മനസിലായി, ഞാൻ ആർക്കും വേണ്ടാതാവേണ്ട ആളല്ലെന്ന്. ആ പ്രചോദനമാണ് എന്റെ ജീവൻ. ഈ 'ജീവൻ' കാരണം എനിക്കു ലഭിച്ച എന്റെ ജീവൻ."

അയാൾക്ക് തന്നെക്കുറിച്ച് എന്തെന്നില്ലാത്ത അഭിമാനം തോന്നി. ഒരാളുടെ ജീവിതത്തിൽ സന്തോഷം വിതറുക എന്നതിനെക്കാൾ വലുതായി ഒന്നുമില്ലെന്ന് ജീവൻ എപ്പോഴും സ്വയം പറയാറുണ്ടായിരുന്നതുമാണ്.

"സുശീലയുടെ കുട്ടികൾ എവിടെയാണെന്നാ പറഞ്ഞത്?"

"ശരണാലയത്തിൽ. ഇവിടുന്ന് അഞ്ചു കിലോമീറ്റർ അകലെയാണ്. എന്നെപ്പോലെ ഒത്തിരി സ്ത്രീകളുടെ കുഞ്ഞുങ്ങൾ അവിടെയുണ്ട്. ചാൾസമ്മ സിസ്റ്റർ ദൈവദൂതയെപ്പോല വന്ന് കഴിഞ്ഞ വർഷം തുടങ്ങിയ സ്ഥാപനമാണ്. ഫീസ് പോലും കൊടുക്കാൻ നിർബന്ധിക്കില്ല. നമ്മൾ എന്തേലും കൊടുത്താൽ വാങ്ങുമെന്നേയുള്ളൂ."

"അതെന്തായാലും വലിയ അനുഗ്രഹമായി. ഈ ചാൾസമ്മ സിസ്റ്റർ എവിടെനിന്നു വന്നതാണ്...?"

"തെക്കുനിന്നെങ്ങോ വന്നെന്നാ കേട്ടത്. അതെന്താ, അറിയുമോ സിസ്റ്ററെ?"

"ആരെന്നറിയില്ലല്ലോ. എന്റെ കുട്ടിക്കാലത്ത് എന്നെ ഏറെ സ്നേഹിച്ച ഒരു അധ്യാപികയുടെ പേരും ചാൾസമ്മ എന്നായിരുന്നു. തലയിൽ കറുപ്പും വെളുപ്പും ചേർന്ന മുണ്ടിട്ട ഒരു കന്യാസ്ത്രീ. എന്നെ വല്യ കാര്യായിരുന്നു. വിരോധമില്ലെങ്കിൽ അടുത്ത തവണ കുട്ടികളുടെ അടുത്തുപോകുമ്പോൾ ഞാനും വന്നോട്ടെ കൂടെ? സിസ്റ്ററെയും ഒന്നു കാണാമല്ലോ."

"അതിനെന്താ? നമുക്കു വേണമെങ്കിൽ നാളെത്തന്നെ പോയേക്കാം. സാറിന് പിന്നെ തിരക്കൊക്കെയാവില്ലേ?"

"കൊള്ളാം. കാര്യങ്ങളൊന്നും പിന്നേയ്ക്കു വയ്ക്കാതിരിക്കുന്നതാണ് നല്ലത്.

ആ പറ, നിന്റെ വിശേഷങ്ങൾ?"

"എനിക്കെന്തു വിശേഷാ സാറേ. ഇങ്ങനെ ഓരോ രാത്രീം പകലും തള്ളിനീക്കുകാ. ആരെങ്കിലും എന്തേലും തരുന്നതുകൊണ്ട് ജീവിച്ചുപോകുന്നു..."

"സുശീലയ്ക്ക് നല്ലൊരു ജോലിയൊക്കെ നോക്കി ജീവിക്കണമെന്നില്ലേ?"

"ആഗ്രഹിച്ചതുകൊണ്ടുമാത്രമായോ സാറേ? ആരാ ഞങ്ങക്കു ജോലി തരാൻ...?"

"ഞങ്ങളെന്നു പറഞ്ഞാ, സുശീലയെപ്പോലെ വേറെയും ആളുകൾ ഉണ്ടോ?"

"പിന്നെ. അപ്പം സാറിന് ഇതൊന്നും അറിയില്ലേ? ചങ്ങഴിയൂര് ഇതിന്റെ

കേന്ദ്രമാ. ആർക്കും ആരോടും യാതൊരു കടപ്പാടുമില്ലാത്ത നാട്. ഭാര്യയ്ക്ക് ഭർത്താവിനോടോ ഭർത്താവിന് ഭാര്യയോടോ മക്കളോടോ കൂറില്ലാത്ത നാട്. നിവൃത്തികെട്ട പെണ്ണുങ്ങൾ എത്രപേർ അന്യനാടുകളിൽ സ്വയം വിറ്റ് കുഞ്ഞുങ്ങളെ പോറ്റുന്നു. മുംബൈയിലെ ചുവന്നതെരുവെന്നും കോൽക്കത്തയിലെ സോനാഗാച്ചിയെന്നുമൊക്കെ കേട്ടിട്ടുണ്ട്. പക്ഷേ, ഇവിടെ ഈ ഊര് എങ്ങനെ ഉണ്ടായെന്നു മാത്രം ആർക്കും അറിയില്ല. അറിയുകയും വേണ്ട."

"അപ്പോ ചങ്ങഴിയൂരിൽ നിന്നും രക്ഷപ്പെടാൻ ആരും ശ്രമിക്കാറില്ലേ?"

"ശ്രമിച്ചിട്ടെന്താവാൻ? വാസ്തവം പറഞ്ഞാൽ അതിന് ഏറെ ആഗ്രഹിച്ചതാണ് ഞാനടക്കമുള്ള കുറെപ്പേർ. ചങ്ങഴിയൂരിന് ശാന്തിനഗർ എന്ന് ഞങ്ങൾ മാറ്റപ്പേരിടുകയും ചെയ്തു. പക്ഷേ, ഒരിക്കൽ പേരു കേൾപ്പിച്ചവർക്ക് ആരു ജോലിതരാൻ? ജീവിക്കാൻ മറ്റു മാർഗം വേണ്ടേ? പലരും ശാന്തിനഗറിൽ നിന്നും അന്യനാടുകളിലേയ്ക്കു ചേക്കേറി. ഹോട്ടലിൽ നിന്നും അല്ലാതെയും, ഇങ്ങനെയൊക്കെ ജീവിതം തള്ളിനീക്കുകയാണ് അവർ."

സുശീല മെല്ലെ ജീവന്റെ ഷർട്ടിന്റെ ബട്ടണുകൾ അഴിച്ചുകൊണ്ട് സംസാരം തുടർന്നു.

"സാറിനറിയോ? ശാന്തിനഗറിന്റെ പേരിടീലൊക്കെ വല്യ ചടങ്ങാരുന്നു. സ്ഥലം എം.എൽ.എയും ആരോഗ്യമന്ത്രിയുമടക്കമുള്ളവർ വന്നു. കൊട്ടും കുരവയുമായുള്ള സ്വീകരണം. പേരിടീൽ ചടങ്ങ് കഴിഞ്ഞ് പോകാൻ തുടങ്ങിയ എം.എൽ.എ എന്റെയടുത്തു വന്നു. 'ഒന്നു കാണണം' എന്നായിരുന്നു അടക്കം പറച്ചിൽ. ജീവിച്ചുപോകണ്ടേ?

കാഴ്ചയും തുടർകാഴ്ചകളുമൊക്കെ മുറയ്ക്കു നടന്നു. വഴിതെറ്റിപ്പോവാതിരിക്കാൻ ആരോഗ്യമന്ത്രി സമ്മാനിച്ചത് കുറെ ഗർഭനിരോധന ഉറകളായിരുന്നു. ഊരിലെ എല്ലാ വീടുകളിലും ഇപ്പോഴും സ്റ്റോക്ക് ബാക്കിയുണ്ടാവും. ഇതാണ് നമ്മുടെ കാലം. ഇതേ ആരോഗ്യമന്ത്രിയുടെ മകൻ ഞങ്ങടെ കൂട്ടത്തിലുണ്ടായിരുന്ന ഒരു മിടുക്കിക്കൊച്ചിനെ കൊറെ നാൾ ഗസ്റ്റ് ഹൗസിലേയ്ക്ക് വിളിപ്പിച്ചിരുന്നു. ഒടുവിൽ, എങ്ങനെയോ അവൾ ഗർഭിണിയായി. മന്ത്രിപുത്രൻ പിന്നീടൊരിക്കൽ വന്നപ്പോൾ അവൾ ചെലവിനു ചോദിച്ചു. തട്ടിക്കളയുമെന്ന ഭീഷണിയായിരുന്നു മറുപടി. തട്ടിക്കളയാൻ നിൽക്കാതെ അവൾ സ്വയം ജീവനൊടുക്കി. ആശുപത്രിക്കിടക്കയിൽ കിടന്ന് മരണമടയുമ്പോൾ ഈ ആരോഗ്യമന്ത്രി അവിടെ വന്നിരുന്നു. ചാകുംമുമ്പ് കൊച്ചിന്റെ വായീന്ന് തനിക്കെതിരായി വല്ലതും വീഴുമോ എന്നറിയാൻ... ആര് ആരെ രക്ഷിക്കാനാണ് സാറേ ഇക്കാലത്ത്...?"

"അപ്പോ ചങ്ങഴിയൂരുകാർ ഇന്നും ഒരേ അവസ്ഥയിൽ തന്നെ അല്ലേ?"

"അല്ലാതെന്തു ചെയ്യാൻ? പിന്നെ, സിനിമാനടിമാര് ഒരു തരത്തിൽ ഇതേ പണി തന്നെ ചെയ്യാറില്ലേ? എന്നിട്ട് അവർക്ക് ആരാധകർക്കു കൊറവൊന്നുമില്ലല്ലോ. ഞങ്ങള് നടിമാരൊന്നുമല്ല. അത്രേം ചേലുമില്ല കാണാൻ. പിന്നെ ഞങ്ങക്കും ജീവിക്കണ്ടേ സാറേ?..."

പെട്ടെന്ന് സുശീല ഇടയ്ക്കൊന്നു നിർത്തി. ജീവന്റെ കാലിൽ തട്ടി പറഞ്ഞു:

"ഇനിയൊരിക്കൽ ഞാൻ കൂടുതൽ കഥ പറഞ്ഞുതരാം. സാറിന് ഒറക്കം വന്നുകാണും. ഞാൻ വീണ്ടും ബോറടിപ്പിച്ചു, അല്ലേ?"

"ഏയ്, ഇതൊക്കെയല്ലേ സുശീലേ ജീവിതം...? ഇതൊന്നും അറിയാതെ പോകുമ്പോഴാണ് ജീവിതം വിരസമായിത്തീരുന്നത്..."

സുശീല തന്റെ വസ്ത്രമഴിച്ചു; ഒപ്പം, അയാളുടെയും.

ലൈറ്റ് അണഞ്ഞു. അവളെ ആലിംഗനം ചെയ്തു കിടക്കുമ്പോൾ താൻ ആർക്കോ ജീവിതം കൊടുക്കുകയാണെന്ന് അയാൾക്കു തോന്നി. ചുംബനത്തിന്റെ വീര്യത്തിൽ സുശീല പുളഞ്ഞു.

നേരം പുലരുമ്പോഴും അവർ സംസാരത്തിന്റെ മാധുര്യം മറന്നിരുന്നില്ല.

8

കുന്നുകളും സമതലങ്ങളും താണ്ടിയുള്ള യാത്ര തുടരുമ്പോൾ സുശീല ജീവനൊപ്പമുണ്ടായിരുന്നു. ഹാഫ്സാരിയുടുത്ത അവൾ അതീവ സുന്ദരിയായി കാണപ്പെട്ടു. ജീവന്റെ തോളോടു തോൾ ചേർന്ന്, ഏറെ ആശ്വാസമുണർത്തുന്ന മുഖഭാവത്തോടെയായിരുന്നു, അവളുടെ നടത്തം.

"നോക്കൂ ജീവാ, ഞാൻ പുറത്തേയ്ക്കൊക്കെയിറങ്ങി ഇങ്ങനെ നടക്കുന്നതു തന്നെ നാളുകൾക്കുശേഷമാണ്. ശരിക്കും ഇതെന്റെ പുനർജന്മം പോലെയാണെന്ന് എനിക്കു തോന്നുന്നു. മിണ്ടാനും പറയാനും ഒരാളായി എന്നൊരു തോന്നൽ എന്നെ ആശ്വസിപ്പിക്കുന്നു. ആഗ്രഹിക്കാൻ ഒന്നുമില്ലാത്തവളെങ്കിലും, അതിനു യോഗ്യതയില്ലെങ്കിലും എനിക്ക് സ്വന്തമായെങ്കിലും അങ്ങനെ ചിന്തിക്കാമല്ലോ. അല്ലേ സാറേ?"

അവളുടെ പയ്യാരംപറച്ചിലുകൾക്ക് അൽപ്പം തത്ത്വബോധത്തോടെ മറുപടിപറയാനായിരുന്നു, അയാൾക്കു താത്പര്യം. ഒന്നുമല്ലെങ്കിലും, തന്നെ മാത്രം എന്നും ഓർത്തിരിക്കുന്ന രേഖ എന്നൊരു പെൺകുട്ടിയും ഉണ്ടല്ലോ എന്ന് അയാൾ ഓർത്തു.

"സുശീല വിചാരിക്കുന്നതുപോലെ ആരും ആരെയും ഒറ്റപ്പെ

ടുത്തുന്നൊന്നുമുണ്ടാവില്ല. അല്ലെങ്കിൽത്തന്നെ അവരവരുടെ കാര്യങ്ങൾ നോക്കാൻ പാടുപെടുന്നതിനിടെ ആർക്ക് ആരെ ശ്രദ്ധിക്കാനാണ് സമയം? ഒക്കെ നമ്മൾ വിചാരിച്ചുണ്ടാക്കുന്നതല്ലേ. പിന്നെ, ഇന്ന് മാന്യനായ ഒരാൾ നാളെ സമൂഹം വെറുക്കപ്പെടുന്ന ഒരാളായി മാറില്ലെന്ന് ആരുകണ്ടു? ഉള്ള ത്രയും കാലം ആർക്കും ദ്രോഹം ചെയ്യാതെ ജീവിക്കുക എന്നതു മാത്ര മാണ് നമുക്കു ചെയ്യാവുന്നത്..."

"ഉം. സാറിനറിയുമോ, കുട്ടിക്കാലത്ത് ഏറെ സ്വപ്നം കണ്ടുനടന്ന ആളാണ് ഞാൻ. ഒരു അധ്യാപികയാകണമെന്നായിരുന്നു ആഗ്രഹം. പക്ഷേ, കൂലിപ്പണിയെടുത്തു ഞങ്ങളെ പോറ്റിയിരുന്ന അച്ഛൻ ഒരു ദിവസം വണ്ടിയിടിച്ചു മരിച്ചതോടെ എന്റെ സ്വപ്നങ്ങൾ പൊലിഞ്ഞു. പിന്നെ, അനിയത്തിയെ എങ്ങനെയെങ്കിലും പഠിപ്പിക്കണമെന്ന ആഗ്രഹത്തിൽ ഞാനും അയൽവീടുകളിൽ ജോലിക്കു പോയിത്തുടങ്ങി.

കാശെള്ളവരുടെ വീട്ടിൽ പണിക്കു പോയ അന്നാണ് ആദ്യമായി എന്റെ ശരീരത്തിൽ ഒരു പുരുഷൻ സ്പർശിക്കുന്നത്. ശമ്പളം തരുന്ന വീട്ടുകാരനോടു പ്രതികരിച്ചപ്പോൾ എന്റെ ജോലി അതോടെ തീർന്നു.

പിന്നെ, അമ്മ എവിടുന്നെങ്കിലും ഉണ്ടാക്കിത്തരുന്നതുകൊണ്ട് ജീവി ച്ചു. ഗൾഫിൽ നിന്നും വന്ന ഒരാൾ എന്റെ സൗന്ദര്യം കണ്ട് എന്നെ കല്യാണം കഴിക്കാമെന്നേറ്റു. പക്ഷേ, വിവാഹത്തോടെ അയാളുടെ സ്വഭാവം മാറുകയായിരുന്നു. ഞാൻ പിഴച്ചുജീവിച്ചവളാണെന്ന് അയാൾ എന്നെ കുറ്റപ്പെടുത്തിത്തുടങ്ങി. ആരെങ്കിലും എന്തെങ്കിലും പറഞ്ഞുകേ ട്ടിട്ടുണ്ടാവണം. അസൂയക്കാരുടെ നാവുകൾ ഒരിക്കലും വെറുതെയിരി ക്കില്ലല്ലോ. എന്നാൽ, ഒരിക്കൽപ്പോലും എങ്ങനെയാണ് ഞങ്ങൾ ജീവി ച്ചിരുന്നതെന്നോ അതിന്റെ കഷ്ടപ്പാടുകൾ എന്തായിരുന്നെന്നോ അയാൾ എന്നോടു ചോദിച്ചിട്ടില്ല.

കുറെക്കാലം കൂടെയുള്ള ജീവിതത്തിന്റെ ഫലമായി, കുട്ടികളെയും സമ്മാനിച്ച് അയാൾ പോയതിൽപ്പിന്നെ തിരികെ വന്നിട്ടേയില്ല. അവറ്റ കൾ ഉണ്ടായില്ലായിരുന്നെങ്കിൽ എങ്ങനെങ്കിലും ഞാൻ ജീവിച്ചൊടുങ്ങി യേനേ. ആ കുഞ്ഞുങ്ങളുടെ കാര്യമോർക്കുമ്പോൾ മാത്രമാണ്..."

സുശീല ഒന്നു നിർത്തി. യാഥാർഥ്യങ്ങളുടെ പൊള്ളുന്ന കഥ കേൾക്കു മ്പോൾ ജീവന് തുടർന്ന് എന്തു പറയണമെന്ന് അറിയില്ലായിരുന്നു. ക്ലീറ്റ സിന്റെ പെങ്ങൾ ക്ലാരയ്ക്കു സംഭവിച്ചതും ഇതേ അനുഭവമായിരിക്കില്ലേ എന്ന് അയാൾ ഓർത്തു.

"സുശീല ഒരിക്കൽപ്പോലും ഈ ജീവിതത്തിൽ നിന്നും രക്ഷപ്പെടാൻ ആഗ്രഹിച്ചിട്ടില്ലേ, ആത്മാർഥമായി...?"

"ഉണ്ട്, ഒരുപാട് തവണ. ശരിക്കും ജീവിതത്തിൽ നിന്നും രക്ഷപ്പെ

ടാൻ ഞാൻ ആഗ്രഹിച്ചത് മരണത്തോടെയാണ്. ഒന്നുരണ്ട് ആത്മഹത്യാശ്രമങ്ങൾ പാളി. അതിലൊരിക്കലാണ് ചാൾസമ്മ സിസ്റ്ററെ പരിചയപ്പെടാൻ അവസരമുണ്ടാകുന്നത്. അന്ന് അവർ അടുത്തൊരു ഹോസ്പിറ്റലിലും ജോലി നോക്കിയിരുന്നു. എന്റെ ജീവിതകഥ കേട്ട് ആദ്യം എന്റെ നേർക്കുനോക്കി കണ്ണുനിറഞ്ഞത് അവരുടേതാണ്.

ശരിക്കും അവരെ കണ്ടെത്തിയിരുന്നില്ലെങ്കിൽ ഞാൻ എവിടെയെങ്കിലും ജീവിതം അവസാനിപ്പിച്ചേനേ. കുട്ടികളെ നോക്കാൻ ഗതിയില്ലാതെ ഞാൻ ശരിക്കും മടുത്തുകഴിഞ്ഞിരുന്നു."

"അങ്ങനെ വിചാരിച്ചിട്ട് എന്താണ് കാര്യം സുശീലേ? സുശീല ദൈവത്തിൽ വിശ്വസിക്കാറില്ലേ? ദൈവം എന്തെങ്കിലും വഴികാണിക്കാതിരിക്കുമോ?"

"ദൈവം! അങ്ങനെയൊരാൾ ഉണ്ടായിരുന്നെങ്കിൽ എനിക്ക് ഈ അവസ്ഥ ഉണ്ടാകുമായിരുന്നോ? പലർക്കും കിടക്ക പങ്കിട്ട് എന്റെ വ്യക്തിത്വം തന്നെ ഇല്ലാതാകുമായിരുന്നോ?"

"ആരു പറഞ്ഞു, സുശീലയ്ക്ക് വ്യക്തിത്വം നഷ്ടപ്പെട്ടെന്ന്? ഇപ്പോഴുള്ള അവസ്ഥയിൽ സുശീല അൽപ്പമെങ്കിലും സന്തോഷിക്കുന്നുണ്ടാവില്ലേ? ഈ വിധത്തിലെങ്കിലും കാര്യങ്ങൾ നടന്നുപോകുന്നു എന്ന് മനസിനെ സമാധാനിപ്പിക്കുന്നതിലും, സ്വന്തം വ്യക്തിത്വത്തിന്റെ വലിപ്പം സ്വയം ബോധ്യപ്പെടാറില്ലേ?"

"ഒക്കെ ശരിയാണ്. പക്ഷേ, ചിലപ്പോൾ തോന്നും ഇങ്ങിനെ ജീവിക്കുന്നതിലും ഭേദം മരിക്കുകാണെന്ന്."

ജീവൻ തെല്ലൊന്നു ഭയന്നു. ക്ലാരയുടെ അനുഭവം അയാളെ ശരിക്കും വേട്ടയാടിത്തുടങ്ങിയിരുന്നു. കൂടുതലായി അവളോടു സംസാരിച്ചാൽ എവിടെയാവും സംസാരം ചെന്നെത്തുക എന്നതിൽ യാതൊരു ഉറപ്പുമില്ല.

വഴി വിജനമായിത്തുടങ്ങി. ആരും തങ്ങളെ അതേവരെ ശ്രദ്ധിക്കാതിരുന്നതിൽ അയാൾ അത്ഭുതപ്പെട്ടു.

"ഇനി ചെങ്കുത്തായ ഇറക്കമാണ്. സൂക്ഷിച്ച് നടക്കണം. അല്ലെങ്കിൽ കാൽ തെന്നാനിടയുണ്ട്." സുശീല ഇടയ്ക്കൊന്നു സൂചിപ്പിച്ചു.

"ഏയ്, കുഴപ്പമില്ല. ഞങ്ങടെ നാട്ടിലെ നാട്ടിടവഴികൾ പലപ്പോഴും ഇതിലും കഷ്ടമാണ്." ജീവൻ കാര്യങ്ങളെ ലഘൂകരിക്കാൻ ശ്രമിച്ചു.

'ശരണാലയ'ത്തിലേയ്ക്കുള്ള ചൂണ്ടുപലക അപ്പോഴേയ്ക്കും ദൃശ്യമായിത്തുടങ്ങിയിരുന്നു. അയാൾക്ക് അപ്പോൾ ഒരു കാര്യത്തിൽ വീണ്ടുവിചാരമുദിച്ചു. താൻ അവിടെ ചെല്ലുമ്പോൾ ആരാണെന്ന് സ്വയം പരിചയപ്പെടുത്തും. സുശീലയുടെ സ്വഭാവം അറിയാവുന്നവരാണ് അവിടെയുള്ളവരെങ്കിൽ തന്നെ കാണുമ്പോൾ എന്തു ധരിക്കും? ആശങ്കയുടെ മൂടു

പടത്തിൽ നിന്നുകൊണ്ട് ജീവൻ ചോദിച്ചു.

"സുശീലേ, സിസ്റ്ററെ കാണുമ്പോൾ ഞാൻ ആരാണെന്നു പറയും?"

അപ്പോഴാണ് അവളും അക്കാര്യം ഓർത്തതുതന്നെ. ആരാണെന്നു പറയും? സുഹൃത്ത്, കാമുകൻ, അയൽവാസി... ഉത്തരം തന്നെ കുഴപ്പത്തിലാക്കുമോ എന്ന് അവൾ അൽപ്പം ശങ്കിച്ചു. സുഹൃത്തെന്നു പറഞ്ഞാൽ എവിടെവച്ചു പരിചയപ്പെട്ടു തുടങ്ങിയ ചോദ്യങ്ങൾ വന്നുചേരാം. അയൽവാസിയെന്നു പറഞ്ഞാൽ വിശ്വാസയോഗ്യമാകാൻ പാടുതന്നെ. പിന്നെ രണ്ടും കൽപ്പിച്ച് തീരുമാനമെടുത്തത് ഇങ്ങനെയായിരുന്നു.

"ജീവൻ എന്റെ സുഹൃത്താണെന്നു പറയും. ദാമുവേട്ടൻ പരിചയപ്പെടുത്തിത്തന്ന സുഹൃത്ത്. ഞാൻ വെറുതെ ഒളിക്കാൻ മാത്രം നിങ്ങളെപ്പോലെ 'സെലിബ്രിറ്റി' ഒന്നുമല്ലല്ലോ."

"അങ്ങനെയെങ്കിൽ അങ്ങനെ. സുശീലയ്ക്കിഷ്ടമുള്ളതു പറഞ്ഞോളൂ."

അപ്പോഴേയ്ക്കും അവർ ശരണാലയത്തിൽ എത്തിക്കഴിഞ്ഞിരുന്നു. ആശ്രമവിശുദ്ധിയുള്ള ഒരു ചെറിയ സ്ഥലം. പൂന്തോട്ടത്തിൽ റോസയും മൊസാന്തയുമെല്ലാം പുഷ്പിച്ചു നിൽക്കുന്നു. ചിത്രശലഭങ്ങൾ വട്ടമിട്ടു പറക്കുന്ന പൂന്തോട്ടം. പൂവും ചിത്രശലഭവും ഒരുമിച്ചുചേരുന്ന, രണ്ടിന്റെയും മനസ് വായിക്കാൻ കഴിയാത്ത അന്തരീക്ഷം...!

കോൺക്രീറ്റും ഓടും കൊണ്ടു മേൽക്കൂര തീർത്ത കെട്ടിടത്തിന്റെ പൂമുഖത്തെത്തി സുശീല ആചാരമണി മുഴക്കി. രണ്ടാമതു മണിയടിച്ചപ്പോഴേയ്ക്കും അവർ പുറത്തെത്തിയിരുന്നു.

പ്രാവിന്റെ വിശുദ്ധിയുള്ള തൂവെള്ള വസ്ത്രമണിഞ്ഞ ഒരു കന്യാസ്ത്രീ. പ്രായം വന്നുതുടങ്ങുമ്പോഴും, പ്രസാദം വിട്ടുമാറാത്ത മുഖം.

"ആ സുശീല... എന്തേ ഇപ്പോൾ പെട്ടെന്നു വരാൻ...?"

"കുഞ്ഞുങ്ങളെ ഒന്നു കാണണമെന്നു തോന്നി. പിന്നെ കുഞ്ഞുങ്ങളെക്കുറിച്ചും സിസ്റ്ററെക്കുറിച്ചും പറഞ്ഞപ്പോൾ എന്റെ സുഹൃത്തിനും ഇവിടം വരെ വരാൻ ഒരാഗ്രഹം."

"എന്താ സുഹൃത്തിന്റെ പേര്?"

"ജീവൻ. ജീവൻ ഫെർണാണ്ടസ്."

"ജീവൻ...?" ആ പേര് സിസ്റ്റർക്ക് എവിടെയോ പരിചയമുള്ളതു പോലെ തോന്നി.

"കൂട്ടുകാരൻ ഒന്നിങ്ങോട്ടു വന്നേ. ഒന്നു കാണട്ടെ."

പുറത്തു മാറിനിൽക്കുകയായിരുന്ന ജീവൻ, മെല്ലെ അടുത്തേയ്ക്കു നീങ്ങി. അയാൾക്ക് അതിശയം അടക്കാനായില്ല. തന്നെ ഏറെ സ്നേഹിച്ച തന്റെ ആദ്യത്തെ അധ്യാപികയുടെ അതേ രൂപം. മഠം സ്കൂളിൽ പഠി

ക്കുമ്പോൾ തന്നെ പ്രാർഥിക്കുവാനായി ചാപ്പലിലേയ്ക്കു വിളിക്കുമായിരുന്ന ആ കന്യാസ്ത്രീ.

അവർ അന്ന് നന്നേ ചെറുപ്പമായിരുന്നു. ഒന്നാം ക്ലാസ് പഠനം കഴിഞ്ഞിട്ട് ഇരുപത്തഞ്ചോളം വർഷങ്ങളായിരിക്കുന്നുവല്ലോ. എന്നിട്ടും അവരുടെ മുഖപ്രസാദത്തിനു കുറവൊന്നുമില്ലെന്ന് അയാൾ ഓർത്തു.

ഇപ്പോൾ ജീവൻ തന്റെ പഴയ പള്ളിക്കൂടത്തിൽ എത്തിയതുപോലെ. ഉച്ചയ്ക്കത്തെ ഇടവേളകളിൽ സിസ്റ്ററിനടുത്തെത്തുമ്പോൾ സിസ്റ്റർ തന്നെയും സുഹൃത്ത് ജിനുവിനെയും ഒരുമിച്ചു നിർത്തി പ്രാർഥിപ്പിക്കും. സ്കൂളിൽ ഏറ്റവും മിടുക്കരായി പഠിക്കുന്ന കുട്ടികളായിരുന്നല്ലോ തങ്ങൾ.

"വലുതാവുമ്പോൾ നിങ്ങൾ രണ്ടുപേരും നല്ല അച്ചന്മാരാകണം. അടുത്തടുത്ത പള്ളികളിലിരുന്ന് പാവപ്പെട്ടവർക്കു വേണ്ടി ഒത്തിരി നല്ല കാര്യങ്ങളൊക്കെ ചെയ്യണം. എന്നെ നല്ലോരു വൈദികനാക്കണേ എന്ന് എന്നും ദൈവത്തോടു പ്രാർഥിച്ചാൽ മതി. ദൈവം കാര്യങ്ങളൊക്കെ നടത്തിത്തരും" എന്നൊക്കെ പറഞ്ഞിരുന്ന കന്യാസ്ത്രീയാണ്.

സ്കൂൾ അസംബ്ലിയിൽ തന്നെക്കൊണ്ട് പ്രതിജ്ഞ ചൊല്ലിക്കാനൊക്കെ സിസ്റ്റർക്ക് എന്തൊരു താത്പര്യമായിരുന്നു. ഒരിക്കൽ സ്കൂളിൽ വച്ച് താൻ പനി കൂടി ഛർദിച്ചപ്പോൾ മുഖം കഴുകിത്തരുകയും മരുന്ന് തരികയുമൊക്കെ ചെയ്തത് താൻ ചാൾസമ്മ സിസ്റ്റർ എന്നു വിളിക്കുന്ന ഇതേ സിസ്റ്ററായിരുന്നില്ലേ?

ആ സിസ്റ്ററിനു മുൻപിൽ ഏറെ വർഷങ്ങൾക്കു ശേഷം വന്നു നിന്നത് പ്രത്യേക സാഹചര്യത്തിലായപ്പോൾ അയാൾ അൽപ്പം കുഴങ്ങി. ഈയവസരത്തിൽ തന്നെ ഒരു വൈദികനായി കണ്ടിരുന്നെങ്കിൽ സിസ്റ്റർ എത്രമാത്രം സന്തോഷിക്കുമായിരുന്നു എന്ന് ജീവൻ ഓർത്തു.

"ജീവൻ... പറക്കാട്ടെ ഫെർണാണ്ടസിന്റെ മകൻ തന്നെയല്ലേ കുഞ്ഞ്?"

"അതെ. സിസ്റ്റർ... സിസ്റ്റർ ഇപ്പോഴും ഓർക്കുന്നു അല്ലേ?"

"എങ്ങനെ മറക്കാനാ കുഞ്ഞേ. നിങ്ങളൊക്കെ നന്നായി കാണാൻ എന്നും പേരുവച്ച് പ്രാർഥിക്കാറുള്ളതല്ലേ ഞാൻ. ഞാൻ മറന്നാലും ദൈവം എന്നെ ആ പേരുകൾ ഓർമിപ്പിക്കും. മോനിപ്പോൾ എവിടെയാണ്. ജീവിതമൊക്കെ സുഖമായി പോകുന്നോ?"

"വല്യ കുഴപ്പമില്ലാതെ പോകുന്നു സിസ്റ്റർ. പിന്നെ സിസ്റ്റർ പറഞ്ഞതുപോലെ വൈദികനാകണമെന്നൊക്കെ ഞാനും ഏറെ ആഗ്രഹിച്ചിരുന്നു. ഏതാണ്ട് ഒൻപതാം ക്ലാസുവരെ. പിന്നെ ഇടക്കാലത്ത് അച്ചന്മാരുമായി അടുത്തിടപെടേണ്ട സാഹചര്യങ്ങൾ വന്നപ്പോൾ വെറുത്തുപോയി. ജീവിതവിശുദ്ധിയിലൊന്നും യാതൊരു നിഷ്ഠയുമില്ലാത്ത അവർക്കൊപ്പം എണ്ണപ്പെടേണ്ടെന്ന് എനിക്കു തോന്നി. പിന്നെ, പഠനത്തി

നൊടുവിൽ എത്തിപ്പെട്ടത് പത്രപ്രവർത്തകലോകത്താണ്. എഴുത്തും ജീവിതവുമായി നീങ്ങുമ്പോൾ സാമൂഹ്യപ്രവർത്തനത്തിന്റെ ഒരു സുഖം എനിക്കും അനുഭവിക്കാനാകുന്നുണ്ട്. ചില പരമ്പരയാത്രകൾക്കിടയിൽ ഇവിടെ എത്തിപ്പെട്ടപ്പോഴാണ് ദാമുവേട്ടനെയും സുശീലയെയുമൊക്കെ പരിചയപ്പെടുന്നത്"

എല്ലാം ഒറ്റശ്വാസത്തിൽ പറഞ്ഞുനിർത്തിയപ്പോൾ, തന്റെ ഭാഗം താനായി അൽപ്പം ന്യായീകരിച്ചിട്ടുണ്ടെന്ന് അയാൾക്കു തോന്നി.

"മോൻ പറഞ്ഞത് ശരിയാണ്. അച്ചന്മാരൊക്കെ ഒത്തിരി മാറിപ്പോയി. എല്ലാവരും ലൗകിക ജീവിതത്തിന്റെ സുഖങ്ങൾ അറിഞ്ഞുതുടങ്ങുമ്പോൾ വിശുദ്ധിയൊക്കെ പുസ്തകത്താളുകളിൽ ഒതുങ്ങിപ്പോകുന്നു. എവിടെയാണെങ്കിലും കർത്താവിനു സാക്ഷ്യം വഹിക്കാൻ കഴിയുന്നതു തന്നെയാണ് ഏറ്റവും വലിയ രക്ഷാകരദൗത്യം. അതിനെങ്കിലും തമ്പുരാൻ ശക്തിനൽകട്ടെയെന്ന് ഞാൻ പ്രാർഥിക്കാം."

സുശീലയ്ക്ക് ആകെ അതിശയമായി. പരിചയപ്പെടണം എന്നു പറഞ്ഞു വരുമ്പോൾ അത് ഇത്തരം ആഴമുള്ള ഒരു ബന്ധമായിരുന്നുവെന്ന് അവൾക്ക് വിചാരിക്കാനേ കഴിഞ്ഞിരുന്നില്ല. എല്ലാം കണ്ടും കേട്ടും സുശീല കസേരയിൽ ഇരിക്കുകയായിരുന്നു.

"അപ്പച്ചനൊക്കെ സുഖമായിരിക്കുന്നോ? എല്ലാവരെയും അന്വേഷിച്ചെന്നു പറയണം."

"പറയാം സിസ്റ്റർ. ശരിക്കും ഞാൻ സിസ്റ്ററിനെ ഇവിടെ തീരെ പ്രതീക്ഷിച്ചില്ല."

"ഇത് ഞാൻ മദർ സുപ്പീരിയറോടു ചോദിച്ചു വാങ്ങിയ ജോലിയാണ്. പാവങ്ങൾക്കു വേണ്ടി എന്തെങ്കിലുമൊക്കെ ചെയ്യാതെ ഈ ലോകത്തീന്നു പോയിട്ട് എന്നാ നേടാനാ കുഞ്ഞേ?"

"അതേതായാലും നന്നായി. സിസ്റ്ററുടെ പ്രവർത്തനത്തെക്കുറിച്ച് ഞാൻ പത്രത്തിൽ നല്ലൊരു ഫീച്ചർ ചെയ്യുന്നുണ്ട്. അതിനു മുൻപ് കുഞ്ഞുങ്ങളെയൊന്നു കാണാം. സുശീല ആഗ്രഹിച്ചിരിക്കുകയാണ്."

സുശീലയെ കണ്ടതും കുട്ടികൾ ഓടിയെത്തി. അഞ്ചും എട്ടും പ്രായമായ രണ്ടു പെൺകുഞ്ഞുങ്ങൾ. കുട്ടിത്തം വിട്ടുമാറാത്ത സുന്ദരികൾ. അവരുടെ ഭാവിയെന്താകുമെന്നോർത്ത് അയാൾ തെല്ലൊന്നു നെടുവീർപ്പിട്ടു.

"കേട്ടോ ജീവൻ. ഇവിടെ വന്നുചേരുന്നവരെ ഞങ്ങൾ ഉപേക്ഷിക്കാറേയില്ല. പഠിപ്പിച്ച് ജോലി വാങ്ങിനൽകി, വീട്ടുകാർക്ക് തിരികെ നൽകുക എന്നതാണ് ലക്ഷ്യം. ഇനി വീട്ടുകാർ അന്വേഷിച്ചു വരാത്തവരെ ഞങ്ങൾ തന്നെ കല്യാണം കഴിപ്പിച്ചയയ്ക്കും. അപ്പോൾ കിട്ടുന്ന ചാരിതാർഥ്യം

പറഞ്ഞാൽ തീരില്ല മോനേ.”

“ശരിയാണ് സിസ്റ്റർ. ഈ പുണ്യപ്രവൃത്തികൾ തന്നെയാണ് ക്രിസ്ത്യാനികളുടെ പേര് ലോകമെങ്ങും എത്തിക്കുന്നതും. ഒരു സംശയം ചോദിച്ചോട്ടെ സിസ്റ്റർ, ഏതു തരം കുഞ്ഞുങ്ങളൊക്കെയാണ് ‘ശരണാലയ’ത്തിൽ എത്തിച്ചേരാറുള്ളത്?”

“കുഞ്ഞ് പത്രക്കാരന്റെ കണ്ണുകൊണ്ടു കാണണ്ട. അനാഥരായി ആര് ഒഴിവാക്കുന്ന കുഞ്ഞിനെക്കുറിച്ചറിഞ്ഞാലും ‘ശരണാലയ’ത്തിലെ ആൾക്കാർ കൂട്ടിക്കൊണ്ടുപോരും. അതിൽ പുറത്തുപറയാൻ പാടില്ലാത്ത വ്യക്തിത്വമുള്ളവരുടെ കുഞ്ഞുങ്ങളും ഉണ്ടായെന്നു വരാം.

എല്ലാവരും ലൗകികതയ്ക്കു പിന്നാലെ പോകുമ്പോൾ, വന്നുചേരുന്ന ഭവിഷ്യത്തുകൾ ആരും അപ്പോൾ അറിയാറില്ലല്ലോ. വഴിയിൽ ഉപേക്ഷിച്ച കുഞ്ഞാണെങ്കിലും ഇവിടെ എല്ലാം ഒരമ്മയുടെ മക്കൾ തന്നെ. പത്രത്തിൽ വാർത്ത വരാൻ ആഗ്രഹമുള്ളതുകൊണ്ടൊന്നുമല്ല, മറ്റുള്ളവർക്ക് ഇത് ഒരു സഹായമാകാമെന്നതുകൊണ്ട് ജീവൻ ഒരു വാർത്ത കൊടുത്താലും നന്നായിരിക്കും.”

ജീവൻ എല്ലാം നിരീക്ഷിക്കുകയായിരുന്നു. എത്ര വ്യത്യസ്തമാണ് ഇവിടുത്തെ ജീവിതം. നിമിഷനേരത്തെ സുഖം കൊണ്ട് അനാഥരാക്കപ്പെടുന്ന ജന്മങ്ങളെയോർത്ത് അയാൾ കുറ്റബോധം കൊണ്ടു. താനും ഒരുപക്ഷേ, ഇത്തരം കുഞ്ഞുങ്ങളുടെ പിതാവാകേണ്ടവനല്ലേ എന്നായിരുന്നു, അയാളുടെ സംശയം. കുഞ്ഞുങ്ങളെ മാറോടു ചേർത്ത് കുസൃതികൾ പറയുന്ന സുശീലയുടെ ചിത്രം അയാളുടെ കണ്ണിൽ ഒരു നെരിപ്പോടായി.

“സിസ്റ്റർ, ഇവിടെ പണത്തിന് ആവശ്യമുള്ളപ്പോൾ എന്താണ് ചെയ്യുക?”

“കർത്താവ് തരും മോനേ. സഭയിൽ നിന്നും കിട്ടുന്നതുകൊണ്ട് കഷ്ടിച്ച് കാര്യങ്ങൾ നടന്നുപോകും. പിന്നെ, ആരെങ്കിലുമൊക്കെ ഇടയ്ക്ക് സന്ദർശനത്തിനു വരുമ്പോൾ കൈയറിഞ്ഞ് സഹായിക്കും. ഇത്രയും കുഞ്ഞുങ്ങളെ പോറ്റുകയെന്നത് നിസാരകാര്യമാണോ? എന്നെ സഹായിക്കാനുള്ള മൂന്നു കന്യാസ്ത്രീകൾക്കും എനിക്കും പണം ആവശ്യമില്ലല്ലോ. അങ്ങനെ ഒരു വിധത്തിൽ കഴിഞ്ഞുപോകുന്നു. ശരണം തേടിയലയുന്ന ആരും ഒരിക്കലും ദു:ഖിക്കരുതെന്നാണ് എന്റെ ആഗ്രഹം.”

നേരം ഇരുട്ടിത്തുടങ്ങിയിരുന്നു. ചീവീടുകളുടെ കരച്ചിൽ അവിടെയെങ്ങും പ്രകമ്പനംകൊണ്ടുതുടങ്ങി.

“നേരം വൈകിക്കണ്ട. മഴ പെയ്താൽ ഈ കുന്നിറങ്ങിപ്പോവുക ദുഷ്കരമാവും. കുഞ്ഞുങ്ങളുടെ കാര്യത്തിൽ വിഷമിക്കണ്ട. സുശീല

ധൈര്യമായി പൊയ്ക്കോ." സിസ്റ്റർ പറഞ്ഞു.

കുട്ടികൾക്ക് വീണ്ടും സ്നേഹചുംബനം നൽകി യാത്രയാവുമ്പോൾ വഴിക്കണ്ണുമായി സിസ്റ്റർ നോക്കിനിൽക്കുന്നുണ്ടായിരുന്നു.

"സുശീലേ, എത്ര നല്ല സിസ്റ്ററാണെന്നോ? എന്നെ വലിയ കാര്യമായിരുന്നു. ഇവിടെ എന്നെ കണ്ടിട്ട് ഇഷ്ടപ്പെടാത്തതായി ഒരു ചോദ്യം പോലും അവർ ചോദിച്ചില്ലല്ലോ. സുശീല ശരിക്കും ഭാഗ്യവതിയാണ്."

"എന്റെ കുഞ്ഞുങ്ങളെ 'ശരണാലയ'ത്തിൽ നിർത്തുന്നതും ഭാഗ്യമെങ്കിൽ ഞാൻ ഭാഗ്യവതി തന്നെ. അല്ലാതെ ചിന്തിക്കുമ്പോഴോ... ഒന്നോർത്താൽ, അവരുടെ സംരക്ഷണത്തിന്റെ സമാധാനം മാത്രമാണ് എന്നെ ജീവിപ്പിക്കുന്നത്. പിന്നെ, സാറിന്റെ ഇഷ്ടപ്പെട്ട അധ്യാപിക എന്ന പരിരക്ഷണം കൂടി എന്റെ മക്കൾക്കു ലഭിച്ചേക്കുമെന്നു കരുതാം."

"അക്കാര്യത്തിലൊന്നും വിഷമിക്കേണ്ട സുശീലാ. സ്നേഹത്തിന്റെ കാര്യത്തിൽ എനിക്കു സിസ്റ്ററെ അത്ര വിശ്വാസമാണ്."

"അതു മതി. അതു മാത്രമാണ് എന്റെ സമാധാനം."

രാത്രിവൈകി മുറിയിൽ ചേക്കേറുമ്പോൾ അയാളുടെ മനസ് നിറയെ വിരുദ്ധ ചിന്തകളായിരുന്നു. സ്നേഹം പൂവിടുന്ന വൃക്ഷത്തിൽ ഒരു ശിഖരമായി മാറിയതുപോലെ തോന്നി അയാൾക്ക്.

9

മുറിയിലെത്തുമ്പോൾ ദാമുവേട്ടൻ കാത്തിരിക്കുന്നുണ്ടായിരുന്നു. രണ്ടു പേർക്കുമുള്ള ഭക്ഷണം ഒരുക്കിവച്ച് അയാൾ സ്നേഹമുള്ള ഒരു വീട്ടുകാരണവരായി.

"രണ്ടുപേരും കുളിച്ചിട്ടു വേഗം വാ. ഭക്ഷണം കഴിക്കണ്ടേ? നിങ്ങളെ കാണാത്തതുകൊണ്ട് ഞാനും കഴിച്ചിട്ടില്ല. നമ്മുടെ നാട് അത്ര നല്ലതല്ലെന്ന് നിങ്ങൾക്കറിയില്ലെങ്കിലും എനിക്കറിയാം."

അയാൾ എന്തൊക്കെയോ ഭയക്കുന്നുണ്ടായിരുന്നുവോ എന്ന് ജീവനു തോന്നി. അല്ലെങ്കിൽപ്പിന്നെ അങ്ങനെ കാത്തിരിക്കുവാൻ അയാളെ പ്രേരിപ്പിച്ചതെന്തായിരുന്നിരിക്കണം?

സുശീല കുളിക്കുവാൻ പോയപ്പോൾ അയാൾ ജീവനു കൂട്ടിരുന്നു. എന്തൊക്കെയോ സംസാരിക്കുവാൻ അയാൾ ആഗ്രഹിക്കുന്നതുപോലെയുണ്ടായിരുന്നു. നല്ല നെല്ലിട്ടു വാറ്റിയ നാടൻ മദ്യവും കൊണ്ടായിരുന്നു, വരവ്.

വീടിനോടു ചേർന്നുള്ള വിശാലമായ കുന്നിൻപുറം, അവരുടെ സംഭാഷണങ്ങൾക്കുള്ള കളിയരങ്ങായി. ശാന്തമായ സ്ഥലം. ചെറിയ നിലാവു

ള്ളതൊഴിച്ചാൽ, നിശബ്ദതയെ ഭഞ്ജിക്കുന്നത് ചീവീടുകളുടെ മൂളക്കം മാത്രം.

"എങ്ങനെയുണ്ടായിരുന്നു ജീവൻ യാത്രയൊക്കെ? സിസ്റ്റർ എന്തുപറഞ്ഞു?" ദാമുവേട്ടനാണ് സംഭാഷണത്തിനു തുടക്കമിട്ടത്.

"ഞാൻ വർഷങ്ങൾക്കു മുൻപ് അറിയുന്ന സിസ്റ്ററായിരുന്നു. എന്നെ കണ്ടത് വലിയ കാര്യമായി, അവർക്ക്."

ഗ്ലാസിൽ മെല്ലെ ഓരോ പെഗ് വീതം പകർത്തിക്കൊണ്ട് ദാമുവേട്ടൻ പറഞ്ഞു:

"അപ്പോൾപ്പിന്നെ സുശീലയ്ക്കും ധൈര്യമായിക്കാണുമല്ലേ? നന്നായി. ദൈവം എല്ലാത്തിനും ഒരു വഴി കാട്ടിത്തരും.

പാവമാണ് ആ കുട്ടി. എന്റെ അകന്ന ഒരു ബന്ധുവിന്റെ പരിചയക്കാരിയാണ്. ജീവിക്കാൻ ഒരു വഴിയുമില്ലാതെ വന്നപ്പോൾ വീട്ടുവേലയ്ക്കെന്നുപറഞ്ഞ് ഞാൻ വിളിച്ചുകൊണ്ടുപോന്നതാണ്. എനിക്കിവിടെ കുറച്ചു പറമ്പൊക്കെയുള്ളതുകൊണ്ട് ബന്ധുക്കൾക്കിടയിൽ നല്ല വിലയാണ്. പിന്നെ, ഇത്രയും ദൂരെയായതുകൊണ്ട് ബന്ധുക്കളൊന്നും ഓടിയെത്തുകേമില്ല.

പക്ഷേ ഇവിടെ വീട്ടുവേലയ്ക്കൊക്കെ ആരാണ് ആളെ എടുക്കുക? അവർക്കെന്തെങ്കിലും കിട്ടുകയും വേണ്ടേ? നാട്ടിലുള്ളവര് മലയില് ജോലിക്കു പോയതാണെന്നു കരുതിക്കോളും. അവൾക്ക് അവളുടെ കാര്യവും നടക്കണ്ടേ? ജീവൻ എന്തുപറയുന്നു?"

മദ്യപിച്ചിട്ട് കുറെ ദിവസങ്ങളായെന്ന് അയാൾ ഓർത്തു. നാടൻ മദ്യത്തിന്റെ ലഹരി അറിയുന്നത് ജീവിതത്തിൽ ആദ്യവുമാണ്. അല്ലെങ്കിൽത്തന്നെ, ജീവിതത്തിന്റെ ലഹരികളിൽ പുത്തൻ അനുഭവങ്ങളാണല്ലോ തനിക്കുണ്ടാവുന്നതെന്നോർത്ത് അയാൾ മനസിൽ ഒന്നു ചിരിച്ചു. വച്ചുനീട്ടിയ ഗ്ലാസ് ഒറ്റവലിക്ക് കുടിക്കാൻ ശ്രമിച്ചതും, ഗ്ലാസ് താഴെ വച്ചതും ഒരുമിച്ചായിരുന്നു.

"ഹോ, പൊള്ളിയിറങ്ങുകയാണ്. എന്തെങ്കിലും കഴിക്കാൻ കിട്ടാതെ പാടാണ്."

വാഴയിലയിൽ പൊതിഞ്ഞ മീൻപീര, ദാമുവേട്ടൻ ജീവന്റെ മുൻപിൽ നിവർത്തിവച്ചു.

"അല്ല ദാമുവേട്ടാ, എനിക്കറിയാത്തതുകൊണ്ടു ചോദിക്കുവാ, എങ്ങനെയാ ഇത്രയും സുന്ദരിമാരായ പെൺകുട്ടികൾ ഇത്തരം ജോലിക്കു വന്നുപെടുന്നത്?"

"എന്റെ ജീവാ, ഓരോരുത്തരുടെയും സാഹചര്യങ്ങളും സൗന്ദര്യവും തമ്മിൽ എന്തുബന്ധം? ലോകസുന്ദരിയാണെന്നു പറഞ്ഞിട്ടെന്താ കാര്യം?

ജീവിക്കാനും ജീവിപ്പിക്കാനും ആരുമില്ലാതെ വരുമ്പോള്‍ അവര്‍ എന്തു ചെയ്യാനാണ്? അവരെ കുറ്റംപറഞ്ഞിട്ട് ഒരു കാര്യവുമില്ലെന്നാണ് എന്റെ ഒരിത്.

ഇപ്പോള്‍, ഒറ്റവലിക്കു കുടിച്ചപ്പോള്‍ പൊള്ളിയിറങ്ങുന്നതുപോലെ തോന്നിയില്ലേ? അതിലേറെ പൊള്ളിക്കുന്ന ജീവിതയാഥാര്‍ഥ്യങ്ങളുടെ ഇരകളാണ് അവരെല്ലാം..."

"എന്നാലും, ഓര്‍ത്തുനോക്കുമ്പോള്‍ സങ്കടം തോന്നും. 'ചങ്ങഴിയൂരി'ലെ സാഹചര്യങ്ങള്‍ക്കൂടി അറിഞ്ഞാല്‍ അവരെക്കുറിച്ച് കുറച്ചുകൂടി പഠിക്കണമെന്നുണ്ട്."

"പഠിക്കുന്നതൊക്കെ കൊള്ളാം മോനേ, പക്ഷേ, ആ പഠനങ്ങള്‍ കൊണ്ട് മറ്റൊരാള്‍ക്കു ജീവിക്കാനുള്ള അവസരങ്ങള്‍ നഷ്ടപ്പെടുത്താതിരിക്കാന്‍ ശ്രദ്ധിക്കണം. അല്ലാത്തപക്ഷം, അവരെ പോറ്റാനുള്ള കഴിവും മന:സ്ഥിതിയും നമുക്കുണ്ടായിരിക്കണം."

അര്‍ഥംവച്ചുള്ളതുപോലെയുള്ള ദാമുവേട്ടന്റെ സംഭാഷണത്തിനിടയിലാണ് സുശീല, കുളിയും കഴിഞ്ഞ് പുറത്തേയ്ക്കുവരുന്നത്.

"ഞാന്‍ നിങ്ങളെ കാണാതെ അന്വേഷിക്കുമ്പോഴാ, കുന്നിന്‍പുറത്ത് ആളനക്കം കേട്ടത്. അപ്പൊഴേ എനിക്കു തോന്നിയിരുന്നു, ദാമുവേട്ടന്‍ എന്തെങ്കിലും കലാപരിപാടി ഒപ്പിച്ചിട്ടുണ്ടാവുമെന്ന്. എന്നേം കൂട്ടത്തില്‍ നിന്ന് ഒഴിവാക്കണ്ട, ഞാന്‍ ദാ എത്തി."

"അപ്പോള്‍ സുശീല കഴിക്കുമോ?" മദ്യപാനത്തെക്കുറിച്ചു കേട്ടപ്പോള്‍ ജീവന്‍ തെല്ലൊന്നു ഞെട്ടി.

"ഇന്നത്തേയ്ക്കു കഴിക്കാം സാറേ. നല്ല സന്തോഷമുള്ള ദിവസമാകുമ്പോള്‍ നിങ്ങള്‍ക്കൊപ്പം കൂടിയില്ലെങ്കില്‍ ഞാനൊരു മനുഷ്യജന്മമാവുമോ? ഇന്നു മക്കളേം കണ്ടു. നിങ്ങളേം കണ്ടു. ഞാനെന്തിനാ സന്തോഷിക്കാതിരിക്കുന്നേ?"

അത് ദാമുവേട്ടനും സന്തോഷം പകരുന്ന കാര്യമായിരുന്നു. അയാള്‍ പെട്ടെന്ന്, ജീവന്‍ കഴിച്ചുനിര്‍ത്തിയ ഗ്ലാസില്‍ സുശീലയ്ക്കായും ഒന്നൊഴിച്ചു.

"കേട്ടോ ജീവാ, 'ചങ്ങഴിയൂരി'ലൊക്കെ മദ്യത്തിനു മാത്രമല്ല പ്രാധാന്യം. കഞ്ചാവും മുറുക്കാനുമെല്ലാം അവിടങ്ങളില്‍ സുലഭമാണ്. കഴിക്കാത്തവര്‍ നന്നേ കുറയും... പിന്നെ വേറൊന്നുണ്ട്..."

അയാള്‍ ജീവന്റെ കാതില്‍ മെല്ലെ മന്ത്രിച്ചു.

"രണ്ടെണ്ണം കഴിച്ചാല്‍ ഇവര്‍ക്കു നല്ല മൂഡാ."

എന്നിട്ട്, സുശീല കേള്‍ക്കുമാറ് പറഞ്ഞു മുഴുമിപ്പിച്ചു.

"ഒന്നും അറിയാതെ സന്തോഷമായിരിക്കാന്‍ ഇതൊക്കെ ചിലപ്പോള്‍

നല്ലതായിരിക്കും, അല്ലേ സുശീലേ?"

അവൾ മെല്ലെ എഴുന്നേറ്റുപോയി, ഭക്ഷണം എടുത്തുകൊണ്ടുവന്ന് അവരുടെ മുന്നിൽ നിരത്തി.

"നമുക്കിന്ന് ഭക്ഷണം ഈ കുന്നിൻപുറത്തുതന്നെയാക്കിയാലോ? ഈ നിലാവത്തു പുറത്തിരിക്കാൻ നല്ല സുഖം തോന്നുന്നു."

"അതേതായാലും നന്നായി സുശീലേ, ഇനി എഴുന്നേറ്റുപോയി കഴിക്കണമല്ലോ എന്ന് ഞാൻ ആലോചിക്കുകാരുന്നു..." ജീവൻ തന്റെ അഭിനന്ദനം സുശീലയോടായി പറഞ്ഞു.

"നോക്കൂ ജീവാ, ഇതൊക്കെയാണ് ജീവിതത്തിന്റെ കൊച്ചുകൊച്ചു സന്തോഷങ്ങൾ. ഞങ്ങടെയൊക്കെ ചെറുപ്പത്തിൽ അച്ഛന്റെയൊപ്പം ഇങ്ങനെയിരുന്നു മദ്യപിച്ചിട്ടുണ്ട്. പുള്ളിക്കാരനു നിർബന്ധമാരുന്നു, കഴിക്കുന്നെങ്കിൽ വീട്ടിൽ തനിക്കൊപ്പമിരുന്നു കഴിക്കണമെന്ന്. അങ്ങനെവരുമ്പോൾ പുള്ളേർ പുറത്തുപോയി കഴിച്ച് ആരുടെയും മെക്കിട്ടുകേറില്ലെന്നായിരുന്നു, അച്ഛന്റെ അഭിപ്രായം. ഇന്നിപ്പോ ഇതൊക്കെ ഒളിച്ചുവയ്ക്കുന്ന വീടുകളിൽ നോക്കിക്കോ. ചെക്കന്മാരെല്ലാം തന്നെ ഇക്കാര്യത്തിൽ കുരുത്തംകെട്ടവന്മാരായിരിക്കും."

"ശരിയാ ദാമുവേട്ടാ. ഞാൻ കഴിക്കുമ്പോഴും ഒറ്റയ്ക്കുള്ള ശീലം അപൂർവമാണ്. മിക്കവാറും സുഹൃത്തുക്കൾ ആരെങ്കിലും കൂടെയുണ്ടാവും."

"എന്നുകരുതി എപ്പോഴും ഇത്തരം ശീലങ്ങൾ വേണ്ട സാർ. മദ്യം അധികമായാൽ ചീത്തസ്വഭാവമാണ് പലർക്കും. എന്റെ കെട്ടിയോൻ വിദേശത്തുനിന്നും വരുമ്പോൾ കുപ്പികളുമായി വരുമായിരുന്നു. എന്നിട്ട് കൂട്ടുകൂടി മദ്യപിക്കും. അങ്ങനെ മദ്യപിച്ചു ലെക്കു കെട്ട ഒരു ദിവസമാണ് ഞാൻ പിഴച്ചവളാണെന്ന് അയാൾ വിളിച്ചുപറഞ്ഞത്. അന്നു മുതൽക്കിങ്ങോട്ട് കണ്ണീരും കയ്യുമായിട്ടല്ലാതെ എനിക്കു കഴിയാനേ സാധിച്ചിട്ടില്ല. രണ്ടു മക്കളായപ്പോൾ ഇടയ്ക്കൊക്കെ വിളിക്കുമായിരുന്നു. പിന്നെപ്പിന്നെ വിളിയുമില്ല. കാര്യങ്ങൾ നോക്കിനടത്താനും ആരുമില്ല. ഇപ്പോ, ദാമുവേട്ടനും സാറുമൊക്കെ ഉള്ളതുകൊണ്ട് സൂര്യൻ ഉദിക്കുന്നതും അസ്തമിക്കുന്നതും ഞാൻ അറിയുന്നുണ്ട്."

സുശീല പറഞ്ഞുനിർത്തുമ്പോൾ അയാൾക്ക് എന്തുപറയണമെന്ന് അറിയില്ലായിരുന്നു. എത്രത്തോളം ശ്രദ്ധിക്കേണ്ട ഒരു അവയവമാണ് നാവ് എന്ന് അയാൾ വീണ്ടും ഓർത്തു.

"നാളെയെന്താ പരിപാടി ജീവാ, ഇവിടെത്തന്നെ കൂടുകയല്ലേ?"

ദാമുവേട്ടൻ തന്റെ സംശയങ്ങൾ നിവൃത്തിക്കുവാൻ ശ്രമിച്ചു.

"രാവിലെ ഒരു യാത്രകൂടിയുണ്ട്, വൈകുന്നേരം തിരികെയെത്തും.

പറ്റുമെങ്കിൽ കൂട്ടിന് സുശീലയെയും കൊണ്ടുപോയാൽ കൊള്ളാമെന്നുണ്ട്. ഒരു 'ചേഞ്ച്' ആവുമല്ലോ."

'ചങ്ങഴിയൂരി'ലേയ്ക്കുള്ള യാത്രയുടെ കാര്യം ഒളിക്കേണ്ടതില്ലെന്ന് അയാൾക്കു തോന്നി. ഒന്നുമല്ലെങ്കിലും ഇത്രയും പിന്തുണ തരുന്ന വ്യക്തിയല്ലേ. പരമ്പരയുടെ കാര്യം മാത്രം വിശദമായി പറയേണ്ടെന്നും മനസിൽ ഉറപ്പിച്ചിരുന്നു. അല്ലെങ്കിൽ അയാൾ വല്ലാതെ ഭയന്നെങ്കിലോ?

"യാത്രയൊക്കെ കൊള്ളാം. ആൾക്കാർ ശ്രദ്ധിക്കുന്ന രീതിയിൽ അധികം കറങ്ങാതിരിക്കാൻ പ്രത്യേകം ശ്രദ്ധിക്കണം. നാളെയും കഞ്ഞികുടിച്ചു ജീവിക്കാനുള്ളതാണെന്നു മറക്കരുത്."ദാമുവേട്ടൻ അങ്ങനെ പറയുമ്പോൾ ആ സംസാരത്തിലെ ആശങ്ക എന്തെന്നു നന്നേ മനസിലാക്കുവാൻ അയാൾക്കു കഴിയുമായിരുന്നു.

"അതൊക്കെ നോക്കിക്കോളാം, ഒരു കുഴപ്പവുമില്ലാതെ. എന്നാൽ ഇനി വിശ്രമിച്ചാലോ?" സുശീലയെയും നോക്കി, ജീവൻ, ദാമുവേട്ടനോടായി ചോദിച്ചു.

"എന്നാൽ നിങ്ങൾ സന്തോഷമായിരിക്ക്. നാളെ കാണാം."

കുപ്പിയും ഗ്ലാസുകളുമെടുത്ത് അയാൾ മെല്ലെ കുന്നിറങ്ങി. നിലാവ് അയാൾക്കൊപ്പം സഞ്ചരിക്കുമ്പോൾ, മുറിയുടെ വാതിലുകൾക്ക് മെല്ലെ കൊളുത്തുവീണു.

"നല്ല ക്ഷീണമുണ്ട്. അത്ര ശീലമില്ലാത്ത യാത്രയായിരുന്നല്ലോ. അതാരണ്ടെണ്ണം കഴിക്കാമെന്നു കരുതിയത്. സുശീലയ്ക്കു ബുദ്ധിമുട്ടായോ?"

"ഇല്ല സാർ. സാറിന്റെ സന്തോഷമല്ലേ എന്റെ സന്തോഷം. അതല്ലേ ഞാനും ഇന്നു കഴിച്ചത്. തൊണ്ടക്കുഴിയിൽക്കൂടി തീ ഇറങ്ങുന്നതുപോലെയുണ്ടായിരുന്നു. എന്റെ വിശപ്പെല്ലാം നന്നായി കൂടിയതുപോലെയായിരുന്നു." അവൾ കണ്ണുകൾ കൊണ്ട് മെല്ലെ അയാളുടെ മുഖത്തേയ്ക്കും നെഞ്ചിലേയ്ക്കും നോക്കി.

"എനിക്കും. ദാമുവേട്ടൻ എന്തായാലും നല്ല ആളാണ്. വേണ്ടത്ര പരിഗണന തരാൻ ശ്രമിക്കുന്നുണ്ടല്ലോ."

"അതെ സാർ. അതല്ലേ എനിക്കും ഇവിടെ കഴിയുമ്പോൾ വേറൊരു ചിന്തകളൊന്നും തോന്നാത്തത്. ഇന്നേ വരെ എന്നെ തൊടാൻ പോലും ശ്രമിച്ചിട്ടുമില്ല, അദ്ദേഹം. പാവം, ഭാര്യയൊക്കെ മരിച്ചിട്ട് വർഷങ്ങളായതാണ്. രണ്ട് ആൺമക്കൾ. അവർ പഠനവുമായി ബാംഗളൂരിലായതുകൊണ്ട് പുള്ളിക്കാരൻ ഇങ്ങനെ സ്വന്തം സന്തോഷങ്ങളുമായി കഴിയുന്നു. സംസാരിച്ചിരിക്കാൻ വല്യ ഇഷ്ടമുള്ള കക്ഷി. എനിക്ക് വല്യ വിശ്വാസമാ ദാമുവേട്ടനെ..."

കട്ടിലിൽ ജീവന്റെ ചാരത്തായി കിടന്ന് ആ നെഞ്ചത്തുകൂടി സുശീല

തന്റെ കൈകൾ ഓടിച്ചു.

“സുശീലേ, ഞാൻ എന്താണ് സുശീലയ്ക്കായി ചെയ്യേണ്ടത്?” മനസ് നിറഞ്ഞ ലഹരിയിൽ അയാൾ മെല്ലെ സ്നേഹം തുളുമ്പുന്ന ഒരു പാത്രമായി മാറി. അപ്പോൾ സുശീലയുടെ ശിരസിൽ അയാളുടെ കൈവിരലുകൾ തലോടുകയായിരുന്നു.

“സാറിന് എന്തും എനിക്കുവേണ്ടിചെയ്യാമെന്ന് ഞാൻ പറയേണ്ടതില്ലല്ലോ. എനിക്ക് ഇയാളെ വല്യ... ഇഷ്ടമാ... ഈ സ്നേഹം എക്കാലവും പോവാതിരുന്നാൽ മാത്രം മതി... എനിക്കിഷ്ടാ... ഒരുപാടിഷ്ടാ...”

ക്ഷീണംകൊണ്ടാവണം, പറഞ്ഞുപറഞ്ഞ് സുശീലയുടെ കണ്ണുകൾ താനേ കൂമ്പിയടഞ്ഞു. തന്റെ കൈവിരലുകൾ ചേർത്തുപിടിച്ച് മെല്ലെ അവളുടെ ശ്വാസം മന്ദഗതിയിലായി.

ജീവൻ മുറിയിലെ അരണ്ടവെളിച്ചത്തിലേയ്ക്കു കണ്ണോടിച്ചു. അയാൾക്ക് ഉറക്കം തീരെ വരുന്നതേയില്ല. മദ്യപിച്ചുകഴിഞ്ഞാൽ, ഒരു മണിക്കൂറെങ്കിലും വേണം പതിവായി ഉറങ്ങുവാനും. ഭിത്തിയുടെ അരികത്തിരുന്ന് പല്ലി ചിലയ്ക്കുന്നതു കൂടി കേട്ടപ്പോൾ അയാൾക്ക് എന്തെന്നില്ലാത്ത അസ്വസ്ഥത തോന്നി.

എന്താണ് തനിക്കു സംഭവിക്കുന്നത്? ഒരിക്കലും കാണാൻ സാധ്യതയില്ലാതെയിരുന്ന ഒരു പെണ്ണ്. ഏതോ ഒരുവന്റെ ഭാര്യയായിരുന്നവൾ... അവൾ തന്നോട് വളരെയധികമായി അടുക്കുകയാണോയെന്ന് അയാൾക്കു തോന്നി. ഒരുപക്ഷേ, അടുക്കാവുന്നതിലും അധികമായി...?

“സാറിന് എന്തും എനിക്കുവേണ്ടിചെയ്യാമെന്ന് ഞാൻ പറയേണ്ടതില്ലല്ലോ. എനിക്ക് ഇയാളെ വല്യ... ഇഷ്ടമാ... ഈ സ്നേഹം എക്കാലവും പോവാതിരുന്നാൽ മാത്രം മതി... എനിക്കിഷ്ടാ... ഒരുപാടിഷ്ടാ...”

മനസിൽക്കിടന്ന് അവളുടെ വരികൾ വീണ്ടും വീണ്ടും ഒരു മൂളക്കമായി. അത്, എന്തിന്റെ തുടക്കമാണ്? പരിധികളുടെ അതിർവരമ്പുകൾ താൻ തെറ്റിക്കുന്നുണ്ടോ? ആശയക്കുഴപ്പങ്ങൾക്കിടയിൽ, സുശീലയുടെ കൈകൾ മെല്ലെ കട്ടിലേയ്ക്കു വച്ച് അയാൾ തിരിഞ്ഞുകിടന്നു. പകൽ മുഴുവനുള്ള നടത്തത്തിന്റെ ക്ഷീണം അയാളിലും മെല്ലെ പടർന്നുകയറി.

ഉറങ്ങാൻ തുടങ്ങുമ്പോഴുണ്ട്, തന്റെ തലയ്ക്കു മുകളിൽ ഒരു മഞ്ഞവെളിച്ചം വന്നുനിറയുന്നതു പോലെ അയാൾക്കു തോന്നി. അത് അത്ര പതിവുള്ളതല്ല. ഇടയ്ക്കിടെ സ്വപ്നത്തോടെ ഉറങ്ങുന്നത് പതിവാണ്. എന്നാൽ ഇന്ന് എന്തോ വ്യത്യസ്തകൾ ഉള്ളതുപോലെ...

കൺപോളകൾക്കു മീതേകൂടി എന്തൊക്കെയോ ചിത്രങ്ങൾ തെളിഞ്ഞുവരുന്നതായി ജീവനു തോന്നി. അതെ. അത് തന്റെ രേഖതന്നെ.

ആദിവാസികൾക്കിടയിൽ ക്ലാസുകൾ എടുത്തുകൊണ്ട് ആത്മവിശ്വാസത്തോടെ മുന്നേറുന്ന രേഖ. അമ്മയെയും അച്ഛനെയും സ്നേഹത്തോടെ പരിചരിക്കുന്ന രേഖ.

ആ കാഴ്ച മെല്ലെ ഒരു തോട്ടത്തിലേയ്ക്ക് സംക്രമിക്കുന്നതായി അയാൾ കണ്ടു. മനോഹരമായ പൂക്കളും ഫലവൃക്ഷങ്ങളുമൊക്കെ നിറഞ്ഞ ഒരു തോട്ടം. അവിടെ താനും ഒരു യുവതിയും പരസ്പരം പഴങ്ങൾ പങ്കുവച്ചു സന്തോഷം പങ്കിടുകയാണ്. ആ യുവതി ആരാണെന്നു മാത്രം അവനു വ്യക്തമാകുന്നില്ല. അവളുടെ സ്നേഹത്തിനു മുന്നിൽ, അയാൾ അവളിലേയ്ക്ക് പടരുകയാണ്... ആ സന്തോഷം തീരുന്നതിനു മുൻപ് അയാൾ കണ്ണുതുറക്കുമ്പോൾ മെല്ലെ ഇഴഞ്ഞുനീങ്ങുന്ന ഒരു പാമ്പ്... പേടിച്ചരണ്ട്, അവളും അവനിലേയ്ക്ക് ഒട്ടിച്ചേരുന്നതായി അവനറിഞ്ഞു. പാമ്പ് വീണ്ടും തന്നിലേയ്ക്ക് അടുക്കുന്നതുകണ്ട് അയാൾ പേടിച്ചു നിലവിളിച്ചു: “അയ്യോ.”

അപ്പോഴാണ് സുശീല ഞെട്ടിയുണർന്നത്.

“എന്തുപറ്റി സാർ? വല്ല സ്വപ്നവും കണ്ടോ?”

“ഉം. പതിവില്ലാത്ത എന്തോ ഒരു സ്വപ്നം. പോട്ടെ, നീയുറങ്ങിക്കോ.”

“ചാൾസമ്മ സിസ്റ്റർ തന്ന ഈ കുരിശുമാല കൊണ്ട് നെറ്റിയിൽ കുരിശുവരച്ചു കിടന്നോളൂ. കുരിശുവരച്ചു കിടന്നാൽ, ദു:സ്വപ്നമൊന്നും കാണില്ല. ഒറ്റയ്ക്കുള്ളപ്പോൾ എന്റെ ധൈര്യമാണ് ഈ കുരിശുമാല.”

അയാൾ, അവൾ പറഞ്ഞതുപോലെ ചെയ്തു. സുശീല എത്രയോ നല്ലവൾ ആണെന്ന് മനസ് പറഞ്ഞു.

പരസ്പരം കെട്ടിപ്പുണർന്ന് അവർ ഉറങ്ങാൻ തുടങ്ങുമ്പോൾ, പുറത്ത് മഴ തകർത്തുപെയ്യാൻ തുടങ്ങിയിരുന്നു.

10

നേരം പുലരുമ്പോൾ, നെറ്റിയിൽ ഒരു ചൂടുള്ള ചുംബനം അയാൾ അറിഞ്ഞു. സുശീലയാണ്. അവൾ മെല്ലെ അയാളുടെ നെഞ്ചിലേയ്ക്കു ചാഞ്ഞുകൊണ്ട് പറയുകയായിരുന്നു:

“സാർ എത്ര നല്ലയാളാണ്. ഇന്നലെ ശരിക്കും എനിക്ക് ശരീരം ഒന്നിനും പറ്റുന്ന അവസ്ഥയിലായിരുന്നില്ല. ചെറിയ തലവേദനയുമുണ്ടായിരുന്നു. അത് സാറിനോട് എങ്ങനെ പറയണമെന്ന ആശയക്കുഴപ്പത്തിലായിരുന്നു, ഞാൻ. മദ്യപിച്ച ലഹരിയിലായിരുന്നിട്ടും സാർ എന്നെ പരിഗണിച്ചല്ലോ. അങ്ങനെയുള്ള സാറിനോട് എനിക്കുള്ള സ്നേഹം പിന്നെയും കൂടുന്നതു പോലെ...”

"സുശീലേ..." അയാൾ മെല്ലെ അവളെ നെഞ്ചോടു ചേർത്തു.

"കുറച്ചുനേരം കൂടി ഉറങ്ങിക്കോളൂ. ഞാൻ പോയി കുളിച്ചു റെഡിയായിട്ടു വിളിക്കാം. നമുക്കിന്ന് 'ചങ്ങഴിയൂരി'ൽ പോവണ്ടേ?

അപ്പോഴാണ് ജീവന് സുബോധം ഉണർന്നതുതന്നെ. തലേന്ന് അൽപ്പം അധികമായി കഴിച്ചിരുന്നല്ലോ. 'ചങ്ങഴിയൂരി'ൽ പോകുന്ന കാര്യം അവൾ ഓർമിപ്പിച്ചത് എന്തുകൊണ്ടും നന്നായി എന്ന് അയാൾ ഓർത്തു.

തോർത്തും സോപ്പുമെല്ലാമെടുത്ത് സുശീല മെല്ലെ പുറത്തേയ്ക്കിറങ്ങി. അയാൾ മെല്ലെ തിരിഞ്ഞുകിടന്നു. കാണാൻ പോകുന്ന പ്രദേശത്തെക്കുറിച്ചുള്ള ചിന്തകൾ അയാളിൽ ഒരു വിങ്ങലായി. എത്രയോ സുശീലമാർ വസിക്കുന്ന സ്ഥലങ്ങളിലേയ്ക്ക് താൻ ചെല്ലുമ്പോൾ, എന്തായിരിക്കും ഓരോ സുശീലയുടെയും മനസിലുണ്ടാവുക?

വേശ്യകളുടെ മനസ് വ്യത്യസ്തമാണെന്ന് അയാളുടെ മനസ് വീണ്ടും മന്ത്രിച്ചു. ഒരു നേരത്തെ ഭക്ഷണത്തിന് പണമുണ്ടാക്കാൻ മടിശീലയഴിക്കുക എന്നതിനപ്പുറം, ഓരോ വേശ്യയും ഓരോ പെണ്ണുതന്നെയെന്ന് അയാൾക്കു തോന്നി. അനുഭവങ്ങളും ചിന്തകളും വികാരങ്ങളും വിചാരങ്ങളുമെല്ലാമുള്ള പെണ്ണ്. ചൂടിനരികിലേയ്ക്ക് എത്തിച്ചേരാൻ ആഗ്രഹിക്കുന്ന ഐസ് കഷണങ്ങൾ പോലെ. തനിക്കു ബോധ്യപ്പെട്ട തൃപ്തിപകരുന്ന ചൂടിന്റെ കാലാവസ്ഥയിലെത്തിയാൽ, സ്വയം ഉരുകിത്തീരുവാനാണ് അവരുടെ അഗ്രഹം. ആരുടെ കൂടെയാണോ, അവർക്കു തണുപ്പേകണം. എന്നിട്ട്, ആ തണുപ്പിന്റെ അനുഭവങ്ങളിൽ ഒരുമിച്ചുചേർന്ന് സ്വയം ചൂടാവണം. ഒരിക്കലും പിടിതരാത്ത ഒരു മായാമരീചിക തന്നെയാണ് പെണ്ണുങ്ങളെന്ന് അയാൾക്കു തോന്നി.

സുശീല തന്നെ വീണ്ടും അയാളുടെ ഉള്ളിലേയ്ക്ക് തീയായും കാറ്റായും പടർന്നു. ഒരുവേളയുള്ള സഹശയനത്തിനുമപ്പുറം അവൾ ആഗ്രഹിക്കുന്നത് ഒരു ജീവിതമാണ്. ജീവിതത്തിൽ കൂട്ടായി ലഭിക്കാവുന്ന ഒരു പങ്കാളിത്തമാണ്; തുണയാണ്. നഷ്ടപ്പെട്ടു പോയ, അഥവാ ഒരിക്കൽപ്പോലും ലഭ്യമാകാതിരുന്ന സ്നേഹം എവിടെനിന്നെങ്കിലും കിട്ടിയാൽ അതിനെ മുഴുവനായും നേടാൻ ഏതറ്റം വരെയും പോകാമെന്ന മട്ടിലുള്ള പെണ്ണ്. സ്നേഹം എന്നു പറഞ്ഞാൽ സമ്പൂർണമായി വേണമെന്ന് ആഗ്രഹിക്കുന്ന പെണ്ണ്. അതുകൊണ്ടുതന്നെയാണ് സുശീലയുടെ പ്രകടനങ്ങളിലെ തീക്ഷ്ണത, അയാളെ മെല്ലെ അസ്വസ്ഥമാക്കുകയും ചെയ്തത്. തന്റെ ഇംഗിതങ്ങളും സുശീലയുടെ ലക്ഷ്യങ്ങളും ആഗ്രഹങ്ങളും പരസ്പരവിരുദ്ധമായി മാറിയാൽ എന്തു സംഭവിക്കും എന്ന് അയാൾ തെല്ലു ഭയക്കാതിരുന്നില്ല.

"ദാമുവേട്ടൻ വണ്ടി തയാറാക്കിയിട്ടുണ്ടെന്നു പറഞ്ഞു. പരിചയമി

ല്ലാത്ത സ്ഥലമല്ലേ? വിശ്വസിക്കാവുന്ന ഒരാളെ കൂടെ അയയ്ക്കുന്നുണ്ടെന്നാ ദാമുവേട്ടൻ പറഞ്ഞത്. ഞാൻ റെഡിയായി. സാർ കൂടെ ഒരുങ്ങിയാൽ നമുക്കു പോയിട്ടുവരാം."

കുളി കഴിഞ്ഞ് തിരിച്ചെത്തിയ സുശീല, ഏറെ ആത്മവിശ്വാസത്തോടെ കാണപ്പെട്ടു. അവൾക്ക് ഏതോ ഒരാളുടെ കൂടെ ഒരു രാത്രി ശയിക്കണമെന്നല്ല; അവൾക്ക് എവിടെയോ എത്തിപ്പെടണം. സ്വന്തം ലക്ഷ്യങ്ങളിലേയ്ക്ക്... സ്വന്തം സ്വപ്നങ്ങളിലേയ്ക്ക്... അവിടേയ്ക്കു സഞ്ചരിക്കുവാൻ സഹായിക്കുന്ന ഒരു കൂട്ടാളിയായി, താൻ. അഥവാ, അങ്ങനെ പ്രതീക്ഷ കൊടുക്കുന്ന ഒരാൾ.

മനസിൽ ആഗ്രഹം നൽകിയിട്ട് ഒരു പെണ്ണിനെ വഞ്ചിക്കുവാൻ പാടുണ്ടോ? അങ്ങനെയെങ്കിൽ താൻ എത്ര നീചനായിരിക്കും? തന്റെ ഈ യാത്രകളെക്കുറിച്ച് രേഖ അറിഞ്ഞാൽ അവളുടെ മനസിൽ ഉള്ള വിചാരങ്ങൾ എന്തൊക്കെയായിരിക്കും?

മനസ് മെല്ലെ കലുഷിതമായെങ്കിലും അതൊന്നും പുറമേ ഭാവിക്കാൻ അയാൾ ഉദ്ദേശിച്ചതേയില്ല.

"അതെന്തായാലും നന്നായി. ഞാൻ ഉടൻ റെഡിയായി വരാം സുശീലേ. നമുക്ക് പോകുന്ന വഴിക്ക് എവിടെ നിന്നെങ്കിലും ഭക്ഷണം കഴിക്കാം."

"ശരി സാർ."

അവൾക്ക് സന്തോഷമായി. പുറത്തു ഹോട്ടലിൽ നിന്നും ഭക്ഷണം കഴിക്കുവാൻ എത്രനാളായി അവൾ ആഗ്രഹിച്ചിരിക്കുന്നു. എന്നും ദാമുവേട്ടൻ ഭക്ഷണമെത്തിച്ചു തരുമെങ്കിലും, പുറത്തെ ഹോട്ടലിൽ, അവിടുത്തെ കാറ്റും കൊണ്ട്, അതും, പ്രിയപ്പെട്ട ഒരാളുടെ കൂടെ കഴിക്കുക എന്നൊക്കെ പറയുമ്പോൾ...

സാരി ഉടുത്ത് ഒരുങ്ങുമ്പോൾ കുങ്കുമം ചാലിച്ചുള്ള വലിയ ഒരു പൊട്ടു കൂടി നെറ്റിയുടെ ഒത്ത മധ്യത്തിൽ അവൾ വരച്ചുചേർത്തു. വലയത്തിലുള്ളത്. ആരുടെയോ സ്നേഹവലയത്തിൽ താൻ ആണ്ടുകഴിഞ്ഞുവെന്ന് അവൾ തന്നെത്തന്നെ ബോധ്യപ്പെടുത്തുന്നതു പോലെയുണ്ടായിരുന്നു.

ഏറെ സന്തോഷമുള്ളപ്പോളാണ് അവൾ അത്തരം പൊട്ടുതൊടാറുള്ളത്. കാശുള്ള വീട്ടിൽ ആദ്യമായി പണിക്കുപോയപ്പോഴാണ് ആദ്യമായി പൊട്ടു തൊട്ടിരുന്നതെന്ന് അവൾ ഓർത്തു. ജീവിതത്തിന് പുതിയൊരു താളം വന്നുചേരുമെന്ന് ആദ്യമായി സങ്കൽപ്പിച്ചത് അന്നായിരുന്നുവല്ലോ. പക്ഷേ, ആ പൊട്ടുകൾ മായ്ച്ചത് കാലത്തിന്റെ കറുത്തകൈകളായപ്പോൾ അതിന്റെ പേരിൽ വിഷമിച്ചിട്ടൊന്നും കാര്യമില്ലെന്ന് അവളോട് മനസുമന്ത്രിച്ചു. ഇന്നേതായാലും, ഇഷ്ടമുള്ള വ്യക്തിക്കൊപ്പമുള്ള യാത്രയാണ്.

കാണുമ്പോൾ അയാൾക്കും ഇഷ്ടം തോന്നുമാറ് ഒരു പൊട്ടുകൂടി ഇരിക്കട്ടെ എന്നുതന്നെ അവൾ കരുതി. രക്തനിറമുള്ള പൊട്ട്. അത് ശരിക്കും തന്റെ ഹൃദയമിടിപ്പുതന്നെയാണെന്ന് അവൾക്കു തോന്നി.

"സാർ, കാലത്ത് എന്തു ഭക്ഷണം കഴിക്കാനാണ് ആഗ്രഹം?"

നീളൻ ഖാദി വേഷത്തിൽ സുന്ദരനായി ഒരുങ്ങിയിറങ്ങിയ ജീവനോട് സുശീല ചോദിച്ചു.

"എനിക്ക് എന്തായാലും കുഴപ്പമില്ല, സുശീലയുടെ ഇഷ്ടം."

"എന്നാൽ, ഇന്ന് പൊറോട്ടയും ഇറച്ചിയും കഴിച്ചാലോ? നാട്ടിൽ നിന്നും പോന്നതിൽപ്പിന്നെ ഇന്നേവരെ എനിക്ക് പൊറോട്ട കഴിക്കാൻ കഴിഞ്ഞിട്ടില്ല." നാണം കലർന്ന സ്വരത്തോടെ, അതീവ ഉത്സാഹത്തോടെ, സുശീല ചോദിച്ചു.

"പിന്നെന്താ, എനിക്കും പൊറോട്ടയും ഇറച്ചിയും വലിയ ഇഷ്ടമാ."

അപ്പോഴേയ്ക്കും ഓട്ടോറിക്ഷാ വന്നുകഴിഞ്ഞിരുന്നു. ദാമുവേട്ടന്റെ പ്രിയപ്പെട്ട ചങ്ങാതി രാജേഷിന്റെ ഓട്ടോയാണ്. വിശ്വസ്തൻ. വല്ലപ്പോഴും വാറ്റുന്ന മദ്യം മറ്റുസ്ഥലങ്ങളിൽ എത്തിക്കാനുമെല്ലാം പോവുന്നത് അതേ ഓട്ടോ തന്നെ.

ദാമുവേട്ടൻ തന്നെ ഓട്ടോറിക്ഷയും അയച്ചുകഴിഞ്ഞപ്പോൾ ഒരു കാര്യം ജീവന് വ്യക്തമായിരുന്നു. തന്റെ യാത്രയും നീക്കങ്ങളും കുറെയൊക്കെ അറിഞ്ഞിരിക്കാനും കൂടിയാണ് ഇങ്ങനെയൊരു യാത്രാസഹായം എന്ന്. അങ്ങനെ സംഭവിക്കുമ്പോൾ വേണ്ടതെന്താണ് ചെയ്യേണ്ടതെന്നും അയാൾക്ക് മനസിൽ നല്ല നിശ്ചയമുണ്ടായിരുന്നു.

കുന്നിറങ്ങി താഴെയെത്തുമ്പോഴുള്ള ചായക്കടയിൽ രാജേഷ് ഓട്ടോ നിർത്തി.

"വാ, ഇവിടെ നിന്നും ഭക്ഷണം കഴിക്കാം."

സുശീലയ്ക്ക് വലിയ സന്തോഷമായി. ഒരിക്കൽ ദാമുവേട്ടൻ അവിടെ നിന്നും ചായ വാങ്ങിത്തന്നത് അവളുടെ ഓർമയിൽ വന്നു. താൻ ആദ്യമായി ദാമുവേട്ടന്റെ ആശ്രിതയായി എത്തിയ അന്നത്തെ കാര്യമാണ്.

അന്ന് ചായയും ഉള്ളിവടയും വാങ്ങിത്തരുമ്പോൾ, നേരേ എതിർദിശയിലുള്ള ബെഞ്ചിലെ, ചുവന്ന ഓയിൽസരിയണിഞ്ഞ സ്ത്രീ, പൊറോട്ടയും ഇറച്ചിയും ആവേശത്തോടെ കഴിക്കുന്നതു കണ്ട് അവൾക്ക് ആഗ്രഹം തോന്നിയതാണ്. പക്ഷേ, ആദ്യമായി ചായ വാങ്ങിത്തരുന്നയാളോട് ഇഷ്ടപ്പെട്ട ഭക്ഷണം എങ്ങനെ പറയുമെന്നതായിരുന്നു, അവളുടെ ശങ്ക.

എന്തായാലും, അന്ന് മനസിൽ നിറഞ്ഞ പൂ പോലത്തെ പൊറോട്ടയും ഇറച്ചിയും കഴിക്കാനുള്ള ആഗ്രഹം അവൾക്ക് ആദ്യമായി സഫല

മാകുവാൻ പോകുന്നു; അതും, പ്രിയപ്പെട്ട വ്യക്തിക്കൊപ്പം.

"സാർ, നമുക്കു കഴിച്ചാലോ?"

"എല്ലാം സുശീലയുടെ ഇഷ്ടം..." അയാൾ വിനീതവിധേയനെപ്പോലെ സുശീലയ്ക്കൊപ്പം കൈകൾ കഴുകി, ബെഞ്ചിലേയ്ക്ക് ഇരുന്നു. എതിർവശത്തുള്ള ഒരു ബെഞ്ചിൽ, രാജേഷും.

"ചേട്ടാ എനിക്കൊരു ചായയും വടയും മതി, വീട്ടിൽ നിന്നു കഴിച്ചിട്ടാണ് ഇറങ്ങിയത്" രാജേഷ് കടക്കാരനോടു പറഞ്ഞു.

വിറകടുപ്പിൽ വെന്തുമറിഞ്ഞ ഇറച്ചിക്കറിയുടെ ഗന്ധം അവിടെ നിറഞ്ഞു. പുകയുടെ നീറ്റൽ കണ്ണുകളെ ബാധിച്ചപ്പൊഴും, ഇഷ്ടപ്പെട്ട ഭക്ഷണം, ആ വിങ്ങലുകളെയൊക്കെ മാറ്റിക്കളയുകയായിരുന്നു.

പണമൊന്നും വാങ്ങാൻ ചായക്കടക്കാരൻ തയാറായില്ല. 'ദാമുവേട്ടനോടു പറഞ്ഞോളാം' എന്നു പറഞ്ഞപ്പോൾ, ജീവന് ഉറപ്പായി. അയാൾക്ക് അവിടങ്ങളിൽ അത്ര നിസാരമല്ലാത്ത പിടിപാടുതന്നെ ഉണ്ട്. എന്തൊക്കെയോ ഇടപാടുകൾ അയാളെ ചുറ്റിപ്പറ്റിയിട്ടുണ്ടെന്നത് തള്ളിക്കളയുക വയ്യ.

ഓട്ടോറിക്ഷ മെല്ലെ മുന്നോട്ടുനീങ്ങി. കുന്നുകളിറങ്ങി പാടവരമ്പത്തുകൂടെയും വനൃസമ്പത്തുനിറഞ്ഞ മരക്കാടുകൾക്കരികിലൂടെയും വാഹനം കുതിക്കുമ്പോൾ, തീർത്തും പരിചയമില്ലാത്ത വഴികൾതന്നെയായിരുന്നു, അത്.

"ഇനി ഇവിടെ നിന്നും എത്ര ദൂരം കൂടിയുണ്ടാവും?"

ജീവൻ, രാജേഷിനോടു ചോദിച്ചു.

"ഇവിടുന്നങ്ങോട്ട് അഞ്ചു മിനിറ്റു യാത്രചെയ്താൽ, ഒരു വലിയ ലോഡ്ജ് കാണാം. അവിടെ നിന്നും ഇടതുവശത്തായുള്ള റോഡിന്റെ അരികിൽ ഒരു അമ്പലക്കുളമുണ്ട്. പിന്നെ, കഷ്ടിച്ച് അഞ്ചു മിനിറ്റുകൂടി. എത്തിച്ചേരുന്ന ജംഗ്ഷൻ മുതൽ 'ചങ്ങഴിയൂര്' തുടങ്ങുകയായി..."

സുശീല അപ്പോൾ തന്റെ ഇടതുകൈ ജീവന്റെ വലതുകാലിൽവച്ച് പുറത്തേയ്ക്കു നോക്കി കാഴ്ചകൾ കാണുകയായിരുന്നു. അവളുടെ മുഖം സന്തോഷം കൊണ്ട് തുടുത്തിരുന്നു.

"സുശീലേ, അമ്പലക്കുളം കണ്ടിട്ടുണ്ടോ?" അയാൾ ചോദിച്ചു.

"ഇല്ല സാർ. ഞാൻ താമസിച്ചിരുന്ന വീടിന്റെ അടുത്ത് പണ്ട് ഒരു അമ്പലക്കുളം ഉണ്ടായിരുന്നെന്നാണ് പറയുന്നത്. ഏതോ പ്രശ്നങ്ങൾ ആ നാട്ടിൽ വന്നപ്പോൾ ദേവപ്രശ്നം വച്ചോ മറ്റോ അവർ അമ്പലക്കുളം മൂടിക്കളഞ്ഞെന്നാണ് കേട്ടത്. പിന്നുള്ള എന്റെ ജീവിതത്തിൽ അമ്പലവും അമ്പലക്കുളവുമൊക്കെ സങ്കൽപ്പങ്ങളിൽ മാത്രമേ ഉണ്ടായിട്ടുള്ളൂ സാറേ. ജീവിതം തന്നെ എന്റെ കൈപ്പിടിയിലല്ലാതെ പോവുമ്പോൾ എങ്ങനെ

യാണ് അമ്പലത്തെയും അമ്പലക്കുളത്തെക്കുറിച്ചുമൊക്കെ ചിന്തിക്കുന്നത്?"

അതുകേട്ടതും ജീവന് സന്തോഷമായി. താൻ മനസിൽ കരുതിയതു പോലെ തന്നെ. 'ചങ്ങഴിയൂരി'ൽ ചെന്ന് ആരെയാണ് കാണുന്നതെന്നൊന്നും ഒറ്റയടിക്ക് രാജേഷും ദാമുവേട്ടനും അറിയാതിരിക്കാൻ അതു തന്നെ മാർഗമെന്ന് അയാൾ കരുതി. അപ്പോൾ ഏതാണ്ട് പത്തരമണിയായിട്ടുണ്ടായിരുന്നു.

"രാജേഷേ, ആ അമ്പലക്കുളത്തിനടുത്തുള്ള ജംഗ്ഷനിൽ വണ്ടി നിർത്താമോ? അവിടേയ്ക്ക് ഞങ്ങൾ നടന്നുപൊയ്ക്കൊള്ളാം. കുറച്ചു കാഴ്ചകളൊക്കെ കണ്ട് ഒരു മണി കഴിയുമ്പോൾ ഞങ്ങൾ തിരികെയെത്താം.

ജീവന്റെ ആഗ്രഹത്തിനു വിഘാതമാവാൻ അവനു കഴിഞ്ഞില്ല. അയാൾ വണ്ടി ഒതുക്കിയതും, ജീവനും സുശീലയും മെല്ലെ പുറത്തേയ്ക്കിറങ്ങി. ഇടയ്ക്ക് കൈകൾ കോർത്തുപിടിച്ചും അല്ലാതെയും അവർ നടന്നുതുടങ്ങി.

"ശരിക്കു പറഞ്ഞാൽ, അയാൾക്കൊപ്പം എനിക്കു ശ്വാസം മുട്ടുന്നുണ്ടായിരുന്നു സുശീലേ. പരിചയമില്ലാത്ത ഒരാൾക്കൊപ്പം ശ്വാസംപിടിച്ചുള്ള യാത്ര എത്ര കഷ്ടപ്പാടാണ്? ഒന്നും തുറന്നു സംസാരിക്കാൻ പറ്റില്ലല്ലോ. ഇപ്പോ ആശ്വാസമായി."

"എനിക്കും. അയാൾ ദാമുവേട്ടന്റെ വിശ്വസ്തനാണെങ്കിലും നമ്മളെക്കുറിച്ച് എന്താണു കരുതുന്നതെന്ന് അറിയില്ലല്ലോ. അതാ ഞാനും ഒന്നും കൂടുതലായി മിണ്ടാതിരുന്നത്." സുശീല, തന്റെ നയം വ്യക്തമാക്കി.

പായൽ നിറഞ്ഞ് പച്ചക്കുളമായി മാറിയ അമ്പലക്കുളത്തിന്റെ അരികിലെത്തിയപ്പോൾ അവർ നിന്നു. കുളത്തിന്റെ കൽപ്പടവുകളുടെ അടുത്ത് നിറഞ്ഞുനിന്ന മഞ്ഞക്കമ്മൽ ചെടിയിൽ നിന്നും ഒരു പൂവിറുത്ത് അവൾ മുടികൾക്കിടയിൽ തിരുകി.

"എന്തിനാണ് ഈ പൂവ് സുശീലേ?" അയാൾ ചോദിച്ചു.

"മഞ്ഞക്കമ്മൽപ്പൂവിന് നല്ല സുഗന്ധമാണ് സാർ. അതുമാത്രമല്ല, ആ പൂവ് ചൂടിയാൽ ഇഷ്ടപ്പെട്ട കാര്യം നടക്കുമെന്നാണ് ഇവിടുള്ളവർ പറയുന്നത്."

"അതെയോ, എന്നിട്ട് എന്തുകാര്യമാണ് സുശീല ആഗ്രഹിച്ചത്?"

"അതു രഹസ്യമാണ്. ഒരിക്കൽ ഞാൻ അക്കാര്യം സാറിനോടു പറയുന്നുണ്ട്. എന്തായാലും സാറിനു മോശമാകുന്ന ഒന്നുമല്ലെന്ന് ഉറപ്പ്."

"ഓ, സുശീലയുടെ വിശ്വാസം രക്ഷിക്കട്ടെ. ആട്ടെ, അവിടെ ചെല്ലുമ്പോൾ എങ്ങനെയാണ് നമ്മുടെ പരിപാടി. എനിക്ക് അവിടെ ആരെയൊ

ക്കെയാണ് സുശീല പരിചയപ്പെടുത്തിത്തരുക? അറിയാവുന്നവർ വേറെയുമുണ്ടോ അവിടെ?"

"അതെക്കുറിച്ചൊന്നും സാർ വിഷമിക്കണ്ട. ഞാൻ കാട്ടിത്തരാൻ പോകുന്നത് ഒരു വലിയ ലോകമാണ്. ചിലരുടെ സന്തോഷം മറ്റുള്ളവരുടെ വേദനകളും കണ്ണുനീരും അമർഷവുമൊക്കെയായി മാറുന്ന ഒരു വലിയ ലോകം. ആ സ്ഥലത്തെക്കുറിച്ചുള്ള കാഴ്ചപ്പാടുകൾ ഓരോരുത്തരിലും ഓരോ വിധത്തിലാവാം."

അയാൾക്ക് സുശീലയിൽ വിശ്വാസം തോന്നി. അവൾ സ്നേഹത്തിനപ്പുറം കടപ്പാടും കാത്തുസൂക്ഷിക്കുന്നവളെന്ന കാര്യത്തിൽ അയാൾക്ക് അപ്പോൾ തികഞ്ഞ ബോധ്യം വന്നു. പഠനവും സാഹചര്യങ്ങളും നല്ല രീതിയിൽ ആയിരുന്നെങ്കിൽ സുശീല എത്രയോ നല്ല ജീവിതം നയിക്കേണ്ടിയിരുന്നവളെന്ന് അയാൾ ഓർത്തു.

നടത്തത്തിനിടയിലാണ് വലിയ പടിപ്പുരയൊക്കെയുള്ള ഒരു വലിയ വീട് സുശീലയുടെ കണ്ണുകളിൽ തറച്ചത്. അതെക്കുറിച്ച് ജീവനോടു പറയണമെന്ന് അവൾ നേരത്തെ തന്നെ ഉദ്ദേശിച്ചിരുന്നതുമാണ്.

"സൂക്ഷിച്ചുനോക്കേണ്ട. ആൾക്കാർ ശ്രദ്ധിക്കും. സാർ ആ കാണുന്ന പടിപ്പുരയുള്ള വലിയ വീടാണ് ജീന മാമിയുടേത്. മാമിയാണ് ചങ്ങഴിയൂരിലെ ഏറ്റവും വലിയ പണക്കാരിയെന്നാണ് എന്റെ തോന്നൽ. ചങ്ങഴിയൂരിൽ പലരെയും സംരക്ഷിക്കുന്നതും ഇപ്പോൾ ജീനമാമിയാണ്."

"ആരാണ് ജീന?" ദാമുവേട്ടൻ ചങ്ങഴിയൂരിനെപ്പറ്റി പറഞ്ഞ കഥകളിൽ ആ പേരു കേട്ടിട്ടുള്ളതെങ്കിലും ഒന്നും അറിയാത്ത മട്ടിൽ അയാൾ സുശീലയോടു ചോദിച്ചു.

"അതൊക്കെ ഞാനിപ്പോ എന്തു പറയാനാ സാറേ? ഓരോ പെണ്ണുങ്ങടെ ഭാഗ്യം."

പെട്ടെന്ന് സുശീല, വേറൊരു സ്ത്രീയായി മാറിയതുപോലെ അയാൾക്കു തോന്നി. ഇതേവരെ തന്റെ നെഞ്ചിൽ കിടക്കാൻ ആഗ്രഹിച്ച ആ സുശീല തന്നെയോ അത് എന്ന് അയാൾക്കു വിശ്വസിക്കാനേ കഴിഞ്ഞില്ല.

"അതെന്താ സുശീലേ അങ്ങനെ പറഞ്ഞത്?"

"എന്റെ പൊന്നുസാറേ. കൂടെക്കിടക്കാൻ തുനിഞ്ഞിറങ്ങിയാൽ ആ പണി ചെയ്യണം. അത് അന്തസായിട്ടു ചെയ്യുന്നതിലാണ് മിടുക്ക്.

മാമി ചെറുപ്പത്തിൽ അത്യാവശ്യം തരക്കേടില്ലാത്ത സുന്ദരിയായിരുന്നു. ഏതോ ഒരു രാഷ്ട്രീയനേതാവു വഴി ഒരു മന്ത്രി അവിടെ ഒരിക്കൽ ഒരു സൗഹൃദസന്ദർശനം നടത്തി. വന്നയാൾ മന്ത്രിയാണെന്ന് രാഷ്ട്രീയനേതാവ് കാലേകൂട്ടി പറഞ്ഞുകൊടുത്തതുകൊണ്ടാവണം, പുള്ളിക്കാരി

അയാളെ കൈയിലെടുത്തു. എന്തു മന്ത്രമാണ് ചൊല്ലിയതെന്ന് തമ്പുരാനു മാത്രമറിയാം.

എന്തായാലും, മാസത്തിൽ രണ്ടുതവണയെങ്കിലും ആ മന്ത്രി, തന്റെ സ്വന്തം കാറിൽ സെക്രട്ടറിയെ മാത്രം കൂട്ടി ഇവിടെ വരുമായിരുന്നു. വൈകുന്നേരം വന്നാൽ തിരികെ പോകുന്നത് പുലർച്ചെയാണ്. അതെപ്പറ്റി നാട്ടുകാർ എന്തൊക്കെയോ കുശുകുശുക്കുന്നതു തുടങ്ങിയപ്പോൾ മാമി നല്ല ആട്ടു തന്നെ ആട്ടി, നാട്ടുകാരോട്. 'എനിക്കു ചെലവിനു തരാനും കാര്യങ്ങൾ നടത്താനും പലരും വരും, നിങ്ങക്കെന്താ അതിന്റെ ചേതം?' എന്നായി, അവർ.

ആ നാക്കു ഭയന്നിട്ട് പിന്നെ പലരും ആ വഴിക്കു ചോദിക്കാൻ പോയിട്ടേയില്ല. തളർവാതം പിടിച്ച മാമിയുടെ അച്ഛനും അമ്മയ്ക്കുമൊന്നും എതിരായൊന്നും പറയാനും ഉണ്ടായിരുന്നില്ല.

പിന്നെപ്പിന്നെ, ആ മന്ത്രിയുടെ കൈയിൽ നിന്ന് എങ്ങനെയൊക്കെയോ അവൾ പണം കൈക്കലാക്കി. അതെപ്പറ്റി മാത്രം ഈ നാട്ടിൽ ഇപ്പോഴും എന്തൊക്കെയോ പറഞ്ഞുകേൾക്കുന്നുണ്ട്. പറ്റിച്ചതാണെന്നോ ഭീഷണിപ്പെടുത്തി വാങ്ങിയതാണെന്നോ ഒക്കെ. അതെന്തായാലും, മാമി രക്ഷപ്പെട്ടു. ആ മന്ത്രി മരിച്ചിട്ട് കുറെ നാളുകളായതുകൊണ്ട് പണത്തെച്ചൊല്ലി ആരും അന്വേഷിക്കാറുമില്ല."

ജീവൻ അതിശയിച്ചു. അപ്പോൾ, താൻ വിചാരിച്ചതിലും അവിശ്വസനീയമാണ് 'ചങ്ങഴിയൂരി'ലെ കാര്യങ്ങൾ എന്ന് അയാൾക്കു തെളിഞ്ഞു തുടങ്ങുകയായിരുന്നു; താൻ കരുതിയതിനെക്കാൾ കാര്യവിവരം സുശീലയ്ക്കുണ്ടെന്നും...

"ഇപ്പോൾ അവർ എന്തുചെയ്യുന്നു, സുശീലേ?"

"അതൊന്നും പറയണ്ട സാറേ. മാമിയാണ് 'ചങ്ങഴിയൂരി'ന്റെ എല്ലാം. അവിടെ ഏതു പെണ്ണ് എങ്ങനെ സുഖമായി കഴിയണമെന്ന തീരുമാനമൊക്കെ മാമിയുടേതാണ്. ആരെ ആർക്കു സമർപ്പിക്കണമെന്നും ആരെ സുഖിപ്പിക്കണമെന്നും എങ്ങനെയൊക്കെ പണമുണ്ടാക്കണമെന്നും മാമിക്കറിയാം. പോലീസും രാഷ്ട്രീയക്കാരുമൊന്നും മാമിക്കെതിരായി സംസാരിക്കുക പോലുമില്ല. സംസാരിച്ചാൽ, അവർക്കെതിരെയുള്ള പല ആയുധങ്ങളും അവരുടെ കൈയിലുണ്ടാവും. 'ചങ്ങഴിയൂരി'നെ ആ പേരിൽ നിന്നും രക്ഷപ്പെടുത്താൻ ചിലർ ശ്രമിച്ചപ്പൊഴും അതിനു വിരുദ്ധമായി നിന്നത് മാമിയാണ്. കച്ചവടത്തിന്റെ സാധ്യതകൾ മാറിപ്പോകുമല്ലോ."

"കൊള്ളാം. ഇത്ര ഗംഭീരമാണ് സുശീലയുടെ 'ചങ്ങഴിയൂരെ'ന്നറിഞ്ഞില്ല. വാ, നമുക്കു നടക്കാം. കൂടുതൽ കാഴ്ചകൾ ഇനിയും കിടക്കുകയല്ലേ..."

പരസ്പരം കൈകൾ കോർത്ത് അവർ നടന്നു. സ്നേഹം പടർന്നുകയറിയ ഒരു വള്ളിപ്പടർപ്പുപോലെ ആ മുഖങ്ങൾ പരസ്പരം കണ്ണുകൾകൊണ്ടുഴിഞ്ഞു.

വിശാലമായ ആ തെരുവിന്റെ ഇരുപുറവും ചെറിയ ചെറിയ വീടുകൾ കാണുന്നുണ്ടായിരുന്നു. ഇടയ്ക്കൊക്കെ മോശമല്ലാത്ത കാറുകൾ ആ വഴിയിലൂടെ പരക്കംപാഞ്ഞു.

വഴിയുടെ ഒരു അരികിൽ, ചാഞ്ഞുകിടക്കുന്ന ഒരു ബോർഡ് അയാളുടെ ശ്രദ്ധയിൽപ്പെട്ടു. 'ശാന്തിനഗർ 0 കിലോമീറ്റർ' എന്ന് എഴുതിയിരുന്ന ബോർഡ് കണ്ടപ്പോൾ, അയാൾ സുശീലയുടെ ശ്രദ്ധ ക്ഷണിച്ചു.

"ഇതാണല്ലേ, മുൻപൊരിക്കൽ പറഞ്ഞ ശാന്തിനഗർ? ആ പേരു തന്നെ ആരും തള്ളിക്കളഞ്ഞ മട്ടുണ്ടല്ലോ..."

താൻ പറഞ്ഞുകൊടുക്കും മുൻപുതന്നെ ആ ബോർഡ് കണ്ടെത്തിയ ജീവനിൽ അവൾക്ക് അഭിമാനം തോന്നി. താൻ വിചാരിക്കുന്നതിലും വലിയ തലത്തിലുള്ള ആരോ ആണ് ജീവൻ എന്ന് അവളുടെ മനസ് മന്ത്രിച്ചു.

"അതെ സാർ. ഞാൻ പറഞ്ഞിരുന്നല്ലോ. ഇവിടെ ആർക്കും അത്തരം സമാധാനത്തിലൊന്നും ഒരു താത്പര്യവുമില്ല. മുൻപൊക്കെ ഇവിടെ സ്ഥിരം പോലീസ് കാവലുണ്ടായിരുന്നു. പരിചയമില്ലാത്ത ഒരാൾ ശാന്തിനഗറിലേയ്ക്കു പ്രവേശിക്കുന്നതു കണ്ടാൽ ചോദ്യം ചെയ്യാൻ നാട്ടുപ്രമാണിമാരും പോലീസുമൊക്കെ ഉണ്ടായിരുന്നു. അതോടെ 'ചങ്ങഴിയൂരു'കാരുടെ കച്ചവടങ്ങളെല്ലാം പൊട്ടിപ്പൊളിഞ്ഞു. പോലീസിനെയും നാട്ടുകാരെയും പേടിച്ച് 'കസ്റ്റമർമാർ' ആരും വരാണ്ടായി. പിന്നെ, ആ പാവങ്ങൾക്കും ജീവിക്കണ്ടേ സാർ. വേറെ തൊഴിലറിയാത്ത 'ചങ്ങഴിയൂരു' നിവാസികൾ വീണ്ടും പതിവു ജോലികളിലേയ്ക്ക് ഇറങ്ങിത്തുടങ്ങി. ബോർഡിനെ ഒരു വശത്തേയ്ക്ക് ഒതുക്കുകയും ചെയ്തു."

സുശീല വളരെ നന്നായി സംസാരിക്കുന്നുണ്ടായിരുന്നു. അവൾക്ക് 'ശാന്തിനഗറി'ലെ പ്രധാനിയാകണമെന്നുണ്ടായിരുന്നു. പക്ഷേ, 'ശാന്തിനഗർ' വീണ്ടും 'ചങ്ങഴിയൂരാ'യി മാറിയപ്പോൾ ജീന മാമി വീണ്ടും ശക്തയായി. ആ നാട്ടിലെ ഏതു സ്പന്ദനത്തിനും മാമിയുടെ ശബ്ദം അവസാനവാക്കായി മാറി. 'ശാന്തിനഗറി'നായി കഷ്ടപ്പെട്ട സുശീല, നാട്ടുകാരുടെ ഭാഷയിൽ 'കുലംകുത്തി'യായി മാറുകയും അങ്ങനെ നാട്ടിൽ നിന്നും മാറിനിൽക്കേണ്ടിവരികയും ചെയ്തുവെന്നതാണ് സത്യം. അങ്ങനെയാണ് ദാമുവേട്ടന്റെ പക്കൽ അവൾ എത്തിപ്പെടുന്നതെന്ന് ജീവൻ തിരിച്ചറിഞ്ഞു.

"ഇപ്പോൾ ഇവിടെ ആരാ സുശീലയുടെ കൂട്ടുകാർ?"

ജീവൻ ഫെർണാണ്ടസ് വീണ്ടും തന്റെ ചോദ്യമെറിഞ്ഞു.

"ഒത്തിരിപ്പേരുണ്ട് സാറേ, സാറിന് എന്താ വേണ്ടത്? കണ്ടറിയണോ, അടുത്തറിയണോ?" ചങ്ങഴിയൂരിന്റെ ഗന്ധം പരന്നപ്പോൾ, അവൾ ആ നാട്ടിലെ ഏതോ പ്രമാണിയായ സ്ത്രീ ആയി മാറിയതു പോലെ.

"എന്റെ സുശീലേ എങ്ങനെയാണ് ഇവിടുത്തെ ജീവിതമെന്ന് അറിയാനുള്ള കൗതുകം കൊണ്ട് ചോദിച്ചതാണേ. എനിക്ക് ആരെയും അടുത്തറിയേണ്ട. തത്ക്കാലം സുശീല മതി."

'രോഗി ഇച്ഛിച്ചതും വൈദ്യൻ കൽപ്പിച്ചതും പാല്' എന്നു പറഞ്ഞതു പോലെയായി, അത്. സുശീലയുടെ ആഗ്രഹം, തന്നിൽ നിന്നും അകന്നുപോവാത്ത ജീവനെയായിരുന്നു. എന്താണ് ഉള്ളിലിരുപ്പ് എന്നറിയാനായി അവൾ ചോദിച്ചതായിരുന്നു, ആ ചോദ്യമെന്ന് ജീവന് നല്ല ബോധ്യമുണ്ടായിരുന്നു. അതുകൊണ്ടുതന്നെയാണ് സുശീലയുടെ ആഗ്രഹത്തിനൊത്ത മറുപടി അയാൾ പറഞ്ഞൊപ്പിച്ചത്. ജീന മാമിയുടെ തുടക്കത്തെക്കുറിച്ചുള്ള അഭിപ്രായപ്രകടനങ്ങൾ അയാളുടെ മനസിൽ വീണ്ടും മുഴങ്ങിക്കേൾക്കുന്നുണ്ടായിരുന്നുവല്ലോ.

"എന്റെ പൊന്നുസാറേ. കൂടെക്കിടക്കാൻ തുനിഞ്ഞിറങ്ങിയാൽ ആ പണി ചെയ്യണം. അത് അന്തസായിട്ടു ചെയ്യുന്നതിലാണ് മിടുക്ക്..."

ഒരു നിമിഷം കൊണ്ട് പതറിപ്പോകാവുന്ന മനസിന്റെ വ്യതിയാനങ്ങൾ, ഒരു പരിധിവരെ സുശീലയിലും വായിച്ചെടുക്കാൻ ആ വാചകം ധാരാളമായിരുന്നു.

സംസാരിച്ചുനടക്കുമ്പോഴാണ്, തൊട്ടപ്പുറത്ത് ഒരു വഴക്കിന്റെ ശബ്ദം ജീവന്റെ കാതിൽ മുഴങ്ങിയത്. അതെന്താണെന്നറിയാനുള്ള കൗതുകത്തിൽ അയാൾ സുശീലയെയും കൂടെ കൂട്ടി.

വായയും മുറുക്കിച്ചുവപ്പിച്ച് ഒരു സ്ത്രീ ഒരു മധ്യവയസ്കനോടു തട്ടിക്കയറുകയാണ്.

"ഭേ, വൃത്തികെട്ടവനേ. കൂടെക്കിടന്നിട്ട് ചോദിക്കുന്ന കാശ് തരാതെ പറ്റിക്കാൻ നോക്കുന്നോ? നെന്റെ വെഷമം മാറ്റാൻ കെടന്നുതരാൻ അറിയാമെങ്കിൽ പണം വാങ്ങിയെടുക്കാനും എനിക്കറിയാം മറ്റവനേ..." കേട്ടാലറയ്ക്കുന്ന തെറികളുമായി സ്ത്രീ തട്ടിക്കയറുമ്പോൾ അയാൾക്ക് എന്തെന്നില്ലാത്ത അറപ്പുതോന്നി. മെല്ലെ സുശീലയെയും കൈയിൽ പിടിച്ചുകൊണ്ട് ജീവൻ മുന്നോട്ടുനീങ്ങി.

"അതിവിടെ പതിവാണു സാർ. ചെല അവന്മാര് വല്യ സ്നേഹമായിട്ടൊക്കെ ഒട്ടിക്കൂടും. എന്നിട്ട് എങ്ങനെയും കാര്യം സാധിച്ചുകഴിഞ്ഞാൽ, കാശിനു ദാരിദ്ര്യം പറയും. അത് വച്ചുപൊറുപ്പിക്കാനൊക്കുമോ? എങ്ങനെയെങ്കിലും ജീവിച്ചുപിഴയ്ക്കാൻ ആഗ്രഹിക്കുന്നവരെ പറ്റിക്കുന്നതി

നോട് ഒരിക്കലും യോജിക്കാൻ കഴിയില്ല. സാറൊക്കെ എത്രയോ നല്ല ആളാണ്."

സുശീല പറഞ്ഞപ്പോൾ അയാൾ ചിന്തിക്കുകയായിരുന്നു. ശരിയാണ്. വേശ്യകളുടെ മനസറിയുക എത്രയോ പ്രയാസം തന്നെ. മന്ദമാരുതനോ കൊടുങ്കാറ്റോ ചുഴലിക്കാറ്റോ എന്താണ് തന്നിലേയ്ക്കു വീശിയടിക്കുകയെന്നറിയുമ്പോഴേയ്ക്കും അനുഭവം കഴിഞ്ഞിരിക്കും. ചിലപ്പോൾ അതൊരു പേമാരിയായി തന്നെ മുക്കിക്കളഞ്ഞുവെന്നും വരാം. ശ്വാസം പോലും കിട്ടാതെ പിടഞ്ഞ്, ആ നിലയില്ലാക്കയത്തിൽ വീണുമരിക്കാനാവും ചിലപ്പോൾ വിധി.

ചങ്ങഴിയൂര്...

ആ പേര് ആരായിരിക്കും ഇട്ടത്?

ജീവന് അക്കാര്യത്തിൽ കൃത്യമായൊരു ഉത്തരം ലഭിച്ചതേയില്ല.

എന്തായാലും, ചങ്ങഴി, അളവുപാത്രമാണെന്നു താൻ കേട്ടിട്ടുണ്ടെന്ന് ജീവൻ ഓർത്തു. തന്റെയൊക്കെ നാട്ടിലെ കൃഷിപാരമ്പര്യമുള്ള വീടുകളിൽ നാഴിയും പറയുമൊക്കെ താൻ കണ്ടിട്ടുമുണ്ട്. നാലു നാഴി ഒരു ഇടങ്ങഴിയാണെങ്കിൽ, ഒരു ഇടങ്ങഴി കൊള്ളുന്ന അളവുപാത്രത്തിനാണ് ചങ്ങഴിയെന്നാണ് കേട്ടിരിക്കുന്നത്. പത്ത് ഇടങ്ങഴിയാണത്രേ, ഒരു പറ. ഗ്രാമത്തിലെ അമ്പല ഉത്സവത്തിന് പറയെടുക്കാൻ ആനയെ എഴുന്നള്ളിച്ചുകൊണ്ടുവരുമ്പോൾ കാഴ്ചക്കാരനായി നിന്നിട്ടുള്ളതും പറയിലെ നെല്ല് അമ്പലക്കമ്മിറ്റിക്കാർ ചാക്കിലേയ്ക്ക് പകർത്തിയിട്ടിരുന്നതും ഒക്കെ ഇന്നലെ കണ്ട കാഴ്ചകൾ പോലെ മനസിൽ തെളിഞ്ഞു. അങ്ങനെയൊക്കെ മനസിൽ കയറിക്കൂടിയ ചങ്ങഴിയുടെതന്നെ പേരിലുള്ള ഊരിലേയ്ക്ക് എത്തിച്ചേരുമ്പോൾ, ജീവൻ ഫെർണാണ്ടസിലെ പത്രപ്രവർത്തകന് കൗതുകം ഇരട്ടിക്കുകയായിരുന്നു.

ചങ്ങഴിയൂര്!

അളവുപാത്രം പോലെ ഒരു നാട്...!

പൊൻപറകൊണ്ട് സ്നേഹം അളന്നുനൽകുന്ന ഒരു ഗ്രാമം എന്നൊക്കെ ചങ്ങഴിയൂരിനെ വിശേഷിപ്പിക്കാനൊക്കുമോ? അല്ലെങ്കിൽത്തന്നെ അളന്നുവാങ്ങാൻ കഴിയുന്ന ഒന്നാണോ സ്നേഹം? ഇവിടെ ലഭിക്കുന്ന സ്നേഹത്തിന് മണിക്കൂറുകളുടെ ആയുസ് മാത്രമാണല്ലോ ഉള്ളതെന്നോർത്ത് അയാളുടെ മനസ് കലങ്ങി. അതിൽത്തന്നെ, സ്നേഹത്തിന്റെ പേരിൽ നഷ്ടപ്പെടാൻ സാധ്യതയുള്ളത് എന്തൊക്കെയെന്നോർത്തപ്പോൾ, പ്രത്യേകിച്ചും.

അയാൾ ചിന്തകളിൽ ഊളിയിട്ട് മെല്ലെ നടക്കുകയായിരുന്നു. ഇടയ്ക്ക് സുശീല, ആ കൈകൾവിട്ട് തന്റെ പരിചയക്കാരിലേയ്ക്ക് ഓടിമറഞ്ഞു.

അത് അയാൾ കാണുന്നുണ്ടായിരുന്നു.

"സുശീലേ, നിന്റെ കല്യാണം പിന്നെയും കഴിഞ്ഞോ? ആൾ നല്ല സുന്ദരനാണല്ലോ..."

ഏതോ ഒരു പരിചയക്കാരി, സുശീലയെക്കണ്ട് ഓടിയെത്തി. അവൾ മെല്ലെ കൂട്ടുകാരിയോട് ജീവനെക്കുറിച്ചു പറഞ്ഞു.

"സാർ, ഇത് നിഷ. എന്റെ കൂട്ടുകാരിയായി ഇവിടെ ഉണ്ടായിരുന്നവളാണ്. എന്റെ ഏതു കാര്യത്തിനും ഇവൾ വലിയ സഹായമായിരുന്നു. ജീവിതംകൊണ്ട് ഏറെ കഷ്ടപ്പെട്ടിട്ടുള്ള കുട്ടിയാണ്..."

"ഇവിടെ ഇപ്പോൾ ഏതുതരം ആൾക്കാരൊക്കെയാണ് സന്ദർശകരായി വരുന്നത്?" ചോദ്യം സുശീലയോടായിരുന്നുവെങ്കിലും, ഉത്തരം പറഞ്ഞത് നിഷയാണ്.

"പലരും ആരാണെന്ന് ഞങ്ങൾക്കറിയില്ല സാറേ. ആരും കൃത്യമായി തന്നെപ്പറ്റി പറയാറൊന്നുമില്ല. സത്യം പറയാതെ എങ്ങനെയും കാര്യം സാധിച്ച് മടങ്ങുകയാണ് പതിവ്. കോളജ് പിള്ളാരടക്കം വരുന്നുണ്ട്. പേടിച്ചു പകച്ച് ആദ്യത്തെ ഒരു അനുഭവത്തിനു വന്നുപോകുന്ന അവർ വരുമ്പോഴാണ് ഇവിടെ എല്ലാവർക്കും ഒരു സന്തോഷം. വല്യ ശല്യമില്ലാത്തവരായിരിക്കും, അവർ.

പിന്നെ, ഭാര്യ മരിച്ചവർ, ഭാര്യയുമായി വേർപിരിഞ്ഞവർ, രാഷ്ട്രീയക്കാർ, അധ്യാപകർ എന്നുവേണ്ട എല്ലാത്തരം ആളുകളും ഇവിടെ വരാറുണ്ട്. ചില വല്യ ആളുകൾക്കായി ഇവിടെ നിന്നും അവരുടെ ഗസ്റ്റ് ഹൗസുകളിലേയ്ക്കും പോവാറുണ്ട് പലരും..."

ആ കഥകൾ ഒരു ദിവസം കൊണ്ടൊന്നും തീരുന്നതല്ലെന്ന് അയാൾക്ക് ഉറപ്പായിരുന്നു; സുശീലയ്ക്കൊപ്പം യാത്രചെയ്യുമ്പോൾ, തനിക്കാഗ്രഹിക്കുന്ന രീതിയിൽ കഥകൾ കണ്ടെത്താൻ പ്രയാസമാണെന്നും.

"സുശീലേ, നമുക്ക് തിരികെപ്പോയാലോ? വണ്ടിക്കാരൻ കാത്തിരിക്കില്ലേ?" അയാൾ ചോദിച്ചു.

"ശരിയാണ് സാർ, നമുക്കു മടങ്ങാം. ഒത്തിരി വൈകിയാൽ ദാമുവേട്ടനും അന്വേഷിച്ചേക്കും."

എപ്പോഴെങ്കിലും കാണാമെന്നും പറഞ്ഞ് നിഷയുടെ നേർക്കും കൈവീശുമ്പോൾ, അയാൾ ഒരു കാര്യം ശ്രദ്ധിച്ചു.

അവിടെ ആർക്കും മൊബൈൽഫോണില്ല. തല മൂത്തവർക്കു മാത്രമാണ് അവിടെ മൊബൈൽ ഉപയോഗിക്കാൻ അനുവാദമുള്ളത്. ചെറുപ്പക്കാരികൾ മൊബൈൽ ഫോൺ ഉപയോഗിച്ചാൽ, പിന്നെ, 'ചങ്ങഴിയൂരി'ൽ നിന്നും പുറത്താണ്. തങ്ങളുടെ ഉപഭോക്താക്കളുമായി വ്യക്തിബന്ധം ഒഴിവാക്കാൻ 'ചങ്ങഴിയൂരി'ലെ മാമി കണ്ടെത്തിയ ഉപായമാണ്

അത്.

അല്ലെങ്കിൽത്തന്നെ അവിടെ ആരും ആരുടെയും സ്വന്തമല്ലല്ലോ. ആർക്കോ വേണ്ടി പിറന്ന ജീവിതങ്ങളെക്കുറിച്ച് ചിന്തിച്ച് വേദനിക്കുമ്പോൾ, ജീവൻ ഒന്നുറപ്പിച്ചിരുന്നു.

ഇനി ഒരിക്കൽ വരുമ്പോൾ, തനിച്ചാവണം, ചങ്ങഴിയൂരിലേയ്ക്കുള്ള യാത്ര...

11

വണ്ടി കിടക്കുന്ന സ്ഥലത്തേയ്ക്ക് സുശീലയുടെ കൈ പിടിച്ച് തിരികെ നടക്കുമ്പോൾ, കുറെ സംശയങ്ങൾ കൂടി ജീവന്റെ മനസിലുണ്ടായിരുന്നു. വാതോരാതെ സംസാരിക്കാനറിയുന്ന സുശീല, അവയ്ക്കുള്ള ഉത്തരങ്ങൾ കൂടി നൽകിയിരുന്നെങ്കിൽ എന്ന് അയാൾ ആശിച്ചു.

സുശീല ഒന്നും മിണ്ടുന്നുണ്ടായിരുന്നില്ല. ഒരുപക്ഷേ, തിരസ്കരിക്കപ്പെട്ട തെരുവിന്റെ ഓർമകളിൽ അവൾ സ്വയം മുഴുകിയിരിക്കുന്നതാണെന്ന് അയാൾ ഓർത്തു. അച്ഛനുള്ളതായി സുശീല പറഞ്ഞിട്ടേയില്ല. അമ്മ മരിച്ചതിനുശേഷമാണ് കുട്ടികളെ 'ശരണാലയത്തി'ൽ എത്തിച്ചതെന്ന കാര്യം ഓർമിപ്പിച്ചിട്ടുണ്ടുതാനും. എന്നാലും, 'ചങ്ങഴിയൂരാ'ണ് തന്റെ വീടെന്നു പറഞ്ഞ സുശീല, വീട്ടിലേയ്ക്കു പോകുന്ന കാര്യം പറയാതിരുന്നതെന്താവണം? അവിടെ ആരെയും കാണുന്ന കാര്യം ഒരിക്കൽപ്പോലും ഓർമിപ്പിച്ചുമില്ലല്ലോ. സ്വന്തമായി ഒരു വീട് അവിടെ ഉണ്ടെങ്കിൽ വീട് കാണുവാനെങ്കിലും ആഗ്രഹം പ്രകടിപ്പിക്കുമായിരുന്നില്ലേ?

അയാൾ സുശീലയുടെ മുഖത്തേയ്ക്കു നോക്കി. സന്തോഷം നിഴലിക്കുമ്പൊഴും എന്തോ നഷ്ടബോധം അവളെ ഗ്രസിച്ചിരിക്കുന്നുവെന്ന് അയാൾക്കു തോന്നി.

ഒന്നാലോചിച്ചാൽ ശരിയാണ്. ശരിക്കും പറഞ്ഞാൽ ആകാശത്തിലോ ഭൂമിയിലോ എന്ന് ഉറപ്പില്ലാത്ത വിധത്തിലാണല്ലോ ഇന്ന് സുശീലയുടെ ജീവിതം. ശാന്തിനഗറിനായി മുറവിളി കൂട്ടിയെങ്കിലും ഭൂരിപക്ഷ ജനാധിപത്യം, സുശീലയുടെ മനസിന് എതിരായിരുന്നു. അതുകൊണ്ടോ? ശാന്തിനഗറിന്റെ മാമിയാകാനുള്ള സ്വപ്നങ്ങൾ അമ്പേ പൊലിഞ്ഞു.

കാര്യങ്ങൾ അവിടെയും അവസാനിച്ചില്ല. സഹശയനത്തിലൂടെ ജീവിതത്തിന് അർഥം കണ്ടെത്താൻ കഴിയുന്ന പതിവുകാർക്കിടയിൽ സുശീല, തിരുത്തൽവാദിയായി. 'ചങ്ങഴിയൂരി'ൽ നിന്നും തന്നെ ഏതാണ്ട് നിഷ്കാസിതയായ മട്ടിലേയ്ക്കുവരെ കാര്യങ്ങൾ നീങ്ങി. അതുകൊണ്ടാവണമല്ലോ, ദാമുവേട്ടന്റെ കീഴിലെ അഭയാർഥിയായി ജീവിച്ചുതീർക്കാൻ

സുശീല നിയോഗിക്കപ്പെട്ടിരിക്കുന്നതെന്ന് അയാൾ ഓർത്തു.

വാസ്തവത്തിൽ, അത്തരമൊരു ജീവിതം വരുത്തുന്ന മാനസികവ്യസനങ്ങൾ അവൾ ഉള്ളിലൊതുക്കുന്നതല്ലെന്നു വരുമോ? പൂർവാശ്രമത്തിന്റെ ഓർമകൾ അവളെ എത്രയധികമായി ഇപ്പോൾ അലട്ടുന്നുണ്ടായിരിക്കണം? സഹതപിക്കുവാൻ മാത്രം ക്രൂരഹൃദയനാകാൻ അയാളുടെ മനസ് അനുവദിച്ചില്ല. അല്ലെങ്കിൽത്തന്നെ, സ്വന്തം ബോധ്യങ്ങളിൽ ജീവിക്കുന്ന ഏതൊരു വ്യക്തിയും ഏറ്റവുമധികമായി വെറുക്കുന്നത് മറ്റൊരാളുടെ സഹതാപം കലർന്ന നോട്ടമോ സംസാരമോ ചിന്തയോ ആയിരിക്കുമല്ലോ. സുശീലയുടെ കാര്യത്തിലാവുമ്പോൾ, സ്വന്തം ബോധ്യത്തിന്റെ കാര്യത്തിൽ അവൾ തികഞ്ഞയുക്തിബോധമുള്ളവളാണെന്ന് ഇത്രയും നാളത്തെ അനുഭവം കൊണ്ട് തനിക്കറിയുകയും ചെയ്യാം.

ആരെയും കാത്തിരിക്കേണ്ടി വരുന്നയാളുടെ ജീവിതം എത്ര കഠോരമായിരിക്കും അല്ലേ? വരുമോ വരാതിരിക്കുമോ എന്ന് യാതൊരു പ്രതീക്ഷയുമില്ലാത്ത ജീവിതം. മഴ പെയ്യുമോ അതോ കാറ്റടിച്ചുപോകുമോ എന്നു പറയാൻ കഴിയാത്തതുപോലെയുള്ള അനിശ്ചിതത്വം. ചിലപ്പോൾ അതൊരു ചാറ്റൽമഴയാവാം. മെല്ലെ നനച്ച്, സ്നേഹത്തിന്റെ തലോടൽ പോലെ പോവുന്ന ഒന്ന്. അതുമല്ലെങ്കിൽ തുള്ളിക്കൊരുകുടം പോലെയുള്ള പേമാരി. ഓലമേഞ്ഞ വീടിന്റെ കൂരകളെ നനച്ച്, അതുമല്ലെങ്കിൽ കടപുഴക്കി നാശം വിതയ്ക്കുന്ന ഒന്ന്. കാത്തിരിപ്പിന്റെ ബാക്കിപത്രങ്ങൾ കൊണ്ടുവരുന്ന അനുഭവങ്ങൾ എപ്പോഴും സമാനമായിരിക്കില്ലേ?

സുശീലയുടെ കാര്യത്തിലാണെങ്കിൽ, അല്ലെങ്കിൽത്തന്നെ ആരെ കാത്തിരിക്കാനാണ്? അമ്മ മരിച്ചു. ഭർത്താവോ, ഉപേക്ഷിച്ചു. മക്കളെ തനിച്ചു നോക്കാൻ നിവൃത്തിയില്ലാതെ വന്നപ്പോൾ 'ശരണാലയത്തി'ൽ ആക്കുകയും ചെയ്തു.

ഒറ്റയ്ക്കൊരു ജീവിതം. ആരോടും കടപ്പാടുകളില്ല. ആരോടും വാക്കുകൾ നൽകേണ്ടതില്ല. ആരോടും ജീവൻ പകുക്കേണ്ടതില്ല. മണിക്കൂറുകളുടെ പങ്കുവയ്ക്കലുകളിൽ മാത്രം കഴിയുകയാണ്, ജീവിതത്തിന്റെ നവരസങ്ങളും വികാരത്തിന്റെ വേലിയേറ്റങ്ങളും എല്ലാം... സന്തോഷമാണെങ്കിലും ദു:ഖമാണെങ്കിലും സ്വയം ഉൾക്കൊണ്ടുതീർക്കണം.

യഥാർഥത്തിൽ, അതല്ലേ, ഏറ്റവും കഠിനമായ അവസ്ഥ എന്ന് അയാൾ ഓർത്തു. സന്തോഷം പങ്കുവയ്ക്കുമ്പോൾ ഇരട്ടിക്കുമെന്നും ദു:ഖം പങ്കുവയ്ക്കുമ്പോൾ പകുതിയാകുമെന്നും പറയുന്നത് സത്യമെങ്കിൽ, ഏകാകിയുടെ വ്യസനങ്ങൾ എത്രയോ കഠോരമായിരിക്കും? ഒന്നിലും പങ്കുവയ്ക്കലുകളില്ലാതെ, മനസിന്റെ നെരിപ്പോടിൽ കത്തിയെരിയുന്ന ചിന്തകളെ സ്വയം തമസ്കരിക്കേണ്ടിവരുന്നയാളിന്റെ അസ്വസ്ഥ

തകൾ എത്രയധികമായിരിക്കണം?

ഒന്നോർത്തുനോക്കിയാൽ, സുശീലയിലെ ഏകാകിക്ക് 'ചങ്ങഴിയൂര്' ഏറെ പഥ്യമാകേണ്ടതാണ്. അവിടെയാകുമ്പോൾ, ഉപഭോക്താക്കളെ കാത്ത് കഷ്ടപ്പെടേണ്ടി വരുന്നില്ലല്ലോ. സുശീലയും രമണിയും നിഷയും ജാനുവുമെല്ലാം അവിടെയുണ്ടെന്ന് ആവശ്യക്കാർക്കറിയാം. കോളജ് വിദ്യാർഥികൾ, അഭിഭാഷകർ, പോലീസുകാർ, വിദേശികൾ, വ്യവസായികൾ, ടാക്സി ഡ്രൈവർമാർ തുടങ്ങി എത്ര വേണമെങ്കിലും ഉപഭോക്താക്കൾ 'ചങ്ങഴിയൂരി'ലെ സ്ഥിരം കാഴ്ചയാണുതാനും.

ആർക്കും സുരക്ഷിതമായി ചേക്കേറാവുന്ന വസതികൾ. മണിക്കൂറുകൾക്കു കണക്കുപറഞ്ഞ് കയറേണ്ട ആവശ്യം മാത്രമേയുള്ളൂ. ആരെയും ഭയക്കേണ്ട. പോലീസുപോലും മാമിയുടെ ചൊൽപ്പടിയിൽ നിൽക്കുന്നവർ. വല്ലപ്പോഴും ഒരു റെയ്ഡു നടന്നാലും അവർക്ക് ആവശ്യമുള്ള തരുണീമണികളെ പങ്കുവച്ച് കേസിൽ നിന്നും തലയൂരുന്ന കാര്യത്തിൽ മാമിക്ക് നല്ല മിടുക്കാണ്. ജോലിക്കു നിൽക്കുന്ന പെൺകുട്ടികൾക്കും അക്കാര്യത്തിൽ നല്ല ധൈര്യമുണ്ട്.

എന്തായിരിക്കും സുശീലയുടെ കനപ്പെട്ട നിശബ്ദതയുടെ കാരണമെന്നറിയാൻ അയാളുടെ മനസ് വെമ്പി. ശാന്തിനഗറിന്റെ വളഞ്ഞു നിൽക്കുന്ന ബോർഡിന്റെ സ്ഥലമെത്തിയപ്പോൾ അയാൾ രണ്ടും കൽപ്പിച്ച് അവരോടു ചോദിച്ചു:

"സുശീലേ, എന്താ ഇപ്പോൾ തോന്നുന്നത്?"

അത്തരമൊരു ചോദ്യം അവൾ പ്രതീക്ഷിച്ചിട്ടില്ലായിരുന്നുവെന്നു തോന്നി. സാരിക്കോന്തല കൊണ്ട് മുഖം മെല്ലെ മറച്ചെന്നു വരുത്തി അവൾ പറഞ്ഞു:

"എന്തുപറയാനാ സാറേ? ഞങ്ങളെപ്പോലെയുള്ള അവളുമാരുടെ ജീവിതത്തെക്കുറിച്ച് ഓർത്തപ്പോൾ ഒരു വിഷമം. ചെയ്ത ജോലിക്കു കൂലി പറഞ്ഞു മേടിക്കേണ്ടി വന്ന ഒരു സ്ത്രീയെ സാർ കണ്ടിരുന്നില്ലേ? അപ്പോൾ ഞാൻ പറയാതിരുന്നതാണ്. എന്റെ അമ്മയുടെ അനിയത്തിയായിരുന്നു അവർ. എന്റെ ജീവിതം ഇങ്ങനെ മാറ്റിമറിച്ചതിൽ അവർക്കുണ്ടായിരുന്ന പങ്കിനെക്കുറിച്ച് ഞാൻ ഓർത്തുപോയതാണ്."

"എന്നിട്ട് അവർ സുശീലയെ കണ്ടതായി ഭാവിച്ചില്ലല്ലോ...?"

"അവർ അങ്ങനെയാണ് സാറേ. അവർക്ക് കാശിൽ മാത്രമേ താത്പര്യമുള്ളൂ. അച്ഛൻ മരിച്ചതിനു ശേഷം അമ്മ വേറൊരു വീട്ടിൽ ജോലിക്കു നിൽക്കുകയായിരുന്നു. വീട്ടിലെ കാര്യങ്ങൾ നേരാംവണ്ണം നടക്കാതെവന്നപ്പോൾ അവരാണ് അമ്മയോടു നിർബന്ധിച്ച് എന്നെ ഈ ജോലിയിലേയ്ക്കു തള്ളിവിട്ടത്...എനിക്ക് ഒട്ടും താത്പര്യമുണ്ടായിരുന്നില്ല. അന്ന്

എനിക്ക് പതിനാറുവയസാണ് പ്രായം..."

"എങ്ങനെയായിരുന്നു തുടക്കം? സുശീലയ്ക്ക് പറയാൻ ബുദ്ധിമുട്ടാണങ്കിൽ വേണ്ട..."

"എന്തിനാ ബുദ്ധിമുട്ടുന്നത് സാറേ? അല്ലെങ്കിത്തന്നെ ഞങ്ങളുടെയൊക്കെ ജീവിതം കുത്തഴിഞ്ഞ പുസ്തകമായിപ്പോയില്ലേ... നല്ലൊരു അധ്യാപികയായി മാറി കുട്ടികളെ പഠിപ്പിച്ച് ആ തെരുവിനു തന്നെ മാറ്റംവരുത്താനാഗ്രഹിക്കുന്ന ഒരു തുറന്ന പുസ്തകമാകാൻ ഞാൻ എത്രയധികമായി കൊതിച്ചതാണെന്നോ? എന്നാൽ, വിധി മറ്റൊരു തരത്തിലായി...

നല്ലൊരു ജോലി തരാമെന്നു പറഞ്ഞാണ് മാമിയുടെ വിശ്വസ്ത കൂടിയായ എന്റെ അമ്മയുടെ അനുജത്തി എന്നെ ആദ്യം തന്റെ വീട്ടിലേയ്ക്കു ക്ഷണിച്ചുവരുത്തുന്നത്. എന്റെ വീടിന്റെ അടുത്തുനിന്ന് ഒരു കിലോമീറ്റർ ദൂരമേയുള്ളൂ അവരുടെ വീട്ടിലേയ്ക്ക്. സാർ എത്തുമ്പോൾ വീടിന്റെ സ്ഥലം കാണിച്ചുതരണമെന്നൊക്കെ എനിക്കുണ്ടായിരുന്നു. പക്ഷേ അവരെ കണ്ടപ്പോഴേയ്ക്കും എന്റെ മാനസികാവസ്ഥ മുഴുവൻ തകിടം മറിഞ്ഞിരുന്നു..."

"അത്രയധികമായി അവർ സുശീലയെ വേദനിപ്പിച്ചിട്ടുണ്ടോ?"

"സാർ മറ്റാരോടും പറയില്ലെങ്കിൽ അത് എനിക്ക് ഉറപ്പുതരണം. ഞാൻ എന്റെ കഥ പറയാം..."

ജീവൻ ഫെർണാണ്ടസിന് എന്തു പറയണമെന്ന് അറയില്ലായിരുന്നു. വാക്കു കൊടുക്കുകയെന്നൊക്കെ പറഞ്ഞാൽ, അത് ആ പാവം പെൺകുട്ടിയെ വീണ്ടും മാനസികമായി തകർക്കുന്നതുപോലെയാവില്ലെന്ന് എന്താണ് ഉറപ്പ്. എന്നാൽ, ആ വിശ്വാസം ആർജിക്കാത്തപക്ഷം സത്യങ്ങൾ അറിയാൻ മടിക്കുമെന്ന് അയാളുടെ മനസ് പറഞ്ഞു. രണ്ടും കൽപ്പിച്ച് അയാൾ സുശീലയുടെ കരംപിടിച്ചു.

"സുശീലയ്ക്ക് എന്നെ വിശ്വസിക്കാം... സുശീലയെപ്പോലെ തന്നെ..."

അവളുടെ മുഖം മെല്ലെ തെളിഞ്ഞു. സാരിയുടെ കോന്തല മാറ്റി അവൾ അയാളുടെ കൈ പിടിച്ച് അമ്പലക്കുളത്തിന്റെ അരികിലേയ്ക്കു നീങ്ങി. കുളത്തിന്റെ കൽപ്പടവുകളിലിരുന്ന് അവൾ ആ കഥ പറഞ്ഞു.

"ഞാൻ ആദ്യം ആന്റിയുടെ അടുത്ത് എത്തുമ്പോൾ അവർ എന്നെ കെട്ടിപ്പിടിച്ചു. നെറുകയിൽ ഉമ്മ വച്ചു.

'നിന്നെ ഞാൻ രാജകുമാരിയെപ്പോലെ നോക്കും' എന്നു പറഞ്ഞു. അപ്പോഴെല്ലാം ഞാൻ എത്രയധികമായി സന്തോഷിച്ചെന്നോ? വെറുതെ ഒരു ഹാഫ്സാരി ഉടുത്ത് അത്ര അഴകൊന്നുമില്ലാതിരുന്ന ഒരു പെണ്ണായിരുന്നു, അന്ന് ഞാൻ. അവർ എന്നെ തന്റെ മുറിയിലേയ്ക്കു കൊണ്ടുപോയി. ആ മുറി കണ്ട് ഞാൻ അതിശയിച്ചു. കന്നുകാലിത്തൊഴുത്തു

പോലെയുള്ള എന്റെ വീട്ടിലെ മുറികളും ആന്റിയുടെ വീട്ടിലെ മുറികളും തമ്മിൽ താരതമ്യം ചെയ്യുവാനേ പറ്റുമായിരുന്നില്ല. അവിടുത്തെ അന്തരീക്ഷം വെറും പതിനാറുകാരിയായ എന്നെ അതിശയപ്പെടുത്താതിരിക്കുന്നത് എങ്ങനെയാണ് സാർ? ഞങ്ങളുടെ ജീവിതം നന്നാകണമെന്ന് ആഗ്രഹിക്കുവാനുള്ള അവകാശം എനിക്കും ഉണ്ടാകാതിരിക്കുമോ?"

മഞ്ഞക്കമ്മൽച്ചെടിയുടെ ഇലകൾ ഞെരടി മൂക്കിനോടടുപ്പിച്ചുകൊണ്ടിരുന്ന ജീവൻ, അവളെ ഒന്നുനോക്കി. ആ മുഖത്തുനിന്നും ഏറെ കഥകൾ അയാൾക്ക് വായിച്ചെടുക്കാനാവുന്നുണ്ടായിരുന്നു.

"എന്നിട്ട് ആ അന്തരീക്ഷത്തിനു മാറ്റമുണ്ടായോ സുശീലേ?"

"തുടക്കത്തിൽ ഒന്നും ഉണ്ടായിരുന്നില്ല. അവർ തന്നെ എന്നെ കുളിപ്പിച്ചു. പുത്തൻ പട്ടുപാവാടയും ബ്ലൗസും എനിക്കായി വാങ്ങിവച്ചിട്ടുണ്ടായിരുന്നു. അണിയിച്ചൊരുക്കി മേക്കപ്പ് ചെയ്തപ്പോൾ ഞാൻ ഏറെ സുന്ദരിയായി കാണപ്പെട്ടു. അപ്പൊഴും ജോലി എന്താണെന്നു മാത്രം അവർ പറഞ്ഞില്ല."

"അതെക്കുറിച്ച് യാതൊരു ധാരണകളും ഉണ്ടായിരുന്നില്ലേ അപ്പോൾ?"

"ഇല്ല സാർ. ഏതെങ്കിലും നല്ല വീട്ടിലെ ജോലിയാകുമെന്നായിരുന്നു ഞാൻ കരുതിയത്. നേരത്തെ ഒരു അനുഭവം മോശമായി ഉണ്ടായിരുന്നതുകൊണ്ട് വീട്ടുജോലിയെ ഞാൻ അൽപ്പം ഭയപ്പെടുകയും ചെയ്തിരുന്നു. ഒടുവിൽ, ഞാൻ ചോദിച്ചു, 'ആന്റി, എവിടേയ്ക്കാണ് ഞാൻ ജോലിക്കു പോകേണ്ടത്?' എന്ന്. അവർ അപ്പോഴാണ് പറഞ്ഞത് 'വണ്ടി ഉടനെ വരും' എന്ന്.

പഴയ ഒരു അംബാസഡർ കാറിലേയ്ക്ക് അവർ എന്നെ കയറ്റിയയച്ചു. അതീവസുന്ദരിയായി അണിഞ്ഞൊരുങ്ങിയ എന്നോട്, വണ്ടിക്കാരനൊപ്പം പൊയ്ക്കോള്ളാൻ മാത്രമാണ് പറഞ്ഞത്."

"എവിടേയ്ക്കായിരുന്നു, ആ യാത്ര?"

"വണ്ടി ചെന്നു നിന്നത് ഒരു വലിയ വീടിന്റെ കാർപോർച്ചിലേയ്ക്കാണ്. ചെന്നപാടേ എന്നെ സ്വീകരിക്കാൻ ഒരു പ്രായമുള്ളയാൾ ഇറങ്ങിവന്നു. ഏതാണ്ട് അൻപതു വയസ് പ്രായം തോന്നിക്കും. കൈയിൽ സ്വർണ ബ്രേസ്ലെറ്റും കഴുത്തിൽ വലിയ മാലയുമൊക്കെയിട്ട ഒരാൾ. ഏതോ വലിയ ബിസിനസുകാരനാണെന്ന് എനിക്കു തോന്നി.

അയാൾ എന്നെ മുറിയിലേയ്ക്കു ക്ഷണിച്ചു. ജ്യൂസിൽ എന്തോ മദ്യം കലർത്തി എനിക്കു തന്നു. നിന്നെ ഞാൻ രാജകുമാരിയെപ്പോലെ നോക്കും, എന്നെ ഇഷ്ടപ്പെട്ട് എന്റെ കൂടെ കഴിഞ്ഞാൽ മതിയെന്നു പറഞ്ഞു. മെല്ലെ അയാൾ എന്നെ ചേർത്തുപിടിച്ചു. എനിക്ക് ശ്വാസം മുട്ടി. ഞാൻ അങ്ങനെകരുതിവന്നതല്ല, ജോലിക്കു വന്നതാണെന്നു പറഞ്ഞിട്ട്

അയാൾ എന്നെക്കൊണ്ട് നിർബന്ധിച്ച് ജ്യൂസ് കുടിപ്പിച്ചു.

കുറച്ചുകഴിഞ്ഞപ്പോൾ എനിക്ക് തലചുറ്റുന്നതുപോലെ തോന്നി. ഞാൻ മെല്ലെ തളർന്നുകഴിഞ്ഞപ്പോൾ അയാൾ എന്റെ ഉടുപ്പുകൾ വലിച്ചൂരിക്കളഞ്ഞു. എന്റെ മുകളിലേയ്ക്ക് വലിയൊരു മനുഷ്യൻ വന്നുവീഴുന്നതു മാത്രമേ എനിക്ക് ഓർമയുള്ളൂ. ബോധം തെളിയുമ്പോൾ എന്റെ കാലിടകൾ നീറിപ്പുകയുകയാണ്. എനിക്ക് എന്നെത്തന്നെ നഷ്ടപ്പെട്ടുവെന്ന് എനിക്കു തോന്നി. അയാൾത്തന്നെ എന്നെ കുളിക്കാൻ സഹായിച്ചു. എന്റെ ശരീരഭാഗങ്ങളിൽക്കൂടി അപ്പോഴും അയാളുടെ കൈകൾ സഞ്ചരിക്കുന്നുണ്ടായിരുന്നുവെങ്കിലും പ്രതികരിക്കാൻ പോലുമുള്ള ത്രാണി എനിക്കുണ്ടായിരുന്നില്ല. കുറെക്കഴിഞ്ഞ് അയാൾത്തന്നെ എന്നെ വണ്ടിയിൽ കയറ്റി. കൈ നിറച്ച് കാശും ഒരു കത്തും എന്റെ കൈയിൽ തന്നുവിട്ടു. ആന്റിയെ ഏൽപ്പിക്കാൻ പറഞ്ഞു...”

“കഷ്ടം... ഒന്നും വയ്യാത്ത അവസ്ഥയിൽ ആന്റിയെ കാണുമ്പോൾ അവർ എന്തു പറഞ്ഞു?”

“അവർ എന്റെ കൈയിൽ നിന്നും പണവും കത്തും വാങ്ങി. ആയിരം രൂപ എനിക്കു തന്നു. കത്തു വായിച്ചുനോക്കിയശേഷം എന്റെ കൈയിൽ ഒരു മരുന്നു തന്നു. പിന്നീടാണ് ഞാൻ അറിയുന്നത് അത് എന്തോ ലൂബ്രിക്കന്റ് ആയിരുന്നുവെന്ന്...”

ശ്വാസമടക്കിപ്പിടിച്ചുകൊണ്ട് ജീവൻ അവളുടെ കഥകൾ മുഴുവൻ കേട്ടു. ഒന്നുമാത്രമാണ് ചോദിക്കാൻ തോന്നിയത്.

“പിന്നീടെപ്പോഴെങ്കിലും ആ അനുഭവത്തിൽ നിന്നും മോചനം വേണമെന്ന് ആന്റിയോടു പറഞ്ഞിരുന്നില്ലേ?”

“ആരു കേൾക്കാൻ സാറേ. ഒരിക്കൽ എന്നെക്കൊണ്ടു കഴിയില്ലെന്നു പറഞ്ഞപ്പോൾ അവർ എന്നെ പൊതിരെ തല്ലി. നിന്റെ വായിലേയ്ക്ക് എന്തേലും പോവണേൽ വേറെ എന്തു ചെയ്യും എന്ന് എന്നോടു ചോദിച്ചു. പിന്നെപ്പിന്നെ നിവൃത്തികെട്ടപ്പോൾ ഞാൻ കരുതി. എന്തായാലും പതിനേഴു തികയും മുൻപേ കിടന്നുകൊടുക്കേണ്ടിവന്ന ഞാൻ വേറെ എവിടെപ്പോകാനാണെന്ന്. അങ്ങനെയാണ് ഈ വഴിയിലായത്. ഇടയ്ക്ക് മാറിച്ചിന്തിച്ചുതുടങ്ങിയപ്പോഴാണ് ശാന്തിനഗറിന്റെ സാധ്യതകളുമായി ഞാൻ നീങ്ങുന്നത്. അത്രയും കൂടിയായപ്പോൾ അവിടെയുള്ള സുഖംപറ്റിയ പെണ്ണുങ്ങൾ എന്നെ ഒറ്റപ്പെടുത്തിത്തുടങ്ങി. അപ്പോൾപ്പിന്നെ സ്ഥലം മാറുന്നതാണ് നല്ലതെന്ന് എനിക്കും തോന്നി. സാർ പറ, ഞാൻ അല്ലെങ്കിൽ എന്തു ചെയ്യുമായിരുന്നു...?”

ജീവന്റെ ഓർമകളിൽ ക്ലീറ്റസിന്റെ ക്ലാര, വേദനിക്കുന്നൊരു നക്ഷത്രമായി മാറി. ഇപ്പോൾ സുശീലയുടെ നെറ്റിത്തടത്തിൽ ഒരു വലിയ പൊട്ടെ

ങ്കിലുമുണ്ട്. ആ പൊട്ടിൽക്കൂടി സൂര്യരശ്മികൾ അരിച്ചുകയറി അവളിലെ ഊർജത്തെ ഉണർത്തട്ടെ എന്ന് അയാൾ ഓർത്തു. വെറുതെ താനായെന്തിന്, ഒരു ജീവന്റെ പ്രതീക്ഷകളെ തല്ലിക്കെടുത്തണമെന്നും.

"അതുപോട്ടെ സുശീലേ, നമ്മൾ വിചാരിക്കുന്നതുപോലെയാകണമെന്നില്ലല്ലോ നമ്മുടെ ജീവിതങ്ങൾ... എന്റെ തന്നെ കാര്യമോർത്താൽ, ഞാൻ ആഗ്രഹിച്ചിരുന്നത് വല്ല ഡോക്ടറോ എൻജിനീയറോ സിവിൽ സർവീസുകാരനോ ഒക്കെ ആകാനാണ്. പഠനത്തിൽ എല്ലായിടത്തും മുന്നിട്ടുനിന്ന എനിക്ക് വീട്ടിലെ സാമ്പത്തികചുറ്റുപാടുകൾ അതിനൊന്നും കഴിയുന്നതായിരുന്നില്ല. പിന്നെപ്പിന്നെ, എന്തൊക്കെയോ എഴുത്തിന്റെ ബലത്തിൽ പത്രപ്രവർത്തനത്തിന്റെ വഴികൾ തെളിഞ്ഞു. ജീവിതം തരുന്നതെന്തും സന്തോഷത്തോടെ സ്വീകരിക്കാത്തപക്ഷം നമ്മൾ നിരാശയിൽ ആണ്ടുപോവുമെന്നതല്ലാതെ എന്താണു പകരം ലഭിക്കുക?"

"സാർ പറഞ്ഞതു ശരിയാണ്. അതുതന്നെയാണ് ഞാനും കരുതുന്നത്. ഇപ്പോൾ എനിക്ക് സാറിന്റെ സാമീപ്യം ലഭിക്കാനുള്ള മഹാഭാഗ്യമെങ്കിലും ലഭിക്കുന്നുണ്ടല്ലോ. ആരെയും ഞാനായി വിഷമിപ്പിക്കില്ല. എന്റെ ജീവിതം എങ്ങനെ വേണമെങ്കിലും പൊയ്ക്കൊള്ളട്ടെ സാറേ....

അതുപോട്ടെ, രാജേഷിനെ കാണുമ്പോൾ ആന്റിയെ കണ്ട കാര്യമൊന്നും പറയേണ്ട കേട്ടോ. അത് ദാമുവേട്ടൻ ഉടനെ അറിഞ്ഞാൽ എന്നോടു പലതും ചോദിക്കും. സാറിന്റേടുത്തു മനസു തുറന്നതുപോലെ ഇനിയും പറയേണ്ടിവന്നാൽ എനിക്കു കരച്ചിൽ വരും..."

"ഇല്ല സുശീലേ. നമുക്ക് വലിയ സംസാരങ്ങൾ വണ്ടിക്കുള്ളിൽ കുറയ്ക്കാം. അതല്ലേ നമ്മൾ ഇവിടെ ഇങ്ങനെ ചെലവഴിച്ചതും..."

"അതേതായാലും നന്നായി..." സുശീലയുടെ മനസിലെ ഭാരം ഇറക്കിവച്ചപ്പോൾ അവൾ വീണ്ടും ഊർജ്ജസ്വലയായി. രാജേഷ് ഓട്ടോറിക്ഷയുമായി, പറഞ്ഞ സ്ഥലത്തുതന്നെ കാത്തിരിക്കുന്നുണ്ടായിരുന്നു. അവർ അതിൽ കയറി. അവൾ അയാളോട് ഒട്ടിച്ചേർന്നിരുന്നു.

"നേരേ ദാമുവേട്ടന്റെ അടുത്തേയ്ക്കല്ലേ?"

രാജേഷാണ് ചോദിച്ചത്.

"അതെയതെ. ദാമുവേട്ടൻ അവിടെ കാത്തിരിക്കുന്നുണ്ടാവും. നേരെ പോകാം."

വണ്ടി മെല്ലെ മുന്നോട്ടുനീങ്ങി. പാടശേഖരങ്ങളുടെ കാഴ്ചകൾക്കിടയിലെപ്പോഴോ, അയാളുടെ മനസിൽ രേഖ വീണ്ടും കടന്നുകൂടി. ഗോത്രവർഗക്കാരുടെ ഉന്നമനത്തിനായി പ്രവർത്തിക്കുന്ന രേഖ വിചാരിച്ചാൽ സുശീലയെ എങ്ങനെയെങ്കിലും രക്ഷപ്പെടുത്താൻ കഴിയുമോ എന്നും. പക്ഷേ, അക്കാര്യം രേഖയോട് എങ്ങനെ പറയുവാനാണ്? പറഞ്ഞാൽത്ത

ന്നെയും നല്ല അർഥത്തിൽ അവൾ എടുക്കാതിരുന്നെങ്കിലോ? മറ്റൊരു പെണ്ണിനോടുള്ള അടുപ്പം എന്ന അർഥത്തിൽ അവൾ കരുതിയാൽ താൻ വെറുമൊരു സ്ത്രീലമ്പടനായി ചിത്രീകരിക്കപ്പെട്ടെങ്കിലോ എന്ന് അയാൾ ഭയന്നു.

പിന്നെ, വേറൊന്നുകൂടിയുണ്ട്. മറ്റൊരു ജോലി എന്നൊക്കെ പറയുമ്പോൾ അവൾ അതിനെ ഉൾക്കൊള്ളുമെന്ന് എന്താണ് ഉറപ്പ്?

"... പിന്നെപ്പിന്നെ നിവൃത്തികെട്ടപ്പോൾ ഞാൻ കരുതി. എന്തായാലും പതിനേഴു തികയും മുൻപേ കിടന്നുകൊടുക്കേണ്ടിവന്ന ഞാൻ വേറെ എവിടെപ്പോകാനാണെന്ന്. അങ്ങനെയാണ് ഈ വഴിയിലായത്..." അവളുടെ വാക്കുകൾ അയാളുടെ മനസിൽ ചാട്ടുളിയെക്കാൾ വേഗത്തിൽ വന്നുതറച്ചു. അതുകൊണ്ടുതന്നെ, മെല്ലെ കാര്യങ്ങൾ പഠിച്ചതിനുശേഷം മാത്രം മതി എന്തെങ്കിലും അഭിപ്രായങ്ങളും തീരുമാനങ്ങളും എന്ന് മനസ് പറഞ്ഞു.

ഓട്ടോയിൽ സ്ഥലമെത്തിയതോടെ, ഒരു ചിരി സമ്മാനിച്ച് രാജേഷ് യാത്രയായി. ആ ചിരിയുടെ അർഥങ്ങളെക്കുറിച്ചൊന്നും ആരും ചിന്തിച്ചതേയില്ല.

സമയം രണ്ടുകഴിഞ്ഞെങ്കിലും തന്റെ അതിഥികൾക്കായുള്ള ഭക്ഷണം ഒരുക്കി ദാമുവേട്ടൻ കാത്തിരിക്കുന്നുണ്ടായിരുന്നു. സുശീലയെ അയാൾക്ക് അത്ര വിശ്വാസമാണ്. മറ്റൊരുവഴിക്കും പോകില്ലെന്നറിയാമായിരുന്നതുകൊണ്ട് ഒന്നിച്ചാകാം, ഭക്ഷണം എന്ന് അയാൾ കരുതി.

വസ്ത്രംമാറിവരാമെന്നു പറഞ്ഞ് സുശീല മുറിയിലേയ്ക്കു പോയ സമയം നോക്കി, ദാമുവേട്ടൻ ജീവനെ അരികിലേയ്ക്കു വിളിച്ചു.

"എങ്ങനെയുണ്ട് കാഴ്ചകൾ? ചങ്ങഴിയൂര് ഇഷ്ടമായോ ജീവന്?"

"അതൊക്കെയാണോ ജീവിതം ദാമുവേട്ടാ. ഒരു കൗതുകം കൊണ്ട് കണ്ടിരിക്കാം എന്നു കരുതി. അത്രേയുള്ളൂ."

"എങ്കിൽ ഞാൻ കുറച്ചുകാര്യം കൂടി പറയാം. നമ്മൾ വിചാരിക്കുന്നത്ര സുഖമുള്ള സ്ഥലമല്ല അവിടം. അവിടുത്തെ മാമിയെക്കുറിച്ചൊക്കെ സുശീല പറഞ്ഞുകാണുമല്ലോ. എന്തുചെയ്യാനും മടിക്കാത്തവളാണ് അവർ. അവരോടു മത്സരിച്ചവരൊക്കെ എന്നും പ്രശ്നങ്ങളിൽപ്പെട്ടിട്ടേയുള്ളൂ. എത്ര പെണ്ണുങ്ങളെ കൂട്ടിയും കേസെടുപ്പിക്കാൻ അവർ മിടുക്കിയാണ്.

ഒരുകാലത്ത് ഈ നാട്ടിലെ ഗുണ്ടാരാജ് തന്നെയായിരുന്നു, ചങ്ങഴിയൂര് കളനി. തറവാട്ടിൽപിറന്ന ഒരാളും ആ വഴിക്ക് പോകാൻ തന്നെ ധൈര്യപ്പെടില്ല. ആ പ്രദേശത്തുനിന്ന് നല്ലൊരു കല്യാണം ആണിനും പെണ്ണിനും നടക്കുകയുമില്ല. അവിടംവച്ചുനോക്കുമ്പോൾ, എന്റെയടുത്ത്

ജീവന് എപ്പോ വേണമെങ്കിലും വരാം. ഒരു പ്രശ്നവും ഉണ്ടാവില്ല..."

സ്ഥിരം പതിവുകാരനല്ല താനെന്ന് എങ്ങനെയാണ് പറഞ്ഞുമനസിലാക്കുക? ജോലിയുടെ വെല്ലുവിളി സ്വീകരിച്ചു യാത്രചെയ്ത തന്റെ അറിവുകളുടെ ഇടത്താവളം മാത്രമാണ് അതെന്ന് ആരോടെങ്കിലും പറയാൻ കഴിയുമോ? പറഞ്ഞാൽത്തന്നെ ആരു വിശ്വസിക്കുവാനാണ്?

തന്റെ യാത്രകൾ തുടരുവാൻ സമയമായിരിക്കുന്നു. ഇടത്താവളങ്ങളിൽ നിന്നും ഇടത്താവളങ്ങളിലേയ്ക്ക്. അറിവുകളിൽ നിന്നും വിജ്ഞാനത്തിലേയ്ക്ക്. ആ യാത്രയിൽ തടസമായി ആരും വന്നുചേരാനും പാടില്ല. ഭക്ഷണം കഴിച്ച് ഉടൻ അവിടെനിന്നും മടങ്ങുവാനാണ് ആഗ്രഹിച്ചത്. പക്ഷേ, പിറ്റേന്നു പോകുന്നതാണ് ഉചിതമായ തീരുമാനമെന്ന് ജീവനു തോന്നി. അല്ലാതെവന്നാൽ, ഒരുപക്ഷേ സുശീലയ്ക്കു വിഷമമാകുന്നതുപോലെ തന്നെ ദാമുവേട്ടന് സംശയവും അധികരിക്കാതിരിക്കില്ല. അതുകൊണ്ടുതന്നെ നയപരമായിട്ടാവണം, ഇനിയുള്ള നീക്കങ്ങൾ എന്ന കാര്യത്തിൽ ജീവൻ ഫെർണാണ്ടസിന് നല്ല ബോധ്യമുണ്ടായിരുന്നു.

"ദാമുവേട്ടൻ പറഞ്ഞതാണ് ശരി. നിങ്ങൾ എത്ര നല്ല ആളാണ്? എനിക്ക് ഇവിടെ വരുന്നത് ഏറ്റവുമടുത്ത സുഹൃത്തിന്റെ പക്കൽ എത്തിച്ചേരുന്നതുപോലെയാണ്. എന്നെക്കൊണ്ടുള്ള എന്തു സഹായത്തിനും ഞാനും ഈ സ്ഥലത്തോട് കടപ്പെട്ടിരിക്കുന്നു."

"ജീവൻ ഇപ്പോൾ നമ്മുടെ ഒരു കുടുംബാംഗംതന്നെയായില്ലേ? സുശീലയ്ക്കാണെങ്കിലും ജീവന്റെ ജീവനായ കൂട്ടുകാരനാണ് ജീവൻ... വാ, നമുക്കു ഭക്ഷണം കഴിക്കാം. കാത്തിരുന്നു വിശന്നു..."

സുശീല അപ്പോഴേയ്ക്കും തിരികെയെത്തി. ചുരിദാറണിഞ്ഞ് അവൾ അതീവ സുന്ദരിയായി കാണപ്പെട്ടു. നെറ്റിയിലെ പൊട്ട് അപ്പോഴും മാഞ്ഞിരുന്നില്ല.

ഭക്ഷണം കഴിഞ്ഞപ്പോഴാണ്, ജീവൻ സുശീലയോടു പറയുന്നത്, തന്റെ യാത്രകളുടെ കാര്യം...

"എനിക്ക് നാളെ കാലത്തു മടങ്ങണം. ഓഫീസിൽ കുറെ അത്യാവശ്യകാര്യങ്ങളുണ്ട്. ഇന്നു രാത്രികൂടി സുശീലയ്ക്കൊപ്പം കഴിഞ്ഞിട്ടു മടങ്ങാമെന്നു കരുതി. രാത്രിയാത്ര ഒഴിവാക്കുകയുമാകാമല്ലോ."

"രാത്രികാലം അല്ലെങ്കിലും കുന്നിറങ്ങുന്നത് അതികഠിനമാണ് സാർ. മഞ്ഞും തണുപ്പും കൊണ്ട് ചെവിയൊക്കെ വേദനിക്കും. നേരം പുലർന്നിട്ടുതന്നെ പോകാം. അല്ലെങ്കിലും ഒരുരാത്രികൂടിയെങ്കിലും എനിക്കു കുറെ സംസാരിക്കാമല്ലോ. ആ തീരുമാനം എന്തായാലും നന്നായി..."

സന്ധ്യയായപ്പോൾ പതിവുപോലെ ദാമുവേട്ടൻ വാറ്റുമദ്യവുമായെത്തി. അതിഥി പിറ്റേന്നു മടങ്ങുംമുൻപ് കുറെ നേരം സന്തോഷമായി ചെലവ

ഴിക്കുകയാണെങ്കിൽ വീണ്ടും ആ അതിഥിക്കായി കിടക്കവിരി വിരിക്കാൻ തനിക്കു കഴിഞ്ഞേക്കുമെന്നു തന്നെ ദാമു കരുതി. മറ്റ് അതിഥികൾ ഒരു പക്ഷേ, ജീവന്റെ പേരിലും വന്നുചേർന്നാലോ?

സംസാരങ്ങൾ പാതിരാവോളം നീണ്ടു. ചങ്ങഴിയൂരിനെപ്പറ്റി, സ്നേഹത്തിന്റെ തടവറകളെപ്പറ്റി, സുശീലയെപ്പറ്റി, ദാമുവേട്ടന്റെ കുടുംബത്തെപ്പറ്റി.... അത് സ്നേഹം ചാലിച്ചെഴുതിയ നർമഭാഷണങ്ങളായിരുന്നു. ചതിയും വഞ്ചനയുമില്ലാതെ, തുറന്ന മനസോടെ സ്നേഹിക്കുന്നവർക്കിടയിലുണ്ടാവുന്ന ഭാഷണങ്ങൾ. ഒരിക്കലും മറക്കാനാവാത്ത ആ സന്ധ്യയ്ക്കും രാത്രിക്കും, ജീവൻ ദാമുവേട്ടന് നന്ദി പറഞ്ഞു; ഒപ്പം, സുശീലയ്ക്കും...

ഒരു രാത്രി കൂടി മറയുമ്പോൾ, ആ സഹശയനരാത്രികളിലെ ഏറ്റവും മനോഹരമായി രാത്രിയായി അതു മാറുന്നത് ജീവൻ അനുഭവിച്ചറിയുകയായിരുന്നു...

പുലർച്ചെ, സൂര്യവെളിച്ചം ജനൽപ്പാളികളിലൂടെ അരിച്ചുകയറുമ്പോൾ, സുശീല ജീവന്റെ നെഞ്ചിൽച്ചാരി കിടക്കുകയായിരുന്നു. ഏറ്റവും വിശ്വാസയോഗ്യമായ സംരക്ഷണകവചമാണ് പുരുഷന്റെ വിടർന്ന നെഞ്ചെന്ന് സുശീലയ്ക്കു തോന്നി. അവൾ നാണംകലർന്ന നോട്ടത്തോടെ, അയാളുടെ താടിയിലേയ്ക്കു നോക്കി.

"ഇനി, യാത്രകൾ കൂടുമ്പോൾ സാർ എന്നെ മറക്കുമോ?"

അയാൾ തന്റെ വലംകൈകകൾ കൊണ്ട് സുശീലയുടെ തലമുടിയിഴകൾക്കിടയിലൂടെ തലോടിക്കൊണ്ടു പറഞ്ഞു:

"ഒരിക്കലുമില്ല. എന്നെപ്പോലൊരു യാത്രികന് സ്നേഹം മുഴുവനായി വച്ചുനീട്ടിയ ഒരു നിവേദ്യപാത്രമാണ് സുശീല. ആ സുശീലയെ ഞാൻ മറക്കാനോ? എവിടെപ്പോയാലും ഞാൻ ഇവിടെ മടങ്ങിയെത്തും. തടാകക്കരയിൽ ഓടിയണയുന്ന മാൻകിടാവിനെപ്പോലെ..."

സുശീലയുടെ കണ്ണുകൾ നിറഞ്ഞൊഴുകി. ആ ഹൃദയമിടിപ്പുകൾ ദ്രുതഗതിയിലാവുന്നത് അയാൾക്ക് അറിയാൻ കഴിയുന്നുണ്ടായിരുന്നു.

"ഇത്ര നിഷ്കളങ്കനായ ഒരാളെ ഞാൻ ജീവിതത്തിൽ കണ്ടിട്ടില്ല. എന്നെ എത്രയധികമായാണ് സാർ ആശ്വസിപ്പിച്ചത്? എവിടെപ്പോയാലും സാറിന് നല്ലതേ വരൂ. ഞാൻ കാത്തിരിക്കും."

അവൾ അയാളുടെ കൈവിരലുകൾ മാറോടുചേർത്തു ചുംബിച്ചു. ഓർമപ്പെടുത്തുവാൻ ഒരു മുദ്രമോതിരം അണിയിക്കണമെന്നുണ്ടായിരുന്നു, സുശീലയ്ക്ക്. പക്ഷേ, അതിനുള്ള പണം തന്റെ കൈയിൽ ഇല്ലായിരുന്നുവല്ലോ എന്നോർത്ത് അവൾ വേദനിച്ചു.

ജീവൻ അവൾക്ക് വെറുമൊരു രാത്രിക്കൂട്ടിന്റെ സന്തോഷമായിരുന്നി

ല്ലല്ലോ പകർന്നു നൽകിയിരുന്നതെന്ന് ദാമുവേട്ടനും നന്നേ ബോധ്യമുണ്ടായിരുന്നു.

എഴുന്നേറ്റു റെഡിയായ അതിഥിക്കായി ഇടിയപ്പവും മൊട്ടക്കറിയുമെല്ലാം തയാറാക്കി ദാമുവേട്ടൻ എത്തുമ്പോഴേയ്ക്കും സുശീല വിളമ്പുകാരിയായി. ജീവന്റെ മുന്നിൽവച്ച് ഒരു കാര്യം അവൾ ദാമുവേട്ടൻ കേൾക്കെ പറഞ്ഞു.

“കേട്ടോ സാറേ, ഇതേവരെ അടുക്കളയിൽ കയറാൻ എന്നെ സമ്മതിച്ചിരുന്നില്ല ദാമുവേട്ടൻ. പാവം തന്നെ കഷ്ടപ്പെട്ട് എല്ലാം ഒരുക്കിത്തരും. ഇനി മുതൽ അക്കാര്യത്തിൽ ഒരു മാറ്റംവരണ്ടേ? ദാമുവേട്ടനോട് സാർകൂടി പറയ്. ഇനി വരുമ്പോൾ എന്റെ വകയായിരിക്കും പാചകം...”

ജീവൻ ശ്രദ്ധിക്കുകയായിരുന്നു. താൻ വന്നതിൽപ്പിന്നെ സുശീലയുടെ മനസിന് എത്രയധികമായി മാറ്റങ്ങൾ സംഭവിച്ചിരിക്കുന്നു. ദാമുവേട്ടനും സന്തോഷത്തിന് ഒരു കുറവും തോന്നുന്നില്ല. അവിടെ നിന്നും ലഭിച്ച സ്വാതന്ത്ര്യം കൊണ്ടുതന്നെ, അക്കാര്യത്തിൽ സുശീല തീരുമാനിക്കുന്നത് നല്ലതു തന്നെയെന്ന് ജീവനു തോന്നി. ഒന്നുമല്ലെങ്കിൽ, എന്തെങ്കിലും ചെയ്തുകൊണ്ടിരിക്കുമ്പോൾ ജീവിതത്തിൽ വെറുംവിചാരങ്ങളുടെ ഭൂതബാധയിൽനിന്നും മുക്തമാകാൻ സാധിക്കുമല്ലോ. അങ്ങനെയല്ലേ ജീവിതത്തിന്റെ വേറിട്ട അർഥതലങ്ങൾ കണ്ടെത്താൻ കഴിയുക?

“ദാമുവേട്ടാ, ഇനി സുശീല അടുക്കളക്കാരിയാകട്ടെ. ദാമുവേട്ടനും ഒരു വിശ്രമമൊക്കെയാകുമല്ലോ.” മനസ് നിറഞ്ഞാണ് അയാൾ അതു പറഞ്ഞത്.

“എന്നെക്കൊണ്ടു പറ്റുമ്പോൾ എനിക്ക് ഇതൊക്കെ ചെയ്യാൻ ഇഷ്ടമായതുകൊണ്ടല്ലേ? എന്തായാലും രണ്ടാളും പറഞ്ഞ സ്ഥിതിക്ക് ഇനി ഞങ്ങൾ ഒരുമിച്ച് പാചകം ചെയ്തുനോക്കാം. എന്തുപറയുന്നു...?”

“അതേതായാലും നന്നായി. മിണ്ടാനും പറയാനും ആരെങ്കിലും ഉള്ളപ്പോഴാ അല്ലെങ്കിലും പാചകം ഏറെ രസകരമാവുന്നത്...”

അയാൾ മെല്ലെ പടിയിറങ്ങി. എവിടേയ്ക്കാണ് യാത്രയെന്നതിന് ‘ഓഫീസ് കാര്യങ്ങളുണ്ട്, കുറച്ചു മീറ്റിംഗുകളും’ എന്നു പറഞ്ഞായിരുന്നു, യാത്ര.

വഴിക്കണ്ണുമായി സുശീല അയാൾക്ക് യാത്ര പറയുമ്പോൾ, ആ കണ്ണുകൾ നിറഞ്ഞുതുളുമ്പുന്നുണ്ടായിരുന്നു.

12

‘ചങ്ങഴിയൂരി’ലേയ്ക്കാണ് തനിച്ചുള്ള യാത്രയെന്നു പറയാതിരുന്നത്

തെറ്റായോ? ജീവൻ തന്നോടുതന്നെ ചോദിച്ചു. അതും, ആതിഥേയന്റെ ചെലവിൽ ലക്ഷ്യസ്ഥാനം കണ്ടുപിടിച്ചതിനു ശേഷമാവുമ്പോൾ, പ്രത്യേകിച്ചും...

'ഏയ്, ഒരിക്കലുമില്ല, ഇത്തരം യാത്രകൾ ഒറ്റയ്ക്കാവുമ്പോഴാണ് അല്ലെങ്കിലും അതിന്റെ ഒരു രസം അനുഭവിക്കാനാവുക. തന്നെയുമല്ല, യാത്രയുടെ ലക്ഷ്യം സാധിക്കണമെങ്കിൽ ഇനിയുള്ള യാത്രയെങ്കിലും തനിച്ചാവാതെ പറ്റില്ല തന്നെ.' അയാളുടെ മനസിൽ ന്യായീകരണങ്ങൾ ഉയരുമ്പൊഴും ഉത്തരമില്ലാതെ ഉയർന്ന ഒരു ചോദ്യം വീണ്ടും ബാക്കിയായിരുന്നു.

'എങ്ങനെയാണ് ചങ്ങഴിയൂരിന്റെ പിറവി?'

ആ ഉത്തരം തേടിയാണ് ഇനിയുള്ള തന്റെ യാത്ര. ശൈശവവും ബാല്യവും കൗമാരവും പിന്നിട്ട് യൗവനയുക്തയായ ഗ്രാമസ്ത്രീയെത്തേടിയുള്ള യാത്ര.

ഗ്രാമകന്യകയുടെ പദവി ഒരിക്കൽപ്പോലും ആസ്വദിക്കാനാവാത്ത ആ നാടിനെയോർത്ത് അയാളുടെ മനസ് വേദനിച്ചു. കോൽക്കത്തയിലെ സോനാഗാച്ചിയും മുംബൈയിലെ കാമാത്തിപ്പുരയും പൂനെയിലെ ബുധ്വാർ പേത്തും ഒന്നും ഒരിക്കലും ഗ്രാമകന്യകമാർ ആയിരുന്നില്ലല്ലോ എന്ന് അയാൾ ഓർത്തു. ഇനിയുമുണ്ടല്ലോ, വേറെയും തെരുവുകൾ. നാഗ്പൂരിലെ ഇറ്റ്വാറി, ഗംഗാ ജമുന, അലഹബാദിലെ മീർഗംജ്, വാരാണസിയിലെ ശിവ്ദാസ്പൂർ, മുസാഫർപൂറിലെ ചതുർഭുജ്സ്ഥാൻ, ഡെൽഹിയിലെ ജി.ബി റോഡ്... കേട്ടറിവുകളാണ് ഒക്കെയെങ്കിലും, കണ്ടറിവിൽ ആദ്യമാണ് 'ചങ്ങഴിയൂർ'. അതുകൊണ്ടുതന്നെയാണ് അവിടുത്തെ ജീവിതം, തന്റെ തൂലികയിൽക്കൂടി വിരിയണം എന്ന ചിന്ത മനസിൽ കടന്നുകൂടിയതും.

കൗമാരത്തിലേയ്ക്ക് എത്തിച്ചേരുംമുൻപേ വേശ്യാവൃത്തിയിലേയ്ക്ക് വലിച്ചറിയപ്പെടുന്ന പെൺകുട്ടികളുള്ള രാജ്യത്താണല്ലോ താൻ ജീവിക്കുന്നതെന്നോർത്തപ്പോൾ, ജീവനിലെ പത്രപ്രവർത്തകന് അൽപ്പം ഞെട്ടലാണ് തോന്നിയത്. കാലങ്ങൾക്കുമുൻപേ നടമാടിവരുന്ന ഈ ശീലങ്ങൾക്ക് അറുതിവരുത്താൻ താനടക്കമുള്ള പത്രപ്രവർത്തകർക്കും കഴിയാതെ പോകുന്നല്ലോ എന്നോർത്ത് അയാളുടെ മനസ് തേങ്ങി. സ്വന്തം പെങ്ങൾക്കാണ് അത്തരമൊരു അനുഭവം വന്നിരുന്നതെങ്കിൽ എന്താകുമായിരുന്നു, താനടക്കമുള്ള പുരുഷപ്രജകളുടെ മനസ് എന്ന് അയാൾ ഓർത്തു.

കോളജ് പഠനകാലത്തെ ക്ലാസ്മുറി ഓർമകൾ അയാളിലേയ്ക്ക് ഒഴുകിയെത്തി. കർണാടകയിലെ ദേവദാസിമാരെക്കുറിച്ചുള്ള ക്ലാസിനി

ടെ, പ്രഫ.ഇസ്താക്ക് പറഞ്ഞത് എത്രയെത്ര ഞെട്ടിക്കുന്ന ചരിത്രങ്ങളായിരുന്നു? കർണാടകത്തിലെ ബെല്ലാരി, കോപ്പൽ ജില്ലകളിലെ ദേവദാസിമാർക്കിടയിൽ, ഉന്നതസമുദായക്കാർ അവിടുത്തെ പെൺകുട്ടികളുടെ കന്യകാത്വം ലേലംചെയ്തു വാങ്ങുകയാണത്രേ. അതിനുശേഷം വേശ്യാവൃത്തിയിൽ ജീവിതം തള്ളിനീക്കി, കുടുംബത്തെ പോറ്റാൻ നിയുക്തരാക്കപ്പെടുന്ന പാവപ്പെട്ട പെൺകൊടിമാർ...

യേലമ്മ എന്ന ഹിന്ദു ദേവതാരൂപത്തെയാണ് ആ പെൺകുട്ടികൾ വിവാഹം ചെയ്യുന്നതെന്നാണ് അവിടങ്ങളിലെ വിശ്വാസം. മഹാരാഷ്ട്രയിലും ആന്ധ്രാപ്രദേശിലും തമിഴ്നാട്ടിലുമെല്ലാം ഇപ്പോഴും പലയിടത്തും ദേവദാസി സമ്പ്രദായം നിലനിൽക്കുന്നുണ്ടത്രേ. 1982-ൽ അതൊക്കെ നിയമം മൂലം നിരോധിച്ചിട്ടും അതൊന്നും ഉപജീവനത്തൊഴിലാളികളും ഉപഭോക്താക്കളും അറിയുന്നതേയില്ലാത്തതു പോലെ!

ഉത്തർപ്രദേശിലെ ഒരു വേശ്യാഗ്രാമത്തിന്റെ കഥ, ഇതിലും വ്യത്യസ്തമാണ്. ലക്നൗവിൽ നിന്നും 70 കിലോമീറ്റർ അകലെയുള്ള ഹർദോയ് ജില്ലയിലെ നാട്പൂർവ ഗ്രാമത്തിൽ, 70 ശതമാനത്തിൽ അധികവും സ്ത്രീകൾ മാംസവ്യാപാരത്തിൽ ഏർപ്പെടുന്നവരാണത്രേ! അമ്മമാർക്കൊപ്പം ജീവിക്കുന്ന കുട്ടികളിൽ പലർക്കും, തങ്ങളുടെ അച്ഛനാരാണെന്ന് അറിയുക പോലുമില്ലാത്ത ഗ്രാമം! ഡൽഹി, മുംബൈ, കോൽക്കത്ത തുടങ്ങിയ സ്ഥലങ്ങളിലേയ്ക്കു ചേക്കേറിയിരിക്കുന്ന ലൈംഗികത്തൊഴിലാളികളിൽ പലരും ഈ ഗ്രാമത്തിൽനിന്നും കുടിയേറിയവരത്രേ...

അതിലും ഭീകരമായ കഥയാണ് മധ്യപ്രദേശിലെ ബചാര ഗോത്രവാസികൾക്കിടയിൽ നിന്നുമുള്ളത്. കുടുംബം പുലർത്താൻ അവിടെ പെൺകുട്ടികളെ വേശ്യാവൃത്തിയിലേയ്ക്ക് നിർബന്ധപൂർവം പറഞ്ഞയയ്ക്കുന്നത് അച്ഛനും സഹോദരങ്ങളും തന്നെയാണെന്നാണ് ചരിത്രം. ഇത്തരം പല കുടുംബങ്ങളിലും വേശ്യാവൃത്തിക്കായി മാത്രം ഒരു മുറി ഒരുക്കിയിട്ടിട്ടുണ്ടെന്ന കഥയും അന്ന് താൻ ഒരു ഞെട്ടലോടെയാണ് മനസിലാക്കിയതെന്ന് ജീവൻ ഓർമിച്ചു.

ഇനിയുമുണ്ട്. 80 വർഷത്തിലേറെയായി മാംസവ്യാപാരത്തിൽ കുപ്രസിദ്ധി നേടിയ ഉത്തര ഗുജറാത്തിലെ വാഡിയ ഗ്രാമം. രാജസ്ഥാൻ അതിർത്തിയോടു ചേർന്നുള്ള ബാനസ്കാന്ത ജില്ലയിലെ വാഡിയ, ലൈംഗികത്തൊഴിലാളികളുടെ ഗ്രാമം എന്നാണ് അറിയപ്പെടുന്നതു തന്നെ. ഇവിടുത്തെ ശരണിയാസ് ഗോത്രവിഭാഗക്കാർക്കിടയിൽ, പെൺകുട്ടികളെ ചെറിയ പ്രായത്തിൽത്തന്നെ വേശ്യകളാക്കി മാറ്റുമ്പോൾ, അവർക്കുള്ള ഇടപാടുകാരെ കണ്ടെത്തുന്ന ജോലിയാണത്രേ, ആൺപ്ര

ജകൾക്ക്! എത്ര ബോധവത്ക്കരണശ്രമങ്ങൾ നടന്നിട്ടും ഇനിയും ഈ ശീലത്തിൽ നിന്ന് വാഡിയയ്ക്കും മോചനം അകലെ തന്നെ!

എന്തായാലും, ഒന്നുറപ്പാണ്. ഏതൊരു പെണ്ണും അപരന്റെ കൂടെ കിടക്ക പങ്കിടാൻ പോകുന്നത് ആസക്തികൊണ്ടാണ്. ആരും തെറ്റിദ്ധരിക്കുന്നതുപോലെ, അത് ഒരിക്കലും ശരീരത്തിനു ശരീരത്തോടു തോന്നുന്ന ആസക്തികൊണ്ടല്ല; നേരെ മറിച്ച്, ജീവിതത്തോടുള്ള ഒരിക്കലും തീരാത്ത ആസക്തി കൊണ്ട്. എങ്ങനെയും സമൂഹത്തിൽ ജീവിച്ചുതീർക്കുക എന്ന വാശികൊണ്ട്...

സാമ്പത്തികചുറ്റുപാടുകൾ തകർന്ന കുടുംബങ്ങളിൽ, ജീവിക്കാൻ നെട്ടോട്ടമോടേണ്ടിവരുമ്പോൾ, പണമുണ്ടാക്കാൻ കണ്ടെത്തുന്ന എളുപ്പ മാർഗം. എന്നാൽ, ഘോരവനത്തിലേയ്ക്കാണ് താൻ കയറിച്ചെല്ലുന്നതെന്ന് ഒരു പെണ്ണും അറിയുന്നില്ല. ഒടുവിൽ, മടക്കയാത്രയ്ക്കുള്ള വഴികൾ പോലും പിഴച്ച്, വനരാജന്മാരുടെ കൂർത്ത ദംഷ്ട്രകളാൽ പിച്ചിച്ചീന്തപ്പെടുന്ന കൗമാര യൗവനങ്ങൾ...

പുരുഷലോകം എത്രത്തോളം അധഃപതിച്ചുപോയിരിക്കുന്നു എന്ന് അയാൾ ഓർത്തു. അതുകൊണ്ടുതന്നെ, തന്റെ സഹോദരിമാർക്കായി, "സഹശയനം: അതിജീവനത്തിന്റെ പോരാട്ടം" പൂർത്തിയാക്കിയേ അടങ്ങൂ എന്ന് അയാൾ ശപഥം ചെയ്തു. ഒരു ക്ലാരയും വീണ്ടും ആകാശതാരമായി മാറാതിരിക്കുവാൻ...

ചങ്ങഴിയൂരിലേയ്ക്കുള്ള വഴിയുടെ അടയാളങ്ങൾ നോക്കിവച്ചത് സഹായകമായി. ആദ്യം തന്നെ അമ്പലക്കുളത്തിനടുത്തുള്ള ലോഡ്ജിൽ മുറിയെടുക്കുകയായിരുന്നു, ലക്ഷ്യം. സൂര്യ ലോഡ്ജ്! ഉദയസൂര്യന്റെ പേരിലുള്ള ലോഡ്ജ് ഏറെ പഴയതാണെന്ന് അയാൾ കണ്ടു.

"സർ, 500 രൂപയാണ് മുറിവാടക. ഡെപ്പോസിറ്റ് അടക്കം ആയിരം രൂപ ആദ്യം തരണം." ലോഡ്ജിലെ നോട്ടക്കാരനായ യുവാവ് അവിടുത്തെ ചട്ടങ്ങൾ പറഞ്ഞു.

"നിങ്ങളുടെ പേരും വിലാസവും ബുക്കിൽ എഴുതിക്കോളൂ. ഞാൻ പോയി മുറി റെഡിയാക്കി വരാം."

അതിഥികളെ സ്നേഹത്തോടെ സ്വീകരിക്കുന്ന ലോഡ്ജ്. അവിടെ ആർക്കും ആഗമനലക്ഷ്യങ്ങൾ ഒന്നും പ്രത്യേകിച്ച് അറിയുകയേ വേണ്ട.

ലോഡ്ജിലെ യുവാവ് തിരിച്ചെത്തി. പണം വാങ്ങിയ ശേഷം, അയാൾ മുറിയിലേയ്ക്ക് ജീവനെ പിഞ്ചെന്നു.

"എന്തെങ്കിലും ആവശ്യങ്ങളുണ്ടെങ്കിൽ പറയാൻ മടിക്കരുത്. പുറത്തേയ്ക്കു പോകുന്നുണ്ടോ, അതോ അതിഥികൾ ആരെങ്കിലും വരാമെന്ന് ഏറ്റിട്ടുണ്ടോ?"

ചോദ്യങ്ങൾക്കൊന്നും യാതൊരു മറയുമില്ലെന്ന് ജീവനു തോന്നി. ലോഡ്ജ്കാരൻ എന്തു പറയുമെന്ന് ചിന്തിക്കാതെതന്നെ അയാൾ തന്റെ മനസ് വെളിപ്പെടുത്തി.

"നാളെയാണ് മീറ്റിംഗുകൾ ഉള്ളത്. ഇന്ന് നേരത്തെ വന്നു തങ്ങിയെന്നു മാത്രം. പ്രത്യേകിച്ച് എനിക്ക് അതിഥികൾ ഒന്നുമില്ല. എങ്ങനെയെങ്കിലും കുറച്ചു സമയം കളയണം." പ്രദേശത്തിന്റെ പ്രത്യേകത അറിഞ്ഞുവന്ന അതിഥി തന്നെയെന്ന് ഉറപ്പിച്ച്, ലോഡ്ജ്കാരൻ വൈകിച്ചില്ല.

"സാറിനു വേണമെങ്കിൽ ചങ്ങഴിയൂരിൽ നിന്നുമുള്ള എന്റെ ഒരു സുഹൃത്തിന്റെ കമ്പനി ഒപ്പിച്ചുതരാം. കുറച്ചു പണം കൊടുക്കേണ്ടിവരും." അയാൾ ആഗതന്റെ മനസറിയാനുള്ള ശ്രമം തുടങ്ങി.

"ആരാണ് സുഹൃത്ത്? എന്തു ചെയ്യുന്നു...?"

"താര എന്നാണ് അവളുടെ പേര്. വീട്ടിൽ അത്ര ചുറ്റുപാടൊന്നുമില്ല. പഠിക്കാനുള്ള പണം കണ്ടെത്താൻ അവൾ പലർക്കും 'എസ്കോർട്ട്' പോകാറുണ്ട്, കൊച്ചിയിൽ. ഇപ്പോൾ അവധിക്കു വന്നിട്ട് ഇവിടെയുണ്ട്. ആയിരത്തഞ്ഞൂറ് ആകും. കള്ളം പറയുന്നത് ശരിയല്ലല്ലോ. അവൾ എനിക്കും തരും അഞ്ഞൂറ്. സാറിനു വേണമെങ്കിൽ..."

"മറ്റാരും അറിയില്ലെങ്കിൽ ഒന്നു പരിചയപ്പെടാം എന്നുണ്ട്..."

"അക്കാര്യത്തിൽ സാർ പേടിക്കേണ്ട. ഈ ലോഡ്ജിന് അത്തരം യാതൊരു പ്രശ്നവുമില്ല. ആളനക്കങ്ങൾ അറിയാതെ കാര്യം സാധിച്ചു പോകുന്നവർ വരുന്ന സ്ഥലമാണിത്. എത്ര പേർ ഇവിടെ വന്ന് സന്തോഷത്തോടെ മടങ്ങുന്നു..."

"ശരി, എന്നാൽപ്പിന്നെ അങ്ങനെയാവട്ടെ..."

വിശ്വാസം വന്നതോടെ, ജീവൻ, ലോഡ്ജ്കാരന്റെ വാക്കുകൾക്കു വഴങ്ങി. അയാൾ താഴേയ്ക്കിറങ്ങുമ്പോൾ, ജീവൻ മെല്ലെ വാതിൽപ്പാളികൾക്കു കൊളുത്തിട്ടു.

ഒന്നു കുളിച്ചു തോർത്തി, അയാൾ മെല്ലെ മുണ്ടും ഷർട്ടും എടുത്തണിഞ്ഞു. കട്ടിലിൽ മെല്ലെ വിശ്രമിക്കാനൊരുങ്ങുന്നതിനു മുൻപ്, അയാൾ ജനൽപ്പാളിയിലൂടെ താഴേയ്ക്കു നോക്കി.

ഹാഫ്സാരിയുടുത്തും സാരിയുടുത്തുമുള്ള പെണ്ണുങ്ങൾ പലരും പടിയിറങ്ങിപ്പോകുന്നത് അയാൾ കണ്ടു. യുവാക്കളും മധ്യവയസ്കരുമെല്ലാമുണ്ട്, അവർക്കൊപ്പം. ആർക്കും ഭീതിയുമില്ല, സംശയങ്ങളുമില്ല. കോളജ്കാലത്തു കേട്ട കഥകൾ വച്ചുനോക്കുമ്പോൾ ചങ്ങഴിയൂര് അത്തരമൊരു പ്രദേശമായി വളർന്നുകഴിഞ്ഞിരിക്കുന്നതായി അയാൾക്കു തോന്നി.

വാതിൽക്കൽ മുട്ടിവിളിക്കുന്ന ശബ്ദം കേട്ടതോടെ, അയാൾ മെല്ലെ ജനാലയ്ക്കു കൊളുത്തിട്ടു. വാതിൽ തുറക്കുമ്പോൾ മുന്നിൽ നിൽക്കു

കയാണ്, സുന്ദരിയായൊരു പെൺകുട്ടി. ഒപ്പം, ആ ലോഡ്ജ്കാരനുമുണ്ട്.

“ഇതാ, ഞാൻ പറഞ്ഞ സാർ... സംസാരം കഴിയുമ്പോൾ വിളിച്ചാ മതി. ഞാൻ വരാം, കൊണ്ടാക്കാൻ...”

അയാൾ ചിരിച്ചുകൊണ്ട് നടന്നുനീങ്ങി. താര മുറിക്കുള്ളിലേയ്ക്കു കയറി, വാതിലിന് കൊളുത്തിട്ടു.

“സാർ എന്തുചെയ്യുന്നു?” ആമുഖത്തിനു തുടക്കമിട്ടത് അവൾ തന്നെയാണ്.

“കോട്ടയത്ത് ഒരു കമ്പനിയിലാണ് ജോലി. നാളെ കുറച്ചു ബിസിനസ് മീറ്റിംഗുകൾ ഉണ്ടായിരുന്നതു കൊണ്ട് നേരത്തെ എത്തിയതാ. എന്തു കോഴ്സിനാണ് താര പഠിക്കാൻ പോകുന്നത്?”

ലോഡ്ജ് യുവാവ് തന്നെക്കുറിച്ച് എന്തൊക്കെയോ പറഞ്ഞിട്ടുണ്ടെന്ന് അവൾക്കു മനസിലായി. ആ അറിവിനെ തിരുത്തുവാൻ തത്ക്കാലം അവൾക്കു മനസുവന്നില്ല.

“ഡിഗ്രി കഴിഞ്ഞ് കംപ്യൂട്ടറിന്റെ ഒരു കോഴ്സ് പഠിക്കണമെന്നുള്ള വിചാരത്തിലാ. പക്ഷേ, പണത്തിന്റെ പ്രശ്നം കൊണ്ട് ഒന്നും തീരുമാനമായിട്ടില്ല സാർ...”

“വീട്ടിൽ ആരൊക്കെയുണ്ട്?”

ആ ചോദ്യം അവൾക്ക് ഇഷ്ടമായില്ലെന്ന മട്ടിൽ അവൾ പറഞ്ഞു.

“സാർ എന്നെ കല്യാണം കഴിക്കാനൊന്നും പോകുന്നില്ലല്ലോ എന്തായാലും... ഞാനിപ്പോൾ ഓരോ മണിക്കൂറും വിലപ്പെട്ടതായാ കാണുന്നത്. എങ്ങനെയും കാശുണ്ടാക്കിയില്ലേൽ എന്റെ കാര്യം നോക്കാൻ ആരുമുണ്ടാവില്ല. സാറിന് എന്താ വേണ്ടെതെന്നു പറഞ്ഞാമതി...”

അയാൾ ഞെട്ടിപ്പോയി. ക്ലീറ്റസ് പറഞ്ഞതുപോലെ അവന്റെ പെങ്ങളുടെയത്രയും പ്രായമുണ്ടെന്നു തോന്നിക്കുന്ന ഒരു പെൺകുട്ടി. അവൾ ജീവിതത്തെ എത്ര വലിയ ഉപഭോഗരീതിയിലാണ് കാണുന്നതെന്നോർത്ത് അയാൾ വേദനിച്ചു. അല്ലെങ്കിൽത്തന്നെ ഏതെങ്കിലും ഒരു പെണ്ണിന്റെ കൂടെ കിടക്കണമെന്ന ആഗ്രഹത്തിലായിരുന്നില്ലല്ലോ താൻ അവിടെ എത്തിപ്പെട്ടതെന്ന് അയാൾ ഓർത്തു. എന്നിട്ടും, തന്റെ മുന്നിൽ വന്നുവീഴുന്ന സംഭാഷണങ്ങൾ അയാളെ തെല്ലു വേദനിപ്പിച്ചിരുന്നു. അവളിൽ നിന്നും എന്തെങ്കിലും വിവരങ്ങൾ കിട്ടണമെങ്കിൽപ്പോലും അവളുടെ തലത്തിലേയ്ക്കു താഴുക മാത്രമേ മാർഗമുള്ളൂ എന്ന് അയാൾക്കു തോന്നി.

ജീവൻ തന്റെ കരംകൊണ്ട് താരയെ തന്നിലേയ്ക്ക് അടുപ്പിച്ചു. അയാളുടെ ഹൃദയമിടിപ്പുകൾ ഉയർന്നു. ഉള്ളിലെ ഭീതി പങ്കുവയ്ക്കാതെ

അയാൾ അവളുടെ കവിളത്ത് ഒരു മുത്തം സമ്മാനിച്ചു. ആ കരവലയത്തിൽ അവൾ ഒരു മുയൽക്കുഞ്ഞിനെപ്പോലെ വിനീതവിധേയയായി.

"താര എത്ര സുന്ദരിയായിരിക്കുന്നു? എന്റെ ഭാഗ്യമാണ് താരയെ പരിചയപ്പെടാൻ കഴിഞ്ഞത്. ഞങ്ങളുടെ നാട്ടിലൊന്നും താരയുടെ അത്ര സുന്ദരിയെ ഞാൻ കണ്ടിട്ടേയില്ല, ഇത്രയും അടുത്ത്..."

ആ പ്രശംസ അവളെ ആകർഷിതയാക്കി. അയാളുടെ കണ്ണുകളിലേയ്ക്കു നോക്കി അവൾ പറഞ്ഞു:

"ഈ സൗന്ദര്യം ഒരു വലിയ ശാപമാ സാറേ. എന്നെ ഇപ്പോൾ സാറിന്റെ പക്കലെത്തിച്ചതും ഈ സൗന്ദര്യം തന്നെയാ... അന്നൊരിക്കൽ..."

അയാൾ മെല്ലെ കട്ടിലിലേയ്ക്ക് വീണപ്പോൾ, താര അയാളുടെ ചാരത്ത് അൽപ്പം ആശ്വാസം കണ്ടെത്തുന്നതുപോലെയുണ്ടായിരുന്നു. തുടക്കത്തിൽ സംസാരിച്ച രീതിയിൽ നിന്നും അവൾ ഏറെ മാറിയിരിക്കുന്നുവെന്ന് അയാൾ കണ്ടു.

"എന്താണു താരേ, അങ്ങനെ പറഞ്ഞത്?"

"എന്തു പറയാനാ സാറേ, കോളജ് കാലത്ത് എനിക്കൊരു കാമുകൻ ഉണ്ടായിരുന്നു. എന്റെ പ്രിയപ്പെട്ട സുഹൃത്ത് എന്നു വേണമെങ്കിൽ പറയാം. മഹേഷ് എന്ന എന്റെ മഹി. വല്യ കാശൊള്ളിടത്തെയാ. അത്യാവശ്യം രാഷ്ട്രീയ പിടിപാടുകളുമൊക്കെയുണ്ടായിരുന്നു, അവന്.

അവന് എന്നെ വല്യ ഇഷ്ടാരുന്നു. കല്യാണം കഴിക്കണമെന്നൊക്കെ പറഞ്ഞ് എപ്പോഴും എന്റെ പിന്നാലെ നടക്കുമായിരുന്നു. പിന്നീടൊരിക്കൽ ആരോ പറഞ്ഞ് അവൻ അറിഞ്ഞു, ഞാൻ 'ചങ്ങഴിയൂര്' ഉള്ള ആളാണെന്ന്.

അതിൽപ്പിന്നെ ഒരു ദിവസം അവൻ എന്നെയും കൊണ്ട് ടൂർ പോയി, മൂന്നാറിന്. അവിടെ ചെല്ലുമ്പോഴാണ് അറിയുന്നത്, അവന്റെ ഒപ്പം കുറെ കൂട്ടുകാരും ഉണ്ടായിരുന്നെന്ന്. അവർ എല്ലാം എന്നെ മാറിമാറി ഉപയോഗിച്ചു. മയക്കുമരുന്നിന് അടിമകളായിരുന്ന ആ സുഹൃത്തുക്കളെ പ്രതിരോധിക്കാൻ എനിക്കു കഴിഞ്ഞതേയില്ല. 'ചങ്ങഴിയൂരി'ലുള്ളവരെല്ലാം പിഴച്ചവരാണെന്നായിരുന്നു, ആ 'ചെറ്റ'യുടെ വിചാരം. എല്ലാം നഷ്ടപ്പെട്ട എന്നെ അവൻ ഉപേക്ഷിച്ചു.

സത്യം പറഞ്ഞാൽ, അവനോടുള്ള പക തീർക്കാനാണ് ഞാനിപ്പോൾ പലരുടെയും കൂടെ പോകുന്നത്. ഞാൻ പണം സമ്പാദിച്ചു കഴിയുമ്പോൾ അവനെ ഒരു വഴിക്കാക്കും. അതിനുള്ള കാര്യമൊക്കെ എനിക്കറിയാം. അല്ലാതെ ഈ പോലീസിന്റെ പിന്നാലെ നടന്ന് പീഡനപ്പേരും കേസുമായി ജീവിതം കളയാൻ ഞാനില്ല. ഒന്നുമല്ലെങ്കിലും ഞാൻ ആ 'ചെറ്റ'യെ

വിശ്വസിച്ചതിന്റെ ഫലമാണല്ലോ എനിക്ക് അനുഭവിക്കേണ്ടിവരുന്നത്. ഞാൻ നേടും. അതെനിക്ക് ഉറപ്പാണ്..."

സുശീലയിൽ നിന്നും വ്യത്യസ്തമായി ഒരു പെണ്ണ്. ഒരുവൾ ജീവിതത്തിന്റെ രണ്ടറ്റവും കൂട്ടിമുട്ടിക്കാൻ സഹശയനം മാർഗമായി കാണുമ്പോൾ, ഇവിടെയിതാ, ആണിനോടുള്ള വാശി തീർക്കാൻ ആണിനെത്തന്നെ കൂടെകൂട്ടുന്ന ഒരു പെണ്ണ്. താരയുടെ കാര്യത്തിൽ അയാൾക്ക് തെല്ല് അഭിമാനവും തോന്നി.

അയാൾ മെല്ലെ അവളുടെ നിറുകയിൽ ചുംബിച്ചു. തലമുടിയിഴകൾ തഴുകുമ്പോൾ അയാൾ പറഞ്ഞു:

"നീ മിടുക്കിയാണ്. നിന്നെ കണ്ടപ്പോഴേ എനിക്കു തോന്നിയിരുന്നു, വലിയൊരു സാഗരത്തിന്റെ തിരമാലകൾ നിന്റെ മനസിൽ അലയടിക്കുന്നുണ്ടെന്ന്. വിഷമിക്കേണ്ട. ജീവിതം ഒന്നേയുള്ളൂ. ധൈര്യപൂർവം മുന്നേറുക... എന്നെക്കൊണ്ട് എന്തു സഹായമാണ് വേണ്ടതെന്നു പറഞ്ഞാൽ മതി."

അവളുടെ ധൈര്യം വർധിച്ചു. കാണുമ്പോൾത്തന്നെ ആരും ഇഷ്ടപ്പെടുന്ന ആകാരസൗഷ്ഠവമുള്ള യുവാവ്. ആൾ നിസാരക്കാരനല്ലെന്നു കണ്ടപ്പോൾ അവൾ അയാളിലേയ്ക്കു മെല്ലെ പടർന്നുകയറി. കുറച്ചുസമയത്തേയ്ക്ക് ആരും ഒന്നും മിണ്ടിയതേയില്ല. സ്നേഹത്തിന്റെ ചൂടറിഞ്ഞപ്പോൾ അവൾ തന്റെ തന്നെ പുറംതോടു പൊളിച്ചു.

"ഞാൻ പലരുടെയും കൂടെ പോയിട്ടുണ്ടെന്ന കാര്യം ഇനി മറയ്ക്കുന്നില്ല. എന്നാലും ഒന്നുറപ്പാണ്. ഇത്രയും എന്നെ 'സപ്പോർട്ട്' ചെയ്തു സംസാരിച്ചിട്ടുള്ളത് സാറു മാത്രമാണ്. ബാക്കി പലർക്കും ഞാൻ വെറുമൊരു മാംസപിണ്ഡം മാത്രമായിരുന്നു. തൊട്ടുതലോടുവാനും മാർദവമറിയുവാനും പിന്നെ കശക്കിയെറിഞ്ഞ് തന്നിലേയ്ക്കു തന്നെ മുഴുകാനും കഴിയുന്ന ഒന്ന്. എല്ലാം കഴിയുമ്പോൾ എന്റെ പക കൂടിക്കൂടി വരുന്നതല്ലാതെ ഒന്നും എന്നിൽ സംഭവിച്ചിട്ടേയില്ല. നല്ല സോപ്പിട്ട വെള്ളത്തിൽ കുളിച്ച് ഞാൻ വീണ്ടും വീണ്ടും പുതിയ താരയായി മാറിക്കൊണ്ടേയിരുന്നു. ഇതിപ്പോൾ എനിക്ക് പുതിയൊരു അനുഭവമാണ്. വന്നുകയറുമ്പോൾ അത്തരമൊരു സങ്കൽപ്പം എനിക്കില്ലായിരുന്നുവെന്നത് നേരാണ്..."

അയാൾക്ക് തെല്ലൊരു ആശ്വാസമായി. താൻ വിചാരിച്ചതുപോലെ തന്നെ ഏതോ ഒരു നേരമ്പോക്കിനു വന്നതല്ല അവൾ. അവൾക്ക് അവളുടേതായ ലക്ഷ്യങ്ങൾ ഉണ്ട്. ജീവിതത്തിന്റെ കറുത്ത യാഥാർഥ്യങ്ങൾക്കിടയിൽ നിന്നുകൊണ്ടുതന്നെ സ്വന്തം ജീവിതത്തെ പ്രതിരോധിക്കാൻ അവൾ തീരുമാനിച്ചുറപ്പിച്ചിരിക്കുന്നു എന്ന് അയാൾക്കു തോന്നി. പടർന്നുകയറപ്പെടുന്ന ശാഖകളിൽ ഏതിനെയാണ് ഞെരിക്കേണ്ടതെന്നും

ഏതിനെയാണ് താങ്ങും തണലുമായി ഉപയോഗിക്കേണ്ടതെന്നും തിരിച്ചറിയാൻ പാകത്തിൽ താര വളർന്നിരിക്കുന്നുവെന്ന് അയാൾ അറിഞ്ഞു. അതുകൊണ്ടുതന്നെയാണ് താരയെപ്പോലെ പഠിക്കാൻ താത്പര്യപ്പെടുന്ന ആ പെൺകുട്ടിയോട് തന്റെ മനസിലെ സംശയങ്ങൾ കൂടി ചോദിക്കാൻ ജീവൻ തയാറെടുത്തത്.

"എത്രയോ നിസാരമായ ജീവിതമാണ് താരേ നമ്മുടേത്. ഇന്നു കാണുന്നവർ നാളെ ഉണ്ടാവുമോ എന്നുപോലും ഉറപ്പില്ലാത്ത കാലം. ഇക്കാലത്ത് എന്തിനാണ് ആരോടും മത്സരിക്കുന്നത് എന്ന് എനിക്കു തോന്നാറുണ്ട്. ഓരോ ജീവിതവും ആസ്വാദ്യകരമായി കണ്ടാൽ മാത്രം മതിയാവില്ലേ എന്നാണ് എന്റെ പക്ഷം..."

മനസറിയാൻ ചോദിച്ചതാണെങ്കിലും അവൾ അതിന്റെ അർഥം നേരാം വണ്ണം ഉൾക്കൊണ്ടിരുന്നു.

"സാറിനു പറയാം. എനിക്കു പോയത് എന്റെ സ്വപ്നങ്ങളാണ്. എന്റെ ആഗ്രഹങ്ങളാണ്. 'ചങ്ങഴിയൂരി'ൽ നിന്നും വ്യത്യസ്തമായി ഒരു പുരുഷൻ എന്ന സങ്കൽപ്പത്തിൽ ജീവിതത്തെ പരുവപ്പെടുത്താനാണ് ഞാൻ അവനെ സ്നേഹിച്ചതെങ്കിൽ, അവന് ഞാൻ എല്ലാ പെണ്ണുങ്ങളെയും പോലെ ഒരു പെണ്ണായിരുന്നു. എന്റെ മനസിലെ ആകുലതകൾ മനസിലാക്കുവാനും എന്നെ സാന്ത്വനിപ്പിക്കുവാനും ശ്രമിക്കേണ്ടിയിരുന്ന എന്റെ പുരുഷൻ ശ്രമിച്ചത്, എന്നെ വീണ്ടും പാതാളത്തിലേയ്ക്ക് താഴ്ത്തുവാനാണ്. അപ്പോൾപ്പിന്നെ ഞാൻ വിട്ടുകൊടുത്താൽ 'ചങ്ങഴിയൂരി'ലെ പെണ്ണുങ്ങൾക്ക് ഒരിക്കലും ഈ ലോകത്തുനിന്നും സമാധാനം ലഭിക്കില്ലെന്നുറപ്പാണ്. അപ്പോൾപ്പിന്നെ ഞാനായിട്ടെങ്കിലും എന്തെങ്കിലും ചെയ്യണ്ടേ?..."

"എങ്കിൽപ്പറയൂ, ഞാൻ എന്താണ് ഇനി താരയ്ക്കായി ചെയ്യേണ്ടത്...?" ആശയക്കുഴപ്പങ്ങൾ മാറ്റിനിർത്തി അയാൾ താരയോടു നേരിട്ടു ചോദിച്ചു.

"കുറച്ചുനാൾകൂടി ഞാൻ ഈ തൊഴിലു ചെയ്യും സാറേ. ആവശ്യത്തിന് പണവുമുണ്ടാക്കും. അത്രയുമായിക്കഴിയുമ്പോൾ എനിക്ക് ഒരു പത്രസമ്മേളനം നടത്തണം. പീഡിപ്പിക്കപ്പെട്ട പെൺകുട്ടിയുടെ മുഖം കാണാത്ത പത്രസമ്മേളനമല്ല. മുഖത്തോടു മുഖം നോക്കി, സമൂഹത്തിന്റെ മുഖത്തുനോക്കി എനിക്കു ചിലതു പറയാനുണ്ട്. ആ പത്രസമ്മേളനത്തിനു മുൻപുതന്നെ ഞാൻ എന്റെ മരണമൊഴിയും കൂടി തയാറാക്കി വച്ചിട്ടുണ്ടാവും. ചാവുന്നെങ്കിൽ ചാവട്ടെ. പക്ഷേ, പറയാനുള്ളതു പറയാതെ ഞാൻ ഈ ലോകത്തു നിന്നു പോകില്ല. സാറിന് അതിന് എന്നെ എങ്ങനെ സഹായിക്കാനാവുമെന്ന് പറഞ്ഞാൽ മതി..."

ജീവന്റെ മനസിലെ ധൈര്യം വർധിച്ചു. അതിനൊപ്പം തന്നെ അയാൾ തെല്ലു ഭയന്നു. തന്നെയും അവൾ തന്റെ ഇടപാടുകാരിലൊന്നായി ചിത്രീകരിച്ചേക്കുമോ? സംസാരം എപ്പോഴും ശ്രദ്ധിച്ചുമാത്രമാകാമെന്നു തീരുമാനിക്കുമ്പോൾ അവളുടെ മനസിലെ വിശ്വാസം ആർജിക്കുക തന്നെയായിരുന്നു, ജീവന്റെ പ്രഥമ ലക്ഷ്യം.

“താരയ്ക്ക് പത്രസമ്മേളനം നടത്തുവാനുള്ള എല്ലാ സഹായവും ഞാൻ ചെയ്തുതരാം. അതിനു മുൻപ് എന്നോട് ഒരു സത്യം പറയുമോ?”

“എന്താണ് സത്യം. ഞാൻ ഇതേവരെ പറഞ്ഞതെല്ലാം സത്യം മാത്രമാണ്...”

“അതല്ല, എനിക്കറിഞ്ഞാൽക്കൊള്ളാമെന്നുണ്ട്, ഈ ചങ്ങഴിയൂരിന്റെ പിറവിയെക്കുറിച്ച്. അതിനെപ്പറ്റി എന്തെങ്കിലും അറിയുമോ...?”

തങ്ങളുടെ നാടിനെക്കുറിച്ച് അറിയാനായി അതാദ്യമായാണ് ഒരാൾ എത്തുന്നതെന്ന് താര ഓർത്തു; താൻ കണ്ടിട്ടുള്ള നൂറിൽപ്പരം ഉപഭോക്താക്കളെ വച്ചുനോക്കുമ്പോൾ അയാൾ തികച്ചും വ്യത്യസ്തനാണെന്നും. അതുകൊണ്ടുതന്നെ തന്റെ ലക്ഷ്യങ്ങളിലേയ്ക്കുള്ള ഒരു പാലമായി അയാൾ മാറാൻ സാധ്യതയുണ്ടെന്ന് താരയ്ക്ക് ഉറപ്പായിരുന്നു. അവൾ വീണ്ടും തന്റെ സമൂഹത്തിന്റെ ചരിത്രങ്ങളിലേയ്ക്ക് നടന്നുകയറി...

“പറഞ്ഞുകേട്ടുള്ള അറിവാണ്. ഏതാണ്ട് കാൽനൂറ്റാണ്ടിന്റെ ചരിത്രമുണ്ട്, ചങ്ങഴിയൂരിന്. ഞങ്ങളുടെ നാടിന് ഒരു ശാപമുണ്ടായിരുന്നു. നാട്ടിലെ പുരുഷന്മാരെല്ലാം കാലം തികയും മുൻപേ മരിച്ചുപോകും. കാൻസറും മറ്റു രോഗങ്ങളുംകൊണ്ടാണ് പലരും മരിക്കുന്നതെന്നാണ് വാസ്തവമെങ്കിലും വലിയ തോതിലുള്ള മയക്കുമരുന്ന് ഉപയോഗം ഉള്ള നാട്ടിൽ, അതും കാരണമായിട്ടുണ്ടാവണം.

കുടുംബം പുലർത്തുന്ന സ്ത്രീകളിൽ പലരും മറ്റു വീടുകളിൽ ജോലിക്കു പോവുകയാണ് പതിവ്. എന്നാലോ, കാണാൻ അതീവ ഭംഗിയുള്ളതുമാണ് പല പെണ്ണുങ്ങളും.

വർഷങ്ങൾക്കു മുൻപ് ഒരിക്കൽ വർഗീയകലാപം ‘ചങ്ങഴിയൂരി’നെ വിഴുങ്ങിയപ്പോൾ പോലീസിന്റെയും മറ്റു സന്നദ്ധപ്രവർത്തകരുടെയും കാവൽ ‘ചങ്ങഴിയൂരി’ന് സംരക്ഷണം പകർന്നു. അന്നൊക്കെ പല വീടുകളിലും പുരുഷന്മാരില്ല. രോഗം ബാധിച്ചു മരിച്ചവരും വിദേശങ്ങളിൽ തൊഴിൽതേടി പോയവരുമൊക്കെയുണ്ട്. ഒടുവിൽ, സഹായത്തിനെത്തിയ കാവൽസംരക്ഷകരിൽ പലരും പല പെണ്ണുങ്ങളുമായി അടുപ്പമായി. തത്ക്കാലം സംരക്ഷണം നൽകിയ പലരോടും, പുരുഷന്മാരെ കാണാതെ കഴിയുന്ന സ്ത്രീകൾക്ക് ശാരീരിക അടുപ്പം വളർന്നത് പെട്ടെന്നായിരു

ന്നു. മടക്കയാത്രയിൽ, വീടിന്റെ ദുരിതം കണ്ട് കൈയിലുള്ള പണത്തിൽ ഒരു ഭാഗം കൂടി നൽകിയാണ് അവർ മടങ്ങിയത്.

പിന്നെപ്പിന്നെ, അത് പണം കണ്ടെത്താനുള്ള ഒരു മാർഗമായി സ്ത്രീകളിൽ പലരും കണ്ടു... കൊടുക്കുന്ന കാശിനുള്ള സന്തോഷം പകരുക എന്നത് പലരും ജീവിതമാർഗമായി കണ്ടുതുടങ്ങുമ്പോൾ ഞങ്ങളുടെ നാടിന് അറിയാതെതന്നെ ആ പേരു വന്നുകിട്ടുകയായിരുന്നു..."

"അപ്പോൾപ്പിന്നെ ജീനമാമിയൊക്കെയാണ് അവിടുത്തെ വലിയ ആളുകളെന്നു പറയുന്നതോ...?"

എന്തൊക്കെയോ വിവരങ്ങൾ ജീവന് അറിയാമെന്ന് താരയ്ക്കു ബോധ്യമായി. അതുകൊണ്ടുതന്നെ വിശദമായി കാര്യങ്ങൾ പറയാൻ അവൾക്കു മടിയുണ്ടായില്ല.

"ജീന മാമി... സൗന്ദര്യവും ഇടപെടലും കൊണ്ട് രക്ഷപ്പെട്ടതാണ് അവർ. ഒരു രാഷ്ട്രീയക്കാരൻ മന്ത്രിയുടെ ഇഷ്ടക്കാരിയായതോടെ പണവും സ്വാധീനവും അവരിലേയ്ക്ക് വന്നുചേർന്നു. അവരുടെ ഒരു ബന്ധുക്കാരൻ ചെക്കനാണ് എന്റെ കാമുകന് ചങ്ങഴിയൂരിനെക്കുറിച്ചു പറഞ്ഞുകൊടുത്തത്. എന്റെ ജീവിതം കളയുന്നതിൽ അവർക്കും നല്ല പങ്കുണ്ട്."

"അതെങ്ങനെ...?" അയാളിൽ കൗതുകം ഇരട്ടിച്ചു.

താര മെല്ലെ കട്ടിലിൽ നിന്നും എഴുന്നേറ്റു. എന്നിട്ട്, ജനാലപ്പഴുതിലൂടെ താഴേയ്ക്കുള്ള കാഴ്ചകൾ വീക്ഷിച്ചുകൊണ്ട് പറഞ്ഞുതുടർന്നു:

"ജീനമാമിയുടെ ചേച്ചിയുടെ മകനായിരുന്നു, മഹിയുടെ അടുത്ത സുഹൃത്ത്. ചങ്ങഴിയൂരിൽ നിന്നുമുള്ള ആൺസുഹൃത്തുക്കളെ അവനു കുഴപ്പമില്ല. പെൺസുഹൃത്തിനെ കിട്ടിയപ്പോൾ അത് 'പിഴച്ച കൂട്ടരാ'യി!

എന്നെ മൂന്നാറിൽ കൊണ്ടുപോകുമ്പോൾ അവിടെവച്ചാണ് അവരുടെ ചേച്ചിയുടെ മകനും എന്നെ പിച്ചിച്ചീന്തുന്നത്. അന്ന് ഞാൻ പ്രശ്നമാക്കാതിരുന്നത് എനിക്ക് അതിനുള്ള സാമ്പത്തികചുറ്റുപാടില്ലാതിരുന്നതുകൊണ്ടാണ്. മുൻമന്ത്രിയുടെ മകൻ, സ്ഥലത്തെ പ്രമുഖ വക്കീലിന്റെ മകൻ, ബിസിനസുകാരൻ, ഭരണകക്ഷിയിലെ ഒരു എം.എൽ.എ, സിനിമയിൽ അഭിനയിച്ചു തുടങ്ങിയ ഒരു താരം തുടങ്ങി ആറുപേരുടെ പീഡനത്തിനാണ് ഞാൻ അന്ന് ഇരയായത്.

അപ്പോൾ സാറു വിചാരിക്കും ഇങ്ങനെ കിടക്കാൻപോകുന്നതിന് കുഴപ്പമില്ലേന്ന്. അത് അറിഞ്ഞുകൊണ്ടാണല്ലോ സാറേ. ഇഷ്ടമില്ലാതെയും സമ്മതമില്ലാതെയും എന്റെ ശരീരത്തിൽ തൊടാൻ ഏതൊരുത്തനാണ് അവകാശം? അതിനോടാണ് ഞാൻ പോരാടാൻ തീരുമാനിച്ചിരിക്കുന്നത്. ഇപ്പോൾ എന്നെ ഈ നിലയിലേയ്ക്ക് എത്തിക്കാൻ കാരണവും

അവൻ ഒറ്റയൊരാളാണ്.

പിന്നെ, 'ചങ്ങഴിയൂരി'നെപ്പറ്റി. അവിടെയുള്ളവർ പിഴച്ചുപോയെന്നു കരുതി, ആ നാടിനെ മോശമായി ചിത്രീകരിക്കാൻ ആർക്കാണ് അവകാശം? അവിടെയും നന്മയുള്ളവരുണ്ടെന്ന് എന്തുകൊണ്ടാണ് ആൾക്കാർ മനസിലാക്കാത്തത്? കഴിഞ്ഞവർഷം ധീരതയ്ക്കുള്ള രാഷ്ട്രപതിയുടെ അംഗീകാരം നേടിയ ശ്രീജിത്ത്, 'ചങ്ങഴിയൂരു'കാരനായിരുന്നു. പക്ഷേ, അന്നും പത്രക്കാരിൽ അധികംപേരും അവൻ താമസിക്കുന്ന നാടിനെപ്പറ്റി പറഞ്ഞില്ല. പഠിച്ച സ്കൂളിന്റെ പേരിലും അച്ഛന്റെയും അമ്മയുടെയും പേരിലും അവനെ അവതരിപ്പിച്ചു. നാട്ടിലുള്ളവർ എല്ലാവരും മോശമെന്നു ചിത്രീകരിച്ചാൽ ഇനി അവിടെയുള്ളവരുടെ ഭാവി എന്താവും? എനിക്കുമുണ്ട് രണ്ട് അനുജത്തിമാർ. അവർക്ക് ഒരു കല്യാണം നടക്കണമെങ്കിൽ ഞങ്ങൾ ഇവിടെനിന്നും നാടുവിട്ടു പോവേണ്ടിവരും. ഇത്തരം സാഹചര്യങ്ങൾക്ക് ഒരു മാറ്റമുണ്ടായാലേ പറ്റൂ..."

അയാൾക്ക് അവളുടെ കാര്യമോർത്തപ്പോൾ അഭിമാനം തോന്നി. അത്തരമൊരു യുവതിയെ കണ്ടെത്താനാണ് താൻ 'ചങ്ങഴിയൂരി'ലേയ്ക്ക് വീണ്ടും എത്തിയതെന്ന് അയാൾ സന്തോഷത്തോടെ ഓർത്തു. കംപ്യൂട്ടറിൽ പരിചയമുള്ള അവൾക്ക് തന്റെ ഇ മെയിലിലൂടെ കത്തുകൾ അയയ്ക്കാനുള്ള സൗകര്യം ഒരുക്കിയാൽ നന്നാവുമെന്ന് അയാൾ കരുതി.

"കേട്ടോ താരേ, എന്റെ ഒരു സുഹൃത്തിന്റെ പെങ്ങൾ ഇത്തരം ഒരു ജോലി ചെയ്ത് പിടിക്കപ്പെട്ട് ആത്മഹത്യ ചെയ്ത വാർത്ത എന്നെ ഞെട്ടിച്ചത് ഏതാനും നാളുകൾക്കു മുൻപാണ്. താരയുടെ കാര്യമോർക്കുമ്പോൾ എനിക്ക് ശരിക്കും അഭിമാനമുണ്ട്. ഞാൻ നാളെ ഇവിടെ നിന്നും മടങ്ങിയാലും എനിക്ക് ഇ മെയിലിലൂടെ വിവരങ്ങൾ പങ്കുവച്ചാൽ നന്നായിരിക്കും. ഞാൻ കൂടെയുണ്ട്. അറിയേണ്ടവർ സത്യങ്ങൾ അറിയുവാനുള്ള വഴിതുറക്കുവാൻ എനിക്കു സാധിക്കും..."

അവൾക്ക് ഏറെ ആത്മവിശ്വാസം തോന്നി. ഹൃദയം നിറഞ്ഞ സന്തോഷത്തോടെ അവൾ ജീവന്റെ കവിളത്ത് ഒരു മുത്തം നൽകി; ജീവൻ, തിരിച്ചും. ആ സ്നേഹത്തിന്റെ സാന്ത്വനത്തിൽ അവൾ ഏറെ ആശ്വാസംകണ്ടു.

"എനിക്ക് ഒത്തിരി ഇഷ്ടമായി. എന്റെ കൂടെനിന്നാൽ സാറു ചെയ്യുന്നത് ഒരു സമൂഹത്തിനുള്ള സഹായമായിരിക്കും. സ്നേഹം പങ്കുവച്ചോട്ടെ, ആരും... എനിക്കതിൽ വിരോധമില്ല. പക്ഷേ, പെണ്ണുങ്ങളെ ചൂഷണം ചെയ്യുന്ന പതിവിനു മാറ്റംവന്നേ പറ്റൂ. എനിക്കുറപ്പുണ്ട്, സാറിന് എന്നെ സഹായിക്കാൻ കഴിയുമെന്ന്..."

വാതിൽക്കൽ മുട്ടിവിളിക്കുന്ന ശബ്ദം കേട്ടപ്പോളാണ് സംസാരത്തിൽ

നിന്നും അവർ ഉണർന്നത്. അത് അയാളായിരുന്നു, ലോഡ്ജ് യുവാവായ പ്രശാന്ത്. അയാളെ കണ്ടപാടേ, താര ഉള്ളിലേയ്ക്ക് അയാളെ വിളിച്ചുകയറ്റി വാതിലിനു തഴുതിട്ടു. എന്നിട്ട്, പ്രശാന്തിന്റെ കരം കവർന്ന് ചുംബിച്ചു.

“പ്രശാന്തേ, എന്റെ ലക്ഷ്യങ്ങൾ പൂർത്തിയാകാൻ പോകുന്നു. ജീവൻ സാർ എനിക്ക് കുറെ സഹായം ചെയ്യാമെന്ന് ഏറ്റിട്ടുണ്ട്. നീയിന്ന് എന്നെ വിളിച്ചതിനുള്ള നന്ദി, സാറിന്റെ മുന്നിൽവച്ചുതന്നെ ഞാൻ പറയുകയാണ്. എനിക്ക് ഒന്നും ഒളിക്കാനില്ലല്ലോ...”

ജീവൻ ഫെർണാണ്ടസ് ചിരിച്ചു. മണിക്കൂറുകളുടെ സംഭാഷണങ്ങൾക്കുള്ള സാഹചര്യമൊരുക്കിയതിന് അയാൾ, പ്രശാന്തിനും നന്ദി പറഞ്ഞു. അവർ മെല്ലെ യാത്രയാവുമ്പോൾ, വാതിലടച്ച് അയാൾ ഒരു വിൽസ് സിഗററ്റിന് തീകൊളുത്തി. ജനാലപ്പഴുതിലൂടെ ഉയരുന്ന വെള്ളപ്പുകമേഘങ്ങൾക്കിടയിലൂടെ അയാളുടെ മനസ് ആ കാഴ്ചകണ്ടു.

അത് രേഖയായിരുന്നു. ഹൃദയത്തിൽ സ്നേഹം നിറച്ച് താൻ നെഞ്ചേറ്റിലാളിച്ച അതേ രേഖ. സാമൂഹ്യപ്രവർത്തകർക്കിടയിലെ രേഖ ബഹൻ.

അവൾ ഒറ്റയ്ക്കായിരുന്നില്ല. രണ്ട് സുഹൃത്തുക്കൾക്കൊപ്പം ജംഗ്ഷനിൽ ഒരു ബാനർ വലിച്ചുകെട്ടുന്ന തിരക്കിലായിരുന്നു, അവൾ.

അയാൾ അതിലേയ്ക്ക് സൂക്ഷിച്ചുനോക്കി.

‘സ്ത്രീശാക്തീകരണ ശിൽപ്പശാല, ചങ്ങഴിയൂരിൽ

പ്രഭാഷണം: രേഖ ബഹൻ’

പിന്നെ, തീരുമാനമെടുക്കാൻ വൈകിയില്ല. എത്രയും വേഗം തിരികെ നാട്ടിലേയ്ക്ക്. പരമ്പര എഴുത്ത് തുടങ്ങുക തന്നെ. അതു പ്രസിദ്ധീകരിച്ചുവരുന്നതുവരേയ്ക്കും രേഖയുമായുള്ള കാഴ്ച മന:പൂർവം ഒഴിവാക്കണമെന്ന് അയാൾക്കു നിർബന്ധമുണ്ടായിരുന്നു. ഏതായാലും, പെണ്ണല്ലേ? മറ്റൊരു പെണ്ണുമായുള്ള കൂടിക്കാഴ്ചയുടെ കാര്യങ്ങൾ അറിഞ്ഞാൽ അതിനെ തെറ്റായി വ്യാഖ്യാനിക്കാനാവും ആദ്യം ശ്രമമെന്ന് അയാൾക്ക് ഉറപ്പുണ്ടായിരുന്നു.

പിന്നെ, ഒരു കാര്യത്തിൽ സമാധാനമായി. പരമ്പര പ്രസിദ്ധീകരിച്ചു വന്നാൽ, അതിനുള്ള കൂടുതൽ വിവരങ്ങൾ പങ്കുവയ്ക്കാൻ രേഖയ്ക്കും കഴിയുമെന്ന് അയാൾ ഉറച്ചു. ഒരുപക്ഷേ, ഒരുമിച്ച് ‘ചങ്ങഴിയൂരി’നായി ഒരുമിക്കാൻ തനിക്ക് സാധിച്ചാലോ?

അപ്പൊഴും കൂരമ്പുകൾ വേറെയുണ്ടായിരുന്നു. ഒരിടത്ത് തന്നെ ഏറെ ഇഷ്ടത്തോടെ കാണുന്ന സുശീല, ഇപ്പോഴിതാ തന്റെ സഹായത്തോടെ ജീവിതത്തിന് മറ്റൊരു അർഥം കണ്ടെത്താൻ ശ്രമിക്കുന്ന താര. ഓരോ വ്യക്തിയുടെയും രഹസ്യങ്ങൾ മനസിന്റെ ഏതൊക്കെ കോണുകളിൽ

ഒളിപ്പിക്കുവാനാണ്?

വേണ്ട. അതൊന്നും തന്റെ കടമയല്ല. പ്രശാന്ത് വന്നുകഴിഞ്ഞാൽ, യാത്രപറഞ്ഞ് മടങ്ങുക തന്നെ. എഴുതുവാനുള്ള കൂടുതൽ വിവരങ്ങൾ താരയിൽ നിന്നും പ്രശാന്തിൽ നിന്നും ലഭ്യമാക്കുവാനുള്ള വഴികൾ കണ്ടെത്താമെന്ന കാര്യത്തിൽ അയാൾക്ക് വിശ്വാസമുണ്ടായിരുന്നു. ബാഗും പാക്കുചെയ്ത് ജീവൻ യാത്രയ്ക്കൊരുങ്ങി. 'അതിജീവനത്തിന്റെ പോരാട്ടം' അയാളുടെ മനസിൽ നിഴൽച്ചിത്രങ്ങളായി...

13

യാത്രയ്ക്കിടയിലെ ചിന്തകളത്രയും വ്യത്യസ്തമായ പെണ്ണനുഭവങ്ങളെക്കുറിച്ചുള്ളതായിരുന്നു. ജീവിതത്തോടു സ്വയം പൊരുതിത്തീർക്കുന്ന രേഖയും സുശീലയും താരയും നിഷയുമെല്ലാം അയാളുടെ ഓർമകളിൽ വിഭിന്നമായ രേഖാചിത്രങ്ങളായി. എന്തായാലും, ജീവിതത്തെ മരണംകൊണ്ടു തോൽപ്പിക്കാൻ ശ്രമിക്കുന്ന ക്ലാരമാർ പെൺതെരുവുകളിൽ കുറവെന്ന കാര്യത്തിൽ അയാൾ സമാധാനിച്ചു.

സുശീല കാണാതെ അവളുടെ ഡയറിക്കുറിപ്പുകൾ എടുത്തുവായിക്കാൻ കഴിഞ്ഞത് അയാളുടെ ഓർമകളിൽ വിങ്ങുന്ന കണ്ണീർപ്പുഴകളായി...

16.8.2020

9.00 എ.എം

ഇന്നാണ് ചങ്ങഴിയൂരിലെ അവസാനത്തെ ആഴ്ചയുടെ തുടക്കം. ശാന്തിനഗറിനു താത്പര്യമില്ലാത്തവർക്കിടയിൽ ഞാൻ എന്തുകൊണ്ടും വെറുക്കപ്പെട്ടവളായിരിക്കും. ആരുമില്ലാത്തവർക്കും ജീവിക്കണ്ടേ? പുതിയ രക്ഷകൻ വന്നാൽ, ഇനി പുതിയ അഭയസ്ഥാനം. അല്ലാതെ വയ്യ. മടുത്തു, ഇവിടം.

11.00 എ.എം

അയാൾ വീണ്ടും വന്നു. കടം വാങ്ങിയ പണം കൊടുക്കാൻ കഴിയാതിരുന്നിട്ട് ഇന്നേയ്ക്ക് ഒരു വർഷത്തോളമായിരിക്കുന്നു. ഞാൻ പണം തിരികെ കൊടുക്കുന്നതിലും അയാൾക്കിഷ്ടം എന്നെയായിരുന്നു. ഇഷ്ടമുള്ളപ്പോഴൊക്കെ ഞാൻ കൂടെ കിടക്കാൻ സമ്മതിക്കുന്നതായിരുന്നു. പക്ഷേ, ഇന്നേവരെ അതു സമ്മതിച്ചിട്ടില്ല.

അമ്മയ്ക്ക് തീരെ വയ്യ. കിടപ്പാണ്. മരുന്നുവാങ്ങാൻ പോലും പണമി

ല്ല. അയാളുടെ പണംകൊടുക്കാൻ നിവൃത്തിയുമില്ലാതെ വന്നപ്പോൾ ഞാൻ ആദ്യമായി എന്റെ മുറിയിൽ അയാൾക്കായി കിടക്കവിരിച്ചു. തത്ക്കാലം പണം ചോദിച്ച് ബഹളം വയ്ക്കാതെ പോകുമല്ലോ എന്നായിരുന്നു, സമാധാനം.

ഇറച്ചി കാണാത്ത നായ എല്ലിനോടു കാട്ടുന്ന ആർത്തിയാണ് എനിക്ക് അയാളിൽ കാണാൻ കഴിഞ്ഞത്. തത്ക്കാലം പണം കൊടുക്കാതെ സാധിച്ചുവെന്നു മാത്രമല്ല, ആയിരം രൂപ ഇരിക്കട്ടെ എന്നും പറഞ്ഞാണ് അയാൾ പോയത്. എന്റെ വിധി!

17.8.2020

1.30 പി.എം

സുശീല ഉണ്ടോ എന്നു ചോദിച്ച് രണ്ടുപേർ വരുമ്പോൾ ഞാൻ കിടപ്പിലായ അമ്മയെ ശുശ്രൂഷിക്കുകയായിരുന്നു. എനിക്ക് ആഗതരെ മനസിലായില്ല. എവിടെനിന്നാണെന്നു ചോദിച്ചപ്പോൾ പണമിടപാടുകാരന്റെ സുഹൃത്തുക്കളാണെന്നു പറഞ്ഞു.

അവരുടെ ആവശ്യം എന്റെ ശരീരമായിരുന്നു. എന്നാൽ, ഞാൻ അതിനുള്ള അവസ്ഥയിലായിരുന്നില്ല. വീണ്ടും ഒരിക്കൽക്കൂടി അങ്ങനെ പോകാൻ എനിക്കു മനസില്ലായിരുന്നു. നേരം വെളുത്ത് ഒരു വറ്റു കഞ്ഞിവെള്ളം പോലും കുടിച്ചിട്ടില്ലാതിരിക്കെ, അവർ എന്റെ മുറിയിലേയ്ക്കു കയറി വാതിലിനു കൊളുത്തിട്ടു.

അപ്പുറത്തെ വീടുകളിലുള്ളവർ എന്നെക്കുറിച്ച് അറിയേണ്ട എന്നുകരുതി ഞാൻ അലറിവിളിച്ചതേയില്ല. ആ രണ്ടു സുഹൃത്തുക്കൾ ചേർന്ന് എന്നോട് കുറെനേരം തങ്ങളുടെ ജീവിതകഥകൾ പറഞ്ഞു. പണമിടപാടുകാരൻ തങ്ങളിൽ നിന്നും പണം വാങ്ങിയിട്ടുണ്ടെന്നും അതു തരാതെ വന്നപ്പോൾ അയാളാണ് പറഞ്ഞുവിട്ടതെന്നും പറഞ്ഞു.

എനിക്ക് പ്രതികരിക്കാനേ കഴിഞ്ഞില്ല. ഞാൻ വീണ്ടും ആ രണ്ടുപേരുടെയും വിക്രിയകൾക്ക് മൂകസാക്ഷിയാകേണ്ടിവന്നു. ശരിക്കും, മരിക്കാൻ തോന്നിപ്പോയി. ശപിക്കപ്പെട്ട ജന്മം!

ദിവസങ്ങൾ മറിഞ്ഞുകൊണ്ടേയിരുന്നു. ഓരോ ദിവസത്തിനും ഓരോ ഓർമ. ഓരോ അനുഭവവും വീണ്ടും വീണ്ടും തീവ്രമായവ. ഡയറിത്താളുകളിൽ തുടർന്നു കണ്ട അനുഭവങ്ങൾ പലതും അയാൾ ഓർക്കാവുന്നതിലും ചിന്തിക്കാവുന്നതിലും അധികമായിരുന്നു.

മെല്ലെമെല്ലെ സുശീലയ്ക്ക് ശരീരത്തോടുള്ള അറപ്പ് മാറുന്നതുപോലെതന്നെ അവളുടെ ആത്മാവിഷ്കാരവും മാറിയിരുന്നുവെന്ന് അയാൾ

ഓർത്തു. പച്ചയായ ഭാഷയിൽ അവൾ എഴുതിവച്ചിരുന്നതു കണ്ടപ്പോൾ അല്ലെങ്കിൽത്തന്നെ എങ്ങനെയാണ് ഞെട്ടാതിരിക്കുക? ഒരു പെണ്ണിന്റെ മാനത്തിന്റെ വിലയെയോർത്ത് താൻ അന്ന് ഡയറി മടക്കിവയ്ക്കുമ്പോൾ, പാവം സുശീല, മറ്റൊരുത്തനൊപ്പം ശയിക്കാൻ സന്തം ശരീരത്തെ സോപ്പിട്ടുതേച്ചുകഴുകുകയായിരുന്നുവല്ലോ. അയാൾക്ക് അയാളോടു തന്നെ നേരിയ പുച്ഛം തോന്നിയ ദിവസം!

ഒടുവിൽ, ഒരു രാത്രിയിൽ തനിച്ചുകിടക്കുമ്പോഴാണ് അവൾ അവിടെ നിന്നും എങ്ങനെയും രക്ഷപ്പെടാൻ തീരുമാനമെടുക്കുന്നത്. 'ചങ്ങഴിയൂരി'ലെ അവസാന ആഴ്ചയുടെ ഒടുവിൽ, തന്നെത്തേടിയെത്തുന്ന രക്ഷകനിൽ അയാൾ സമാധാനം കണ്ടെത്തുന്നതുമെല്ലാം ഡയറിക്കുറിപ്പുകളുടെ ഒറ്റവായനയിൽ മനസിൽ പതിഞ്ഞവ തന്നെയായിരുന്നു. മെല്ലെ മെല്ലെ, വേശ്യാവൃത്തി അവശ്യമായ ഒരു പ്രവൃത്തിതന്നെയാക്കി മാറ്റിക്കളഞ്ഞ ജീവിതത്തിന്റെ നാളുകളുടെ തനിയാവർത്തനമായിരുന്നു, ഡയറിത്താളുകളിൽ നിറഞ്ഞുനിന്നിരുന്നത്... ഓരോ ദിവസവും വന്നുചേരുന്ന അതിഥികളെപ്പറ്റിയുള്ള വാങ്മയചിത്രങ്ങൾ...!

കൊച്ചിയിലെ മുറിയിലെത്തുമ്പോൾ രാവേറെ വൈകിയിരുന്നു. ആരെയും കാണാൻ മെനക്കെട്ടില്ല. ക്ലീറ്റസിനെ കാണുന്നതുപോലും രണ്ടു ദിവസം കഴിഞ്ഞുമതിയെന്നുതന്നെ കരുതി. കാരണമുണ്ട്. ഓഫീസിൽ നിന്നും വാശിപറഞ്ഞ് ഇറങ്ങിയിട്ട് ഇപ്പോൾ രണ്ടാഴ്ചയോളം ആകുന്നു. യാത്രയുടെ ഫലമൊന്നും തന്നെ ഓഫീസിലേയ്ക്ക് എത്തിച്ചുനൽകാൻ കഴിയാതിരുന്നാൽ അത് തന്റെ സ്വത്വത്തിനു തന്നെ മങ്ങലേൽപ്പിക്കുമെന്ന കാര്യത്തിൽ സംശയമില്ല.

ഏതായാലും, രാജിഭീഷണി സംബന്ധമായ ആദ്യവാശികൾക്ക് കുറെയെങ്കിലും ക്ഷീണം സംഭവിച്ചിട്ടുണ്ടെന്ന് ജീവൻ ഓർത്തു. അല്ലെങ്കിൽത്തന്നെ, അന്വേഷണാത്മക പത്രപ്രവർത്തനം തലയ്ക്കു കയറിയാൽപ്പിന്നെ, ആരാണ് ജീവിതത്തെപ്പോലും ഓർക്കുന്നത്? ഊണും ഉറക്കവുമെല്ലാം അന്വേഷകന്റെ വിഷയങ്ങളിൽ കുടുങ്ങുമ്പോൾ അതിൽനിന്നും ലഭിക്കുന്ന സുഖം, മറ്റൊന്നിനും നൽകാൻ കഴിയാറേയില്ലല്ലോ. വിഷയത്തിൽ അന്വേഷിക്കപ്പെട്ട കാര്യങ്ങൾ മനസിലാക്കി, ആ ചരിത്രത്തിന്റെ ആഖ്യാതാവായി മാറുന്നതുവരെ വിശ്രമമില്ല തന്നെ! ഇടയ്ക്കിടെ, ചിന്തയുടെ ഭ്രമണപഥങ്ങളെ മാറ്റിവിടാനുപകരിക്കുന്ന പുകച്ചുരുളുകളൊഴിച്ചാൽ, അൽപ്പം വെള്ളം മാത്രമുണ്ടെങ്കിലും ജീവിതം സുഖകരമായി നീങ്ങുമെന്ന് അയാൾ മനസിൽ കരുതി.

ഇപ്പോൾ പ്രത്യേകിച്ചും, ഏറെ താത്പര്യമുണർത്തുന്ന വിഷയംകൂടി മനസിൽ കയറിക്കൂടിയപ്പോൾ അതിന്റെ ലഹരിയിൽത്തന്നെയായിരുന്നു,

ജീവൻ. തട്ടുകടയിൽ നിന്നും വാങ്ങിയ ഭക്ഷണവുമായി മുറിയിലെത്തി, കുളിച്ച് ഭക്ഷണം കഴിച്ചു കിടന്നതേ ഓർമയിലുണ്ടായിരുന്നുള്ളൂ. യാത്രയിൽ കണ്ടറിഞ്ഞതായ നൊമ്പരങ്ങൾ നിറഞ്ഞ സ്വപ്നങ്ങൾ മെല്ലെ നിദ്രയ്ക്കൊപ്പം ഒഴുകിയെത്തി.

നേരം പുലർന്നതും അയാളുടെ മുന്നിൽ തെളിഞ്ഞുവന്നത് ആ ചോദ്യമാണ്.

“ഏതാണ് ലോകത്തിലെ ഏറ്റവും പഴക്കമുള്ള തൊഴിൽ?”

അയാൾ ചരിത്രം തിരഞ്ഞു. ഉത്തരം ഞെട്ടിക്കുന്നതായിരുന്നു. മറ്റൊന്നുമല്ല, വേശ്യാവൃത്തി തന്നെ!

അതിപുരാതനകാലത്തെ കിഴക്കൻ പ്രദേശങ്ങളിലെ ദേവാലയങ്ങളോടു ചേർന്നാണത്രേ, ആദ്യനാളുകളിൽ വേശ്യാവൃത്തി നിലനിന്നിരുന്നതത്രേ. പാശ്ചാത്യസാഹിത്യത്തിലെ ചരിത്രഗ്രന്ഥങ്ങളിൽ പ്രഥമഗണനീയമായ ‘ദി ഹിസ്റ്ററി’യുടെ ഗ്രന്ഥകാരൻ ഹെരഡോട്ടസ് എന്ന ഗ്രീക്ക് പണ്ഡിതൻ, ‘വിശുദ്ധമായ വേശ്യാവൃത്തി’യെക്കുറിച്ച് എഴുതിയിട്ടുണ്ടെന്നത് പുതിയൊരു അറിവായിരുന്നു. 2400 ബി.സിയിൽ മെസപ്പൊട്ടോമിയയിൽ വേശ്യാവൃത്തി ഒരു തൊഴിലായി അംഗീകരിക്കപ്പെട്ടിരുന്നുവെന്ന് ചരിത്രത്താളുകളുടെ സാക്ഷ്യം. ക്ഷേത്രാചാരങ്ങളുമായി ബന്ധപ്പെട്ട് വേശ്യാവൃത്തി അംഗീകരിക്കപ്പെട്ടിരുന്ന നാളുകൾ...

പുരാതന ഇസ്രയേലിൽ വേശ്യാവൃത്തി നടമാടിനിന്ന നാളുകളെപ്പറ്റി ഹീബ്രുബൈബിളിൽ എഴുതപ്പെട്ടിരുന്നതിനെക്കുറിച്ചും ജീവന്റെ ഓർമപഥങ്ങളിൽ ചിത്രങ്ങൾ തെളിഞ്ഞു. എന്നിട്ടിപ്പോൾ അയാൾ എന്താണ് കാണുന്നത്? ‘ജീവന്റെ വൃക്ഷ’ത്തിൽ നിന്നും സൃഷ്ടികർത്താവായ ദൈവം, കഴിക്കരുതെന്നു പറഞ്ഞു വിലക്കിയ പഴമെടുത്തു കഴിച്ച് തങ്ങൾ നഗ്നരാണെന്ന് ആദ്യമായി മനസിലാക്കിയ ആദത്തെയും ഹവ്വയെയും കുറിച്ചുള്ള കഥകൾ. നഗ്നരാണെന്നു മനസിലാക്കിയ അവർ അത്തിയിലകൾ കൂട്ടിത്തുന്നി അരക്കച്ചയുണ്ടാക്കി. ആ ആദത്തിന്റെയും ഹവ്വയുടെയും പിന്മുറക്കാർ പിന്നീട്, അരക്കച്ചയും മാറ്റി ജീവിതത്തിനുള്ള അപ്പം തേടി കിടക്കകൾ തേടുന്നു. ചരിത്രം ആവർത്തിക്കപ്പെടുന്നതായി അയാൾക്കു തോന്നി.

പത്രത്തിലെ ന്യൂസ്പ്രിന്റ് പാഡുകൾ അയാൾക്കു മുന്നിൽ അക്ഷരങ്ങൾക്കായി ദാഹിച്ചുകിടന്നു. പേനയിലെ മഷി ആ കടലാസിനെ നനയ്ക്കുമ്പോൾ അയാൾ അവർക്കൊപ്പമായിരുന്നു. മണിക്കൂറുകൾക്കു വില പറയുന്ന ആ മാംസവിൽപ്പനക്കാർക്കൊപ്പം.

‘സഹശയനം: അതിജീവനത്തിന്റെ പോരാട്ടം’ അവിടെ തുടങ്ങുകയായിരുന്നു:

താരകങ്ങളേ, കാൺമതോ, നിങ്ങൾ...?

“വള്ളിയൂർക്കാവിലെ ദൈവത്താരിൽ ഇപ്പോൾ താരയ്ക്കു വിശ്വാസമില്ല. വനദുർഗയും ഭദ്രകാളിയും ജലദുർഗയുമൊന്നും തന്നെ സഹായിക്കില്ലെന്ന് തന്റെ അനുഭവംകൊണ്ട് അവൾ തിരിച്ചറിഞ്ഞിരിക്കുന്നു. അല്ലെങ്കിൽപ്പിന്നെ, ഹൃദയം കൊടുത്തു കാമിച്ച, സ്വന്തം പുരുഷൻ എന്ന് സ്വയം വിശ്വസിച്ചയാൾ, തന്നെ മറ്റു പലർക്കുമായി സമർപ്പിക്കുമായിരുന്നോ? തൃഷ്ണകളുടെ വന്യസീൽക്കാരങ്ങൾക്ക് താൻ സ്വയം വശംവദയാകേണ്ടിവരുമായിരുന്നോ?

മഹേഷിനോട് മനസിൽ സ്നേഹം തോന്നുന്നത് സ്വയം ശപിക്കപ്പെട്ടവളുടെ വികാരമെന്ന് അവൾ തിരിച്ചറിയുന്നത് അന്നാണ്. ജീവിതത്തിൽ ആദ്യമായി തന്റെ ശരീരം മറ്റൊരാളുടെ മുന്നിൽ കാഴ്ചവച്ച ആദ്യ ദിവസം. ഒന്നുകഴിയുമ്പോഴാണ് അവൾ അറിയുന്നത്, അത് സ്നേഹമായിരുന്നില്ലെന്ന്. എന്തിന്, കാമം പോലും തോൽക്കുന്ന വന്യതാബോധമായിരുന്നു, തന്നിലേയ്ക്ക് ആഴ്ന്നിറങ്ങിയതെന്ന് അവൾ അറിഞ്ഞു.

അവർ, മറ്റ് അഞ്ചുപേർ കൂടി. മുൻമന്ത്രിയുടെ മകൻ, സ്ഥലത്തെ പ്രമുഖ വക്കീലിന്റെ മകൻ, ബിസിനസുകാരൻ, ഭരണകക്ഷിയിലെ ഒരു എം.എൽ.എ, സിനിമയിൽ അഭിനയിച്ചു തുടങ്ങിയ ഒരു താരം... മൂന്നാറിൽ ആറു കാപാലികരുടെ ഇരയായി സ്വയം മാറിയ അന്നാദ്യമായി അവൾ സ്വന്തം വസ്ത്രം വലിച്ചുകീറി.

അത് ഒരു ശപഥമായിരുന്നു. സ്വയം ഭദ്രകാളിയായി മാറുന്നതുവരെ ശാന്തസ്വഭാവമുള്ള ദേവതാരൂപം സ്വീകരിക്കുമെന്നുള്ള ശപഥം. കാരണമുണ്ട്. കൈയിൽ പണമില്ലാതെ, തന്നെക്കാൾ ശക്തരായവരോടു മത്സരിക്കുവാൻ തുനിഞ്ഞിട്ടു കാര്യമില്ലെന്ന് കൊച്ചിയിലെ കോളജിൽ പഠിച്ച ഈ ‘ചങ്ങഴിയൂരു’കാരിക്കറിയാം.

* * *

‘താര എത്ര സുന്ദരിയാണ്? എനിക്ക് താരയെ വിവാഹം കഴിക്കാൻ ആഗ്രഹമുണ്ട്.’

കോളജിൽ ഒപ്പം പഠിച്ച രാഷ്ട്രീയപ്രവർത്തനമൊക്കെയുള്ള യുവാവ്, താരയുടെ പിന്നാലെ കൂടി. അതായിരുന്നു തുടക്കം. ക്ലാസിലും കാമ്പസിലുമെല്ലാം അയാളുടെ കണ്ണുകൾ താരയെ വലംവച്ചു; പൂവിനുചുറ്റും വലംവയ്ക്കുന്ന വണ്ടിനെപ്പോലെ.

അയാൾ മെല്ലെ വണ്ടായി മാറുകയായിരുന്നു. ചെവിയിൽ സ്ഥിരം മൂളി മൂളിനടന്നപ്പോൾ, താരയ്ക്ക് അയാളോട് പെട്ടെന്നൊരു അഭിനിവേശം തോന്നി. ഒന്നുമല്ലെങ്കിലും താൻ ഒരു ‘ചങ്ങഴിയൂരു’കാരി. നാട്ടിലെ സദാചാരപ്പരിഷകൾക്ക്, ‘ചങ്ങഴിയൂര്’ ‘പിഴച്ചവരുടെ നാട്’. ഏതു പെണ്ണും,

എന്തിനും ഏതിനും മാനംവിൽക്കുന്ന നാട്. അവിടെനിന്ന് താനൊരാൾ കൊച്ചിയിലെത്തി പഠിക്കാൻ ശ്രമിച്ചത്, സ്ഥിരം പതിവുകൾക്ക് മാറ്റംവരുത്താനാണെന്ന കാര്യത്തിൽ താരയ്ക്ക് യാതൊരു സംശയവുമില്ലായിരുന്നു. അങ്ങനെയിരിക്കെ, ഒരാൾ തന്നോട് പ്രണയാഭ്യർഥന നടത്തിയാൽ അതു വേണ്ടെന്നു വയ്ക്കുന്നതിൽ എന്താണു കാര്യം?

'മഹേഷിന് ശരിക്കും എന്നെ ഇഷ്ടമാണോ?'

കാന്റീനിലെ ചായയ്ക്കും പരിപ്പുവടയ്ക്കുമൊപ്പം സമയം ചെലവഴിക്കുമ്പോൾ, താര മഹേഷിനോടു ചോദിച്ചു. യഥാർഥത്തിലുള്ള ഇഷ്ടം അറിയുമെങ്കിൽ മാത്രം സമ്മതം മൂളാമെന്നായിരുന്നു, അവളുടെ ചിന്ത.

'എന്താണു താര, അങ്ങനെ ചോദിക്കുന്നത്? എനിക്ക് ഈ പ്രിയപ്പെട്ട മുഖവും കാതിനിമ്പമുള്ള ശബ്ദവും ഇഷ്ടമല്ലെങ്കിൽ ഞാൻ ഇങ്ങനെ പിന്നാലെ നടക്കുമെന്നു തോന്നുന്നുണ്ടോ?'

ആ ഉത്തരം അവൾക്ക് ഇഷ്ടമായി. അവൾ മെല്ലെ തന്റെ ചായക്കപ്പ് മഹേഷിനു കൊടുത്തു. എന്നിട്ട്, മഹേഷിന്റെ ചായക്കപ്പ് അവൾ ആർത്തിയോടെ കൈയിൽ വാങ്ങി. ചുണ്ടോടു ചുണ്ടു ചേർത്തുള്ള ആ കപ്പുകളിലെ ചുംബനമായിരുന്നു, അവരുടെ പ്രണയത്തിന്റെ സാക്ഷ്യപത്രം. പരസ്യമായി മറ്റൊന്നും സാധിക്കാതെ വന്നപ്പോൾ, ആ ചുണ്ടുകൾ തൊട്ട കപ്പുകളിലെ ചായ അവർ പരസ്പരം ആസ്വദിക്കുകയായിരുന്നു.

പിന്നീടൊരിക്കലാണ് അവളോട് ഒരു യാത്രപോകുന്ന കാര്യം മഹേഷ് പറയുന്നത്. കേട്ടമാത്രയിൽ അവൾക്ക് അത് ഏറെ ഇഷ്ടമായി. പ്രിയപ്പെട്ട ഒരാളോടൊപ്പം മൂന്നാർ വരെയുള്ള യാത്രയെന്നു പറയുമ്പോൾ, അധികം നാടുകൾ കണ്ടിട്ടില്ലാത്ത ഏതു പെണ്ണാണ് ഇഷ്ടപ്പെടാത്തത്?

വീട്ടിൽ പോയി കോളജിലേയ്ക്കു മടങ്ങുമ്പോൾ രണ്ടുദിവസം പ്രിയകാമുകനൊപ്പം തങ്ങാനുള്ള വസ്ത്രവും അവൾ കരുതിയിരുന്നു. മൂന്നാറിലെ തണുപ്പിൽ, കാശും സ്വാധീനവുമുള്ള സുഹൃത്തിനൊപ്പമുള്ള ദിനങ്ങൾ അവൾ സ്വപ്നം കണ്ടു.

അവിടെ ചെല്ലുമ്പോഴുള്ള ഹോട്ടൽ മുറിയും അവളെ അത്ഭുതപരതന്ത്രയാക്കി. മൂന്നാറിലെ തണുപ്പിലെ എസി മുറിയിൽ കമ്പിളിപ്പുതപ്പിന്റെ ചൂടിൽ അവൾ നുഴഞ്ഞുകയറി; ഒപ്പം, മഹേഷും. കൂട്ടിന് മദ്യവും സിഗരറ്റും കൂടിയായപ്പോൾ താരയ്ക്കും മറ്റൊന്നും ചിന്തിക്കുവാനുണ്ടായിരുന്നില്ല.

അയാൾ അവളിലേയ്ക്ക് ആഴ്ന്നിറങ്ങി. ആ സ്നേഹത്തിന്റെ ചൂടിൽ അവൾക്ക് കുളിരുകോരി.

എന്നാൽ, വികാരത്തള്ളലിന്റെ ഒടുവിലാണ് വാതിൽക്കലെ മുട്ടുകേട്ട് അവൾ ഞെട്ടിത്തരിച്ചത്.

'കുഴപ്പമില്ല, അത് എന്റെ സുഹൃത്തുക്കളാണെ'ന്ന് മഹേഷ് പറഞ്ഞതും, അവൾ ഭയന്നു.

'എന്തിനാ അവർ ഇപ്പോൾ വന്നിരിക്കുന്നത്?'

'നിന്നെ കാണാൻ. 'ചങ്ങഴിയൂരി'ൽ വരാൻ ഞങ്ങളെപ്പോലുള്ള സമൂഹജീവികൾക്ക് കഴിയില്ലല്ലോ. അതുകൊണ്ട് നിന്നെ ഇവിടേയ്ക്കു ക്ഷണിച്ചതല്ലേ. നീ ഒന്നുമല്ലേലും 'ചങ്ങഴിയൂരി'ലെ പതിവുകാരിയല്ലേ?'

ഒരിക്കലും കാണാത്തവിധത്തിലുള്ള മഹേഷിന്റെ അഭിപ്രായപ്രകടനംകേട്ട് അവൾ ഭയന്നു. തന്നോട് ഇഷ്ടംകൂടിനടന്ന ചെറുപ്പക്കാരന്റെ ലക്ഷ്യങ്ങൾ മറ്റൊന്നാണെന്നറിഞ്ഞപ്പോൾ അവളുടെ മേനിയാകെ വിറകൊണ്ടു.

'മഹേഷ്, നീ എന്താ ഇപ്പോൾ ഇങ്ങനെ? ഞാൻ ഒരിക്കൽപ്പോലും ഒരാളുടെയും കൂടെ പോയിട്ടേയില്ല. എന്നെ വഞ്ചിക്കരുത്...' കെഞ്ചിക്കരഞ്ഞ താരയുടെ അഭിപ്രായങ്ങളെ അയാൾ സിഗററ്റിന്റെ പുകയ്ക്കൊപ്പം തള്ളിക്കളഞ്ഞു.

അപ്പോഴേയ്ക്കും, കൂട്ടുകാർ മുറിക്കുള്ളിൽ എത്തിക്കഴിഞ്ഞിരുന്നു. ഗ്ലാസുകളിൽ മദ്യം നിറഞ്ഞു. സിഗററ്റിന്റെ പുക, ആ മുറിയെ മേഘാവൃതമാക്കി. കരഞ്ഞുകലങ്ങിയ താര അവരുടെ മുന്നിൽ വെറുമൊരു പാവക്കുട്ടിയായി മാറി. ആറു മുട്ടാളന്മാർക്കിടയിൽ പാവപ്പെട്ടൊരു മാൻപേട!

അവൾക്ക് അവർ ഒരിക്കൽക്കൂടി മദ്യം പകർന്നു നൽകി. വേണ്ടെന്നു പറഞ്ഞ് തട്ടിമാറ്റാൻ ശ്രമിച്ചിട്ടും ഗ്ലാസുകൾ വായയോടു ചേർന്നമർന്നു. കവിളുകളിൽ അമർന്ന ബലിഷ്ഠമായ കൈവിരലുകൾ ആ ലഹരിയുടെ പ്രവാഹത്തെ ഒഴിവാക്കാനാവാത്തതാക്കി. അവൾ ബോധരഹിതയാകുന്നതു കണ്ടപ്പോൾ അയാളുടെ കൂട്ടുകാർ ആർത്തലയ്ക്കുന്നത് അവളുടെ ഉപബോധമനസിൽ കേൾക്കാമായിരുന്നു.

പിന്നെ, അവൾ കിടക്കുകയായിരുന്നു. വസ്ത്രങ്ങൾ ഊരിയെറിയപ്പെട്ടു. അവൾ ഒന്നും പറഞ്ഞതേയില്ല. ആ കണ്ണുകളിൽ നിന്നും കണ്ണുനീർ ഒഴുകിയില്ല. ആ ശരീരത്തിൽ നിന്നും വികാരത്തിന്റെ തിരയിളക്കങ്ങളും ഉണ്ടായതേയില്ല. ഒന്നിനു പിന്നാലെ ഒന്നെന്ന മട്ടിൽ കപടസ്നേഹത്തിന്റെ പ്രവാചകന്മാരുടെ മൂളക്കങ്ങൾ അവളുടെ കാതുകളിലേയ്ക്ക് തീക്കനൽ കോരിയിട്ടു.

ആ യാത്രാനുഭവത്തിനു ശേഷം, മഹേഷ് അവളെ പിഞ്ചെന്നിട്ടില്ല. ഒരുപക്ഷേ, തന്നെ അവൾ പിഞ്ചെന്നെങ്കിലോ എന്ന് അയാൾ ഭയന്നിരിക്കണം. സമൂഹത്തിലെ ഉന്നതകുലജാതരായ അയാളുടെ സുഹൃത്തുക്കളും താരയെ മറന്നേ കഴിഞ്ഞിരുന്നു.

ഇനിയാണ്, കാര്യങ്ങളുടെ ഗതി മാറുന്നത്. ഇപ്പോൾ ചങ്ങഴിയൂരിലെ

ഏറെ തിരക്കുള്ള 'കോൾ ഗേളാ'ണ് താര. മണിക്കൂറിന് വിലപറയുന്ന വൾ. എസ്കോർട്ട് സർവീസും ധനസമ്പാദനവുമായി തിരക്കിലായ താരയ്ക്ക് തന്റെ പേരുകൾ പുറത്താകുന്നതിലും യാതൊരു ഭയവുമില്ല. തന്നെ വേശ്യാവൃത്തിയിലേയ്ക്ക് നിർബന്ധപൂർവം വലിച്ചിഴച്ച് വേശ്യ യാക്കിയവരോടുള്ള പക തീർത്ത് ഭദ്രകാളിയായി മാറുന്നതു വരെ അവൾക്ക് വിശ്രമമില്ല; അതിനുശേഷം വേണം, വള്ളിയൂർക്കാവിൽ, ഒരു മൃത്യുഞ്ജയഹഹോമം...! ലക്ഷ്യം സാധിക്കാൻ ഏതറ്റം വരെയും പോകു മെന്നാണ് താരയുടെ വാദം.

വേറില്ലൊരു ചങ്ങഴിയൂർ...

ഏതാണ് ഈ ചങ്ങഴിയൂരെന്നല്ലേ? നമ്മുടെ നാട്ടിൽ ഒരിക്കലും പകരം വയ്ക്കാനില്ലാത്ത ഒരു അപൂർവഗ്രാമം. കോൽക്കത്തയിലെ സോനാഗാ ച്ചിയും മുംബൈയിലെ കാമാത്തിപ്പുരയും പൂനെയിലെ ബുധ്വാർ പേത്തും നാഗ്പൂരിലെ ഗംഗാ ജമുനയും അലഹബാദിലെ മീർഗംജും പോലെ നമ്മുടെ സംസ്ഥാനത്തിലെ കുപ്രസിദ്ധമായ ഗ്രാമം. ചുവന്ന തെരുവ്. ഇവിടുത്തെ പൂക്കൾക്കു പോലും മദ്യത്തിന്റെയും മയക്കുമരു ന്നിന്റെയും ഗന്ധമാണ്. തെരുവുകളിലെങ്ങും മാംസവിപണിയുടെ ചൂടും ചൂരും. ആർക്കും ആരോടും കടപ്പാടുകളില്ലാത്ത ഗ്രാമം. ആർക്കും ആരോടും അതിരുകടന്ന സ്നേഹപ്രകടനങ്ങൾ നിലനിൽക്കാത്ത ഗ്രാമം.

മണിക്കൂറുകളാണ് 'ചങ്ങഴിയൂരി'ന്റെ സ്നേഹത്തിന്റെ പൂട്ട്. പണ മാണ്, അവിടെ പകരം വയ്ക്കാനുള്ള ഏക താക്കോൽ. പിന്നെ, സ്നേഹ ത്തിന്റെ മാസ്മരികസ്വർഗത്തിൽ നിമിഷസുഖങ്ങൾ ആസ്വദിച്ച് 'ചങ്ങഴി യൂരു' വിടാം. കാര്യസാധ്യത്തിന് ആവശ്യത്തിനു മുറികൾ. ആർക്കും ആരെയും സംശയമില്ല. അവിടെ വന്നുചേരുന്നവരെ മറ്റൊരു ലക്ഷ്യത്തിൽ കണ്ടെത്തുകയെന്നതു തന്നെ പ്രയാസം.

ആർക്കും മൊബൈൽഫോണുകളില്ല. ആർക്കും ആരെയും ഭയക്കു കയും വേണ്ട. ഒരിക്കൽ വന്നുപോകുന്ന ഉപഭോക്താവിനെ ആരെങ്കിലും ഓർത്തിരുന്നെങ്കിലായി...

'ചങ്ങഴിയൂരി'ലെ വിലയ്ക്കു വാങ്ങാനാവുന്ന സ്നേഹത്തിനായി സംസ്ഥാനത്തിനകത്തുനിന്നും പുറത്തുനിന്നുമായി ഒട്ടനവധി ആളുക ളാണ് നിത്യേന വന്നണയുന്നത്. നിയമപരമായ പിന്തുണയുണ്ടെന്നു തോന്നിക്കുന്ന ഇത്തരം സ്ഥലങ്ങളെ റെയ്ഡുകൾ പോലും ഭയപ്പെടു ത്തുന്നുമില്ല. അല്ലെങ്കിൽത്തന്നെ, പണവും പെണ്ണും മദ്യവുമുണ്ടെങ്കിൽ ആർക്കും ആരെയും സ്വാധീനിക്കാനാവുന്ന നാട്ടിൽ, 'ചങ്ങഴിയൂരി'ലെ ലലനാമണികൾക്കുണ്ടോ, അതിനുള്ള പഞ്ഞം?

അതിജീവനത്തിനായുള്ള പോരാട്ടത്തിൽ വാണവരുണ്ട്; വീണവരു

മുണ്ട്. വാണവരുടെ കഥകളെക്കാൾ ഇവിടെ പറഞ്ഞറിയിക്കാൻ ആഗ്രഹിക്കുന്നത് വീണവരുടെ ചരിത്രങ്ങളാണ്. പുറമേ തുറന്നു പറയാനും മടിതോന്നുന്നില്ലാത്ത കറതീർന്ന മനുഷ്യജന്മങ്ങളുടെ കഥയാണ്. ഒന്നും ഒളിക്കാനില്ലാത്തവരുടെ കഥകൾ. ഒന്നും ഒളിച്ചിട്ടു കാര്യമില്ലാത്തവരുടെ കഥകൾ... ഒരു കീറത്തുണിയെപ്പോലും ആഗ്രഹിക്കാത്തവരുടെ കഥകൾ... ആഗ്രഹമില്ലാതിരുന്നിട്ടല്ല. ജീവിതത്തോടുള്ള ആസക്തികൊണ്ടാണ്.

താരയുടെ കഥ ഇവിടെ തീരുന്നില്ല. സമൂഹത്തിലെ ഉന്നതകുലജാതരായ ആ നരാധമന്മാരെക്കുറിച്ചുള്ള ചരിത്രങ്ങൾ കൂടി പൊതുജനം അറിയേണ്ടതുണ്ട്. 'സഹശയനം: അതിജീവനത്തിന്റെ പോരാട്ടം' നമ്മൾ അറിയേണ്ട കഥയാവുന്നത് അവിടെയാണ്. വേശ്യായനം, ജീവിതത്തോടുതന്നെയുള്ള പോരാട്ടമായി കണ്ട് മുൻകൂറായി മരണമൊഴി തയാറാക്കി, യുദ്ധത്തിനിറങ്ങുന്ന ഒരു 'ഗാന്ധാരി'യുടെ കഥ തുടർന്നു വായിക്കേണ്ടേ?

ഇതു വായിച്ചുകഴിയുമ്പോൾ നിങ്ങളിൽ പലർക്കും നിങ്ങളുടെ സഹോദരിമാരെക്കുറിച്ചു ചിന്തിക്കാൻ കഴിയുമെങ്കിൽ, 'ചങ്ങഴിയൂരി'ന് ഇനി പുതിയൊരു നാഥൻ വരും. അല്ലാത്തപക്ഷം, താരയെപ്പോലെ പിടിച്ചുനിൽക്കാൻ ശേഷിയില്ലാത്ത തരുണീമണികൾ, ആകാശത്ത് ഒരു നക്ഷത്രമായി വെറുതെ ഉദിച്ചുനിൽക്കും. പണ്ട് കവി പാടിയത് ആവർത്തിക്കട്ടെ

താരകങ്ങളേ കാണ്മതോ നിങ്ങൾ
താഴെയുള്ളൊരീ പ്രേതകുടീരം...?
(തുടരും)
നാളെ: താരയുടെ പീഡകരെ അറിയാം...

14

ജീവൻ ഫെർണാണ്ടസ്, ഒരു സിഗററ്റിനു തീകൊളുത്തി. വെളുത്ത പുക, അന്തരീക്ഷത്തിൽ ആശ്വാസത്തിന്റെ വലയങ്ങൾ സൃഷ്ടിച്ചു. പാതി തുറന്ന ജനാലപ്പാളികളിൽക്കൂടി ആ പുക അന്തരീക്ഷത്തിൽ ലയിച്ചു.

കട്ടിലിനോടുചേർന്നുള്ള ജനാലയ്ക്കരികിൽ ആ കത്ത് ഇരിക്കുന്നുണ്ടായിരുന്നു. മുഖ്യപത്രാധിപർ എഴുതി ഒപ്പിട്ട, തന്റെ ട്രാൻസ്ഫർ ഓർഡർ! അയാൾ അത് എടുത്ത് ഒരിക്കൽക്കൂടി വായിച്ച് അവിടെത്തന്നെ വച്ചു. തന്റെ പത്രപ്രവർത്തനകാലത്തിന്റെ സുവർണനാളുകൾ ഒരിക്കൽക്കൂടി ഓർമകളിൽ ഒഴുകിയെത്തി. ഫീച്ചറുകളുടെയും പരമ്പരകളുടെയും രാജകുമാരനായി യാത്രചെയ്ത സ്ഥലങ്ങൾ... കണ്ടറിഞ്ഞ വ്യക്തികൾ... ആ സ്വപ്നലോകത്തിന്റെ ലഹരികളിലേയ്ക്ക് താൻ

വീണ്ടും അലിയുന്നതുപോലെ തന്നെ ജീവനു തോന്നി.

പരമ്പരയാത്രകൾ തന്നെക്കൊണ്ട് ജീവിതം പഠിപ്പിക്കുകയായിരുന്നില്ലേ? അവിവാഹിതരായ ആദിവാസി അമ്മമാർക്കിടയിലും യുവജനോത്ഥാരക്കൊഴുപ്പുകളിലുമെല്ലാം ജീവിതത്തിന്റെ രണ്ടറ്റങ്ങളാണല്ലോ താൻ കണ്ടതെന്ന് അയാൾ ഓർത്തു. തന്റെ അഹന്തകൾക്കും തിരിച്ചറിവില്ലാതെപോയ നാളുകൾക്കുമുള്ള മറുപടിയുമായാണ് യാത്രകൾ തന്നെ നയിച്ചിരുന്നതെന്ന് അയാൾക്കു തോന്നി. അല്ലെങ്കിൽത്തന്നെ, ഒരുനേരത്തെ ആഹാരത്തിനു വേണ്ടി ശരീരം പണയംവയ്ക്കുന്നവരെവച്ചു നോക്കുമ്പോൾ താൻ എത്രയോ മഹത്തായ സ്ഥാനത്താണ്! ഒന്നുമല്ലെങ്കിലും, തനിക്ക് സ്വന്തമായൊരു മേൽവിലാസമെങ്കിലുമുണ്ട്. 'ചങ്ങഴിയൂരി'ലെ നിസഹായ ജന്മങ്ങൾ അയാളുടെ മനസിൽ നേർത്ത വിങ്ങലായി മാറി.

എഴുത്ത് വീണ്ടും പുരോഗമിക്കുമ്പോൾ കൃത്യമായ ദിശാബോധത്തിൽത്തന്നെയാണ് തന്റെ തൂലിക സഞ്ചരിക്കുന്നതെന്ന് അയാൾക്കു തോന്നി. മുൻമന്ത്രിയുടെ മകൻ, സ്ഥലത്തെ പ്രമുഖ വക്കീലിന്റെ മകൻ, ബിസിനസുകാരൻ, ഭരണകക്ഷിയിലെ എം.എൽ.എ, സിനിമയിൽ അഭിനയിച്ചു തുടങ്ങിയ താരം... തുടങ്ങിയവരുടെ ജീവിതരേഖകൾ കുറിക്കുമ്പോൾ, അവരുടെ പേരുകൾ വെളിപ്പെടുത്താതിരിക്കാൻ അയാൾ പ്രത്യേകം ശ്രദ്ധിച്ചു. എന്നാൽ, വായനക്കാർക്ക് മനസിലാകാൻ പാകത്തിൽ കൃത്യമായ സൂചകങ്ങൾ ഉൾപ്പെടുത്തുകയും ചെയ്തു.

താരയുടെ പേര് ഉൾപ്പെടുത്തിയത് അതിന്റെ പൂർണമായ അർഥം ഉൾക്കൊണ്ടുതന്നെയെന്ന് അയാൾക്ക് ഉറപ്പുണ്ടായിരുന്നു. സാധാരണയായി, പീഡിപ്പിക്കപ്പെട്ടവരുടെ പേരും ചിത്രങ്ങളും പ്രസിദ്ധീകരിക്കപ്പെടുന്ന പതിവില്ല. എന്നാൽ, ഇക്കാര്യത്തിൽ സ്ഥിതി വ്യത്യസ്തമാണ്. പീഡകരുടെ മുഖംമൂടി വലിച്ചെറിയുവാൻ ഏതറ്റം വരെയും പോവാൻ തയാറായുള്ള പെൺകുട്ടി. മാത്രമല്ല, നേരിട്ടു പത്രസമ്മേളനം നടത്താനും കഴിയുന്നത്ര ആർജവമുള്ളവൾ. അതിന്റെ പേരിൽ മരിക്കേണ്ടിവന്നാലും, മരണമൊഴിയടക്കം തയാറാക്കിയിട്ട് പത്രസമ്മേളനം നടത്തുകയെന്നതു തന്നെയാണ് അവളുടെ തീരുമാനവും!

അപ്പോൾപ്പിന്നെ, പരമ്പര പ്രസിദ്ധീകരിച്ചുവരുമ്പോൾ താരയെ നേരിൽ പോയി കണ്ട് പത്രസമ്മേളനത്തിനുള്ള ഏർപ്പാടുകൾ ചെയ്യാനാവുമെന്ന വിശ്വാസം അയാളെ മുന്നോട്ടുനയിച്ചു. ഇര തന്നെ നേരിട്ടു പത്രസമ്മേളനം നടത്തുമ്പോൾ, പീഡകരെക്കുറിച്ചുള്ള പേരുവിവരങ്ങൾ കൃത്യമായി വെളിപ്പെടുത്താമല്ലോ. കൂട്ടത്തിൽ, അവളുടെ ഡയറിക്കുറിപ്പുകൾ മാധ്യമങ്ങൾക്കു മുൻപിൽ അവതരിപ്പിക്കുകയുമാവാം. താരയുടെ ആഗ്രഹംപോലെതന്നെ പ്രതികൾക്ക് കൃത്യമായ ശിക്ഷ ഉറപ്പാക്കി

നൽകാൻ തന്റെ പരമ്പര സഹായകമാവുമെന്ന കാര്യത്തിൽ അയാൾക്കു സംശയമില്ലായിരുന്നു.

പരമ്പര അവിടെ തീരുകയായിരുന്നില്ല. സുശീലയും നിഷയുമടക്കമുള്ള പെണ്ണുങ്ങളുടെ മന:ശാസ്ത്രനിരീക്ഷണങ്ങൾ, ചങ്ങഴിയൂരിനെ വീണ്ടും ശാന്തി നഗറാക്കി മാറ്റാനുള്ള സാധ്യതകളുടെ അന്വേഷണം, അവഗണിക്കപ്പെട്ടുപോകുന്ന പെൺജീവിതങ്ങളുടെ പുനരുദ്ധാരണത്തിനുള്ള പദ്ധതികൾ തുടങ്ങി, വ്യത്യസ്തമായ വീക്ഷണകോണുകളിൽത്തന്നെ പരമ്പരയെഴുത്ത് മുന്നോട്ടുചലിച്ചു. പീഡനപരമ്പരയുടെ കരളലിയിക്കുന്ന അനുഭവങ്ങൾ, വായനക്കാരെയും അധികാരികളെയും പിടിച്ചുകുലുക്കുമെന്ന് അയാൾക്ക് ഉറപ്പുണ്ടായിരുന്നു. 'സഹശയനം: അതിജീവനത്തിന്റെ പോരാട്ടം' ഏതായാലും, തനിക്ക് അതിജീവനത്തെക്കാളുപരി സാമൂഹ്യപരമായ ദൗത്യംകൂടിയാണെന്ന് അയാൾ തിരിച്ചറിഞ്ഞു. അല്ലെങ്കിൽത്തന്നെ, ഏതൊരു സാധാരണക്കാരനെയും പോലെ ജീവിച്ചുതീർക്കാനുള്ളതല്ല തന്റെ ജീവിതമെന്ന് ജീവൻ എപ്പോഴും സ്വയം ഓർമിപ്പിക്കാറുള്ളതുമാണ്.

ഒറ്റയിരിപ്പിന് എഴുത്ത് അവസാനിപ്പിച്ച്, രാത്രി വൈകിത്തുടങ്ങുമ്പോൾ, ജീവന് തന്നെക്കുറിച്ചുതന്നെ അഭിമാനം തോന്നി. ജോലി കഴിഞ്ഞതും, അയാൾ മുറിയിലെ ക്രൂശിതരൂപത്തിനടുത്തേയ്ക്കു നടന്നുനീങ്ങി. ആ കണ്ണുകൾ നിറഞ്ഞൊഴുകുന്നുണ്ടായിരുന്നു.

അവൻ ബൈബിൾ എടുത്തു തുറന്നപ്പോൾ 'സുഭാഷിതങ്ങളു'ടെ പുസ്തകം അഞ്ചാം അധ്യായം, അവന്റെ മുന്നിൽ തെളിഞ്ഞുവന്നു:

"ദുശ്ചരിതയായ സ്ത്രീയുടെ അധരം തേൻപൊഴിക്കുന്നു; അവളുടെ മൊഴികൾ തൈലത്തെക്കാൾ സ്നിഗ്ധമാണ്. എന്നാൽ, ഒടുവിൽ അവൾ കാഞ്ഞിരംപോലെ കയ്പ്പുള്ളവളും ഇരുതലവാൾ പോലെ മൂർച്ചയുള്ളവളുമായിത്തീരും. അവളുടെ പാദങ്ങൾ മരണത്തിലേയ്ക്കിറങ്ങുന്നു. അവളുടെ കാലടികൾ പാതാളത്തിലേയ്ക്കുള്ള മാർഗത്തിലാണ്. അവൾ ജീവന്റെ വഴി ശ്രദ്ധിക്കാതെ എങ്ങോട്ടെന്നില്ലാതെ അലഞ്ഞുതിരിയുന്നു; അവൾ അത് അറിയുന്നുമില്ല..."

കൃത്യമായി, വേശ്യകളെക്കുറിച്ചുള്ള പരാമർശങ്ങളുമായി, ബൈബിൾ തന്നെ ഞെട്ടിക്കുകയാണ്...!

അവൻ ബൈബിൾ അടച്ചു. ചിന്തിച്ചു നോക്കുമ്പോൾ, ഒന്നിനും കൃത്യമായ ഉത്തരം ലഭിക്കുന്നില്ല. 'ജീവന്റെ വഴി ശ്രദ്ധിക്കാതെ അലഞ്ഞുതിരിയു'മ്പോൾ, അതിനുള്ള കാരണങ്ങൾ പലതാണെന്ന കാര്യം ആരാണ് ഓർമിക്കുക? വെറുതെ അവരെ കുറ്റപ്പെടുത്താൻ, അപ്പോഴും മനസുവന്നില്ല.

ഇപ്പോൾ താൻ സഞ്ചരിക്കുന്ന പാതകൾ, അവർക്കുള്ള വഴികൾക്ക് വെളിച്ചം പകരുമെന്ന പ്രതീക്ഷയുടെ സ്ഫടികപ്രവാഹങ്ങൾ കണ്ണുകളിൽക്കൂടി ഒഴുകി. അവൻ ക്രൂശിതരൂപത്തിന്റെ നേർക്കു നോക്കി.

"എനിക്കു വേദന തോന്നുമ്പോൾ ഞാൻ വിഷമങ്ങൾ പങ്കുവച്ചെങ്കിലും എന്നെ ഇപ്പോൾ അങ്ങയുടെ ഒരു ഉപകരണമാക്കി മാറ്റിയതിനെയോർത്ത് ഞാൻ നന്ദിപറയുന്നു. ഓരോ ജീവിതത്തിനും ഓരോ ലക്ഷ്യമുണ്ടെന്നു പറയുന്നത് ഇങ്ങനെയായിരിക്കുമല്ലേ? ഇനിയെങ്കിലും നേരാംവണ്ണം ജോലികൾ ചെയ്ത് സമൂഹത്തിൽ ചലനങ്ങളുണ്ടാക്കുവാനും എന്നെ അനുവദിക്കണേ കർത്താവേ..."

ആശ്വാസത്തിന്റെ കിരണങ്ങൾ തന്നിലേയ്ക്കു നിറയുന്നതായി അയാൾക്കു തോന്നി. വെല്ലുവിളി ഏറ്റെടുത്തുള്ള യാത്രയുടെ ഒടുവിൽ, താൻ കുറെ കണ്ടെത്തലുകൾ നടത്തിയിരിക്കുന്നു. അന്നേവരെ സഞ്ചരിച്ചിട്ടില്ലാത്ത വഴികളുടെ ഇരുളും വിഷാദവും ഏതു ജീവിതത്തെയും തെല്ലൊന്നു കുഴക്കിക്കളയുന്ന കണ്ടെത്തലുകൾ... ഒറ്റ ഇരിപ്പിലുള്ള എഴുത്തിൽ ഹൃദയം നുറുങ്ങുന്ന വേദന തോന്നിയെങ്കിലും അയാൾക്ക് അയാളോടുള്ള വിശ്വാസം വർധിക്കുകയായിരുന്നു. തൂലികത്തുമ്പിലൂടെ ഒഴുകിയെത്തിയ ചില വരികൾ അയാളെ വരിഞ്ഞുമുറുക്കി.

സുശീലയുടെ ഡയറിക്കുറിപ്പുകളിൽ നിന്നുമുള്ള ഏടാണ്.

"ഇന്ന് ഒരിക്കൽക്കൂടി അയാൾ വന്നാൽ എന്തുചെയ്യണമെന്ന് എനിക്ക് നല്ല നിശ്ചയമുണ്ടായിരുന്നു. രണ്ടിലൊന്ന് തീരുമാനമെടുക്കാതെ മുന്നോട്ടുപോകാൻ വയ്യ. അമ്മയ്ക്ക് അസുഖം കലശലായി കിടപ്പാണ്. ഏതു സമയവും മരിക്കാം... ഒന്നിനും ഒരു സഹായത്തിന് ആരുമില്ല. എനിക്കാണെങ്കിലും, ശാരീരികമായും അത്ര സുഖം പോരാ...

എന്നിട്ടും, ഭയന്നതുപോലെതന്നെ സംഭവിച്ചു. ആരോട് ഒരു സഹായം തേടും എന്നു കരുതി ഇരിക്കുമ്പോൾ വീണ്ടും അയാൾ... ആ തടിച്ച ശരീരവും പിരിയൻ മീശയും കുടുക്കുകൾ അഴിഞ്ഞുതുടങ്ങിയ ഷർട്ടും, മനസിൽ തികട്ടിവന്ന ഓർമകളായി...

പണം ചോദിച്ചുവന്നതാണ്. ഞാൻ കടക്കാരിയാണെന്നതു നേര്. പക്ഷേ, ഈയവസ്ഥയിൽ ഞാനെന്തു ചെയ്യാനാണെന്നു പലവട്ടം പറഞ്ഞിട്ടും അയാൾക്ക് യാതൊരു കൂസലുമില്ല. അയാൾ എനിക്കൊപ്പം നിർബന്ധപൂർവം മുറിയിലേയ്ക്കു കയറി.

'നീ ഒരിക്കൽക്കൂടി എനിക്കു കീഴ്പ്പെട്ടാൽ ഞാൻ ഒരു മാസം കൂടി നിനക്കു തരാം. എവിടുന്നെങ്കിലും പണമുണ്ടാക്കി തന്നാമതി. അല്ലെങ്കിൽ നിനക്കു പണംതരുന്ന വേറെ ചിലരെ ഞാൻ ഇവിടേയ്ക്കയയ്ക്കാം. വെറുതെ ഒന്നു സഹകരിച്ചു കൊടുത്താ മതി... ഇപ്പോൾ എന്തായാലും

ഞാൻ...'

അയാളുടെ കൈകൾ എന്റെ തോളോടമർന്നു...

അലറിക്കരയണോ, അതോ അയാളെ കീഴ്പ്പെടുത്തണോ എന്ന ആശങ്കയിൽ ഞാൻ ഉരുകി. മേശപ്പുറത്ത് കരുതിവച്ചിരുന്ന കത്തിയെടുത്ത് ഞാൻ സ്വയം മുറിപ്പെടുത്താൻ ശ്രമിച്ചപ്പോൾ അയാളുടെ ബലിഷ്ഠമായ കൈകൾ അതു തട്ടിമാറ്റി. അയാൾ എന്നെ വാരിക്കോരി കട്ടിലിൽ ഇട്ടത് എനിക്ക് ഓർമയുണ്ട്... പിന്നെ, വീണ്ടും ഞാൻ... ശാപം പിടിച്ച ജീവിതം!

അയാൾ പോയിക്കഴിയുമ്പോൾ എനിക്ക് ഉറപ്പായിരുന്നു. ഇനി കുറച്ചുനാൾ കൂടി അവിടെ കഴിയേണ്ടിവന്നാൽ, ഞാൻ സ്വയം ജീവിതം അവസാനിപ്പിക്കും; അല്ലെങ്കിൽ, ഏതെങ്കിലും മുട്ടാളന്മാർ എന്നെ പീഢിപ്പിച്ചു കൊല്ലും. ഒന്നു പൊട്ടിക്കരയാൻ പോലുമാകുന്നില്ലല്ലോ എനിക്ക്... രക്ഷപ്പെടണം... എവിടേയ്ക്കെങ്കിലും... ആരുണ്ട് തുണയ്ക്കാൻ...?"

സുശീലയുടെ കണ്ണുനീരിന്റെ നീർച്ചാലുകൾ അയാളുടെ കണ്ണുകളിൽക്കൂടി ഒഴുകുന്നതായി, ജീവനു തോന്നി. അഭിമാനബോധത്തെയും തകർത്തെറിയുന്ന മാംസദാഹികളുടെ കാലടിശബ്ദം, കാതലയ്ക്കുന്ന അട്ടഹാസങ്ങളായി മാറി.

"എന്തായാലും ജീവിച്ചുതീർക്കണം? ഒരിക്കൽ വേശ്യയെന്ന് അറിയപ്പെട്ടവളെ പിന്നെ ആർക്കാണ് വേണ്ടത് സാറേ? ആർക്കെങ്കിലും കിടന്നു തീർത്ത് ജീവിതം തീർക്കുക മാത്രമാണ് ഇപ്പോൾ എന്റെ മുന്നിലുള്ള പോംവഴി. കുറെ പണമുണ്ടാക്കിക്കഴിയുമ്പോൾ ഞാൻ ഈ നാടുവിടും. എന്നിട്ട് ദൂരെദൂരെയുള്ള മറ്റേതെങ്കിലും നാട്ടിൽ വീട്ടുവേലയോ ചെറിയ എന്തെങ്കിലും ബിസിനസോ ചെയ്ത് ഞാൻ ജീവിക്കും. എന്റെ കുഞ്ഞുങ്ങൾക്കെങ്കിലും എന്റെ ഗതി വന്നൂകൂടാ..."

മറ്റൊരു ലൈംഗികത്തൊഴിലാളിയുടെ സംഭാഷണവും അയാളുടെ മനസിനെ വേട്ടയാടി.

ജീവസും തേജസുമുറ്റ ശരീരങ്ങളുടെ അതിജീവന പോരാട്ടങ്ങൾ ക്ലീറ്റസിനോടു പങ്കുവയ്ക്കുവാൻ സമയമായെന്ന് അയാൾക്കു തോന്നി. സമയം ഏറെ വൈകിയിരുന്നു. ക്ലീറ്റസ് ക്വാർട്ടേഴ്സിൽ എത്തിക്കാണുമെന്ന് അയാൾക്ക് ഉറപ്പുണ്ടായിരുന്നു.

പുറത്തെ ഹോട്ടലിൽ നിന്നും പൊറോട്ടയും ബീഫും കഴിച്ച് തത്ക്കാലം വിശപ്പിന് തടയിട്ടു. എഴുത്തുവേളയിലെ വിശപ്പ്, ഏകാഗ്രതയെ നശിപ്പിക്കുന്ന കാളകൂടവിഷമാണെങ്കിൽ വെള്ളവും പുകയും ഏകാഗ്രതയുടെ കൂട്ടുകാരാണെന്ന് അയാൾക്ക് നന്നേ അറിയാമല്ലോ. അതുകൊണ്ടുതന്നെ വിഷകഥാപാത്രങ്ങൾക്ക് എഴുത്തുമേശയിൽ സ്ഥാനമില്ല തന്നെ. എല്ലാം കഴിയുമ്പോഴുള്ള ആശ്വാസമുണ്ടല്ലോ, അത് സ്വർല്ലോക

ത്തുപോലും കിട്ടാത്ത ഒന്നാണെന്ന് എങ്ങനെയാണ് പറഞ്ഞുമനസിലാക്കുക? ഇഷ്ടജനസമ്പർക്കത്തിന് ഏറ്റവും നല്ല മുഹൂർത്തവും അതുതന്നെ. തന്റെ ഉള്ളിലെ സന്തോഷം കൊണ്ട് മറ്റുള്ളവരുടെ മനസിന് അൽപ്പം കുളിർമ പകരാൻ അതുതന്നെയാണ് മാർഗമെന്ന് ജീവൻ പണ്ടേ കണ്ടറിഞ്ഞതാണ്.

ഏതായാലും സമയം നന്നായി. ജോലി കഴിഞ്ഞ് ക്ലീറ്റസ് വാഹനത്തിൽ വന്നിറങ്ങുന്നതേ ഉണ്ടായിരുന്നുള്ളൂ. ഏറാ നാളുകൾക്കു ശേഷം തന്റെ പ്രിയസുഹൃത്തിനെ കണ്ടപ്പോൾ അയാളുടെ സന്തോഷത്തിന് അതിരില്ലായിരുന്നു.

"നീ എപ്പോഴെത്തി? കയറിയിരിക്ക്. ഞാൻ ഈ യൂണിഫോം ഒന്നു മാറ്റിയിട്ട് ഇപ്പോ വരാം. നമുക്ക് പുറത്തുപോയി എന്തേലും കഴിക്കാം. നാരായണേട്ടനെ ഒന്നു കാണുകേമാവാം."

"പിന്നെന്താ? നീ വന്നിട്ട് കഴിക്കാമെന്നു കരുതി ഞാൻ ഇത്രയും നേരം പിടിച്ചുനിന്നു. ഇപ്പൊഴാ ശരിക്കും ഒരു ആശ്വാസമായത്..."

ക്ലീറ്റസിന്റെ മേശപ്പുറത്തു കണ്ട ഫ്രെയിം ചെയ്ത ഫോട്ടോ ജീവനിൽ സന്തോഷം നിറച്ചു. താനും മറ്റു കൂട്ടുകാരുമൊത്തുള്ള കോളജ് നാളുകളുടെ ഓർമകൾ അയാളിൽ തിരതള്ളി.

ക്ലീറ്റസ് ജോസ്. തങ്ങളുടെ ബാച്ചിലെ ഏറ്റവും കൗശലക്കാരനും കുസൃതിയുമായ 'ബാക്ക്ബെഞ്ചർ.' പഠനത്തിലും താത്പര്യം എന്നും അവന്, കൂട്ടുകാരുമൊത്ത് കളിച്ചുനടക്കുന്നതിലായിരുന്നു. അച്ഛൻ പേരു കേൾപ്പിച്ച എസ്.ഐ. പോലീസുകാരന്റെ മകനെന്ന തെല്ല് അഹന്ത ഇടയ്ക്കൊക്കെ അവനിൽ ഉണ്ടായിരുന്നുവെന്ന് ജീവനു തോന്നി.

അങ്ങനെയിരിക്കുമ്പോഴാണ് എസ്.ഐയുടെ മരണം. ഡിഗ്രിയുടെ പരീക്ഷ കഴിയുന്ന കാലമായിരുന്നു അത്. പിതാവിന്റെ സംസ്കാരച്ചടങ്ങുകൾക്കുശേഷം ഉച്ചകഴിഞ്ഞുള്ള ഡിഗ്രിപരീക്ഷ എഴുതിയ ക്ലീറ്റസ് ജോസിന്റെ വേദന ആർക്കാണ് മറക്കാനാവുക?

സർക്കാർ ഉത്തരവുപ്രകാരം, സർവീസിലിരുന്നു മരിച്ച എസ്.ഐയുടെ കുടുംബാംഗമെന്ന നിലയ്ക്ക് മകനായ ക്ലീറ്റസിന് സർക്കാർ ജോലി ലഭിച്ചു. എസ്.ഐ സർവീസ് ട്രെയിനിംഗുമൊക്കെ കഴിഞ്ഞ് ആദ്യ പോസ്റ്റിംഗിൽ തന്നെ ക്ലീറ്റസ്, കൂട്ടുകാരെയൊക്കെ ഞെട്ടിച്ചു. തങ്ങളുടെ പഴയ കൂട്ടുകാരൻ ആളാകെ മാറിയിരിക്കുന്നു. കുസൃതികൾ മാറിയിട്ടില്ലെങ്കിലും ഉത്തരവാദിത്തബോധമുള്ള ഒരു മികച്ച പോലീസ് ഓഫീസർ. എല്ലാ രാഷ്ട്രീയക്കാരെയും തുല്യ അകലത്തിൽ നിർത്തിയും സ്നേഹിച്ചും ബഹുമാനിച്ചും ജനങ്ങളുടെ പ്രീതി പിടിച്ചുപറ്റിയ പോലീസ് ഓഫീസർ. ആ ക്ലീറ്റസായിരുന്നു, തന്റെ ബാച്ചിൽ നിന്നും തനിക്കൊപ്പം ആദ്യം ജോലി

കിട്ടിയ മിടുക്കൻ എന്ന് ജീവൻ ഓർക്കുകയായിരുന്നു.

കുളികഴിഞ്ഞ് വേഷം മാറിയെത്തിയ ക്ലീറ്റസിന്റെ മുന്നിൽ, ജീവൻ പുഞ്ചിരി തൂകി.

"എന്നാലും എന്റെ ക്ലീറ്റസേ, ഞാൻ ഓർക്കുകയായിരുന്നു, നമ്മുടെ കോളജ് കാലം. നാളുകൾ എത്ര വേഗമാണ് പോയത്. നിനക്കുള്ള പ്രൊമോഷനോ ട്രാൻസ്ഫറോ ഒക്കെ വരാൻ സമയമായിക്കാണുമെന്ന് ചുമ്മാ വിചാരിച്ചുപോയതാണ്. പഴയ ഗ്രൂപ്പ് ഫോട്ടോയിൽ, എന്തെല്ലാം ഓർമകളാണ് മനസിൽ തെളിയുന്നത്..."

"ഒന്നും പറയണ്ട ജീവാ. ഓരോ ദിവസവും ഓരോ അത്ഭുതങ്ങളല്ലേ നമുക്കു സമ്മാനിക്കുന്നത്. എന്തായാലും, ഒടുവിൽ കണ്ടതിൽ നിന്നും നീ ഏറെ മാറിയിരിക്കുന്നതിൽ എനിക്ക് ഒരുപാട് സന്തോഷം."

"അതു ശരിയാണെടാ. എനിക്ക് ഒരുപാട് ജീവിതങ്ങൾ അടുത്തറിയാൻ പറ്റിയ യാത്രകളായിരുന്നു, കുറെ ദിവസം. അതുകഴിഞ്ഞപ്പോൾ ജീവിതത്തോടുള്ള കാഴ്ചപ്പാടുതന്നെ മാറിയതുപോലെയുണ്ട്. അതൊക്കെ പറയാനാ ഞാൻ വന്നത്. വാ, നമുക്ക് നാരായണേട്ടന്റെ പീടികയിലേയ്ക്കു തന്നെ പോകാം."

"പിന്നെന്താ, നിന്റെയൊപ്പം രണ്ടു പെഗ് അടിക്കുന്നതിന്റെ സുഖം ഒന്നു വേറെയല്ലേ? ഇന്ന് നല്ല നിലാവുള്ള ദിവസമാ. നടന്നുപോയാലും തിരിച്ചുവരവ് നല്ല രസമായിരിക്കും."

നാരായണേട്ടന്റെ പീടികയിലെത്തിയപ്പോൾ എന്നും ഇരിക്കുന്ന സ്ഥലം ഒഴിവാക്കാമെന്നു കരുതി. രണ്ടുപേർക്കും സ്വകാര്യമായി ഇരിക്കാൻ കഴിയുന്ന ഒരു മുറി അവിടെയുണ്ടെന്ന് അവർക്കറിയാം. നാരായണേട്ടനോട് അവിടെത്തന്നെ ഡ്രിങ്ക്സ് ഒരുക്കാൻ പറഞ്ഞത്, തങ്ങളുടെ സംഭാഷണങ്ങൾ ആരും കേൾക്കേണ്ടതില്ലല്ലോ എന്ന വിചാരത്തിലാണ്.

"എന്താണു ജീവൻ? കാര്യങ്ങളൊക്കെ ഉഷാറായോ? കണ്ടിട്ട് ഒരുപാടായല്ലോ..." നാരായണേട്ടൻ ജീവനെ കണ്ടതും പതിവു കുശലാന്വേഷണം നടത്തി.

"ഇന്ന് ഏതാണ് ബ്രാൻഡ്? സെലിബ്രേഷനോ അതോ...?"

"ഇന്ന് എനിക്ക് കല്യാണി മതി നാരായണേട്ടാ, ബിയർ ആയിക്കൊള്ളട്ടെ. നാളെ രാവിലെ നേരത്തെ എണീക്കേണ്ടതുണ്ട്... ക്ലീറ്റസിന് എന്താ...?" ജീവൻ ക്ലീറ്റസിന്റെ മുഖത്തേയ്ക്കു നോക്കി.

"ഒരാൾക്കു കല്യാണിയെങ്കിൽ ഞാനായിട്ടിനി ടീം സ്പിരിറ്റ് തെറ്റിക്കണ്ട. കല്യാണി തന്നെ പോരട്ടെ നാരായണേട്ടാ."

അവിടം ശാന്തഗംഭീരമായിരുന്നു. ഇളംനീല വെളിച്ചത്തിന്റെ മാസ്മരികപ്രഭയിൽ, ജീവൻ തന്റെ യാത്രാകല്യാണികളെ അവിടേയ്ക്കു തുറ

ന്നുവിട്ടു.

"ഓർക്കാൻ കൊള്ളില്ലെങ്കിലും ക്ലീറ്റസേ, അന്നത്തെ ആ സ്റ്റേഷൻ അനുഭവവും നിന്റെ ജീവിതകഥയും എന്റെ യാത്രയുടെ ഗതിതന്നെ മാറ്റി വിട്ടുവെന്ന് പറയാതെവയ്യ."

ബിയർ കപ്പ് ചുണ്ടോട് അടുപ്പിക്കുമ്പോൾ, ക്ലീറ്റസിന് പെട്ടെന്ന് ഒന്നും മനസിലായില്ല.

"അതെന്താ, നിന്റെ യാത്രയും ആ ജീവിതവുമായുള്ള ബന്ധം?"

"ഒന്നും പറയണ്ട. പത്രത്തിന് ഒരു പരമ്പര തയാറാക്കാമെന്നുള്ള ലക്ഷ്യത്തിൽ വെറുതെ യാത്രയ്ക്കിറങ്ങിയ എനിക്ക് ഒട്ടനവധി ക്ലാരമാരുടെ ജീവിതം അടുത്തറിയാൻ പറ്റി. സത്യം പറഞ്ഞാൽ വിഷമം തോന്നി. 'ചങ്ങഴിയൂരി'ലെ ഓരോ പെൺപ്രജയും എത്രയോ കഷ്ടപ്പെട്ടാണ് തങ്ങളുടെ ജീവിതം തള്ളിനീക്കുന്നതെന്നോർത്തപ്പോൾ..."

"ചങ്ങഴിയൂരിലോ? അവിടേയ്ക്കായിരുന്നോ, അപ്പോൾ നിന്റെ യാത്ര?"

"അവിടേയ്ക്കായി ഇറങ്ങിയതല്ല. പക്ഷേ, കുറെ കണ്ടുമുട്ടലുകൾ എന്നെക്കൊണ്ട് അവിടെ എത്തിച്ചു എന്നു പറയുന്നതാവും സത്യം. കാണാത്ത കാഴ്ചകളും കേൾക്കാത്ത കഥകളും ഓർമിക്കാനാഗ്രഹിക്കാത്ത ജീവിതങ്ങളും. മനുഷ്യജീവിതത്തിന്റെ നിസാരതകൾ അറിയണമെങ്കിൽ ഒരിക്കലെങ്കിലും 'ചങ്ങഴിയൂരി'ലെ ജീവിതങ്ങളെ അറിയണം. അവിടെനിന്നുള്ളതാണ് എന്റെ പുതിയ പരമ്പര. 'സഹശയനം: അതിജീവനത്തിന്റെ പോരാട്ടം."

ക്ലീറ്റസ് 'കല്യാണി'യുടെ അടുത്ത കുപ്പിയുടെ കൂടി മൂടിതുറന്നു. ഗ്ലാസുകൾ വീണ്ടും നുരഞ്ഞുപതഞ്ഞു.

"ശരിക്കും ഞാൻ ഇട്ടിരുന്ന പേര് 'വേശ്യായനം: അതിജീവനത്തിന്റെ പോരാട്ടം' എന്നായിരുന്നു. പക്ഷേ, ഒടുവിൽ എനിക്കു മനസിലായത്, ആരും വേശ്യകളായി ജനിക്കാനോ ജീവിക്കാനോ ആഗ്രഹിക്കുന്നില്ലെന്നതാണ്. അതുകൊണ്ടുതന്നെ വേശ്യകളുടെ യാത്ര എന്നർഥം വരുന്ന വേശ്യായനം എന്ന പേരിടുവാൻ എന്നെ മനസ് അനുവദിച്ചില്ല. അവർ വെറും ലൈംഗികത്തൊഴിലാളികളാണെന്നു പറയുവാനും ഞാൻ ആഗ്രഹിക്കുന്നില്ല. കാരണം, അവരുടെ ഓരോരുത്തരുടെയും ജീവിതത്തിനു പിന്നിൽ ആരും കേൾക്കേണ്ടതായ കുറെ കഥകളുണ്ട്. തിരസ്കരണത്തിന്റെ കഥകൾ. കണ്ണുനീരിൽ വിഷം ചാലിച്ചെഴുതിയ കഥകൾ... ജീവിതത്തിനും മരണത്തിനുമിടയിൽ ശരീരം ഹോമിക്കുന്നതിന്റെ കഥകൾ. അതുകൊണ്ടുതന്നെ വേശ്യായനം എന്നതിന് ഞാൻ മറുപേരിട്ടു; സഹശയനം... കൂടെ കിടക്കുന്നതിന് നല്ല അർഥമോ ചീത്ത അർഥമോ ആകാമല്ലോ. അതിൽ എന്ത് അർഥമാണ് ശരി എന്ന് വായനക്കാർ തീരുമാനി

ക്കട്ടെ...”

ക്ലീറ്റസ് മനസുനിറഞ്ഞു കേൾക്കുകയായിരുന്നു. ക്ലാരയുടെ ഓർമകൾ അയാളിൽ വീണ്ടും വിങ്ങുന്ന തേങ്ങലായി മാറി.

“നീയാണ് ശരി ജീവാ. അന്ന് അവൾ എന്റെ പക്കൽ വരുമ്പോൾ ഞാൻ അവളെ മാറ്റിനിർത്തി, ആരും കാണാതെയെങ്കിലും ഒന്നു സാന്ത്വനിപ്പിച്ചിരുന്നെങ്കിൽ... ആ തലമുടിയിഴകളിൽക്കൂടി വിരലിട്ടു തലോടി, നെറ്റിയിൽ ഒരു സ്നേഹചുംബനം നൽകിയിരുന്നെങ്കിൽ... എനിക്ക് എന്റെ പ്രിയപ്പെട്ട പെങ്ങളായി നിന്നെ എനിക്ക് എന്നും കാണണം മോളേ എന്നു പറഞ്ഞ് ഒന്നു വാരിപ്പുണർന്നിരുന്നെങ്കിൽ... നീ ജീവിക്ക്, കൂട്ടിന് ഈ ആങ്ങള എപ്പോഴും ഉണ്ടാകും എന്നു പറഞ്ഞിരുന്നെങ്കിൽ... എനിക്ക് എന്റെ ക്ലാര നഷ്ടപ്പെടില്ലായിരുന്നു. ഇനിയിപ്പോൾ, ആ ഓർമകൾ എന്നെ എത്ര വേട്ടയാടിയാലും, എന്റെ മനസിലെ കുറ്റബോധം ഞാൻ എവിടെപ്പോയി കഴുകുമെന്നു പറ ജീവാ...”

അയാളുടെ കണ്ണുകൾ നിറഞ്ഞൊഴുകി. കണ്ണുനീർത്തുള്ളിക്കിടയിലൂടെയുള്ള ‘കല്യാണി’ ബിയറിന്റെ കപ്പിലെ കാഴ്ചയിൽ നിത്യകലാണി എന്ന ശവക്കോട്ടപ്പച്ചപ്പൂവുകൾ ആ ഓർമകളിൽ നിറഞ്ഞാടി. ക്ലാരയെ അവസാനമായി സംസ്കരിച്ച സെമിത്തേരി നിറയെ നിത്യകല്യാണിപ്പൂവുകളുടെ നിറക്കാഴ്ചകളാണല്ലോ. വെള്ളയും കദളിയും ഇടകലർന്ന നിറമുള്ള പൂവുകൾ. സ്നേഹത്തിന്റെ വെള്ളപ്പൂവുകൾ വിരിഞ്ഞ മനസുണ്ടായിരുന്ന ക്ലാരയുടെ ഓർമകളിൽ അയാൾ വീണ്ടും പഴയ ആങ്ങളക്കുട്ടിയായി.

“ക്ലീറ്റസേ, വിഷമിക്കാൻ പറഞ്ഞതല്ല. മണിക്കൂറുകൾക്കു പങ്കുവയ്ക്കപ്പെടുന്ന സ്നേഹം ഏതൊരാണും കൂടുതൽ ആഗ്രഹിച്ചേക്കാമെങ്കിലും, ക്ലാരയെക്കുറിച്ചുള്ള ഓർമകളാണ് എന്നെ മാറ്റി ചിന്തിപ്പിച്ചത്. അതുമാത്രമാണ് എന്നെക്കൊണ്ട് ഈ പരമ്പര എഴുതിച്ചതെന്നും ഞാൻ ഉറപ്പായി വിശ്വസിക്കുന്നു. നിനക്കടക്കം, പുതിയൊരു കാഴ്ചപ്പാടു പകരാൻ അത് ഉപകരിക്കുമെന്നു തന്നെയാണ് എന്റെ വിശ്വാസം...”

കരഞ്ഞുകലങ്ങിയ കണ്ണുകൾ തുടച്ചുകൊണ്ട് ക്ലീറ്റസ്, ജീവന്റെ കരം ഗ്രഹിച്ചു.

“നിനക്ക് അത്രയുമെങ്കിലും ചെയ്യാൻ കഴിയുന്നതിൽ എനിക്ക് അഭിമാനമുണ്ട്. സ്വന്തം സഹോദരിമാർ വഴിപിഴയ്ക്കാതിരിക്കാനും വഴിപിഴച്ചവരെ ചേർത്തുനിർത്തുവാനും നിന്റെ പരമ്പര ഉപകരിക്കും എന്നുതന്നെയാണ് എന്റെ വിശ്വാസം. എഴുത്തിൽ നീ കാണിക്കുന്ന സത്യസന്ധതയും ആർജവവും എനിക്ക് അറിയാത്തതല്ലല്ലോ...”

“എത്രയൊക്കെയാണെങ്കിലും എഴുത്തിൽ മാത്രം വ്യഭിചരിച്ചിട്ടില്ലാത്ത

ജീവിതമാണ് ക്ലീറ്റസേ എന്റേത്. നമ്മെ കേൾക്കാൻ ആഗ്രഹിക്കുന്നവരോട് സത്യം പറയുകയും അറിയാവുന്നതത്രയും പറഞ്ഞുകൊടുക്കുകയും ചെയ്യണമെന്നതാണ് എപ്പോഴും എന്റെ നയം. അല്ലെങ്കിൽപ്പിന്നെ, നമ്മുടെയൊക്കെ ജീവിതത്തിന് എന്ത് അർഥം ഉണ്ടാകാനാണ്?"

പുറത്തേയ്ക്ക് ഇറങ്ങിനടക്കുമ്പോൾ നിലാവിന് വല്ലാത്തൊരു അഴകുള്ളതായി അവർക്കുതോന്നി. ആ ആകാശത്തും, ഒറ്റനക്ഷത്രം കണ്ണുചിമ്മി പ്രകാശം പരത്തുന്നുണ്ടായിരുന്നു.

15

'ദേശപത്രിക'യ്ക്ക് അന്ന് ആഘോഷത്തിന്റെ ദിവസമായിരുന്നു. കാലത്തുതന്നെ കുളിച്ചുമിടുക്കനായി പത്രഓഫീസിലെത്തിയ ജീവൻ ഫെർണാണ്ടസ് അമ്പരന്നു. കെട്ടിടം മുഴുവൻ വൈദ്യുതാലങ്കാരങ്ങളുടെയും തോരണങ്ങളുടെയും വർണശബളിമ. നാളുകൾക്കുശേഷം തിരികെയെത്തുന്ന തന്നെ സ്വീകരിക്കാനുള്ള ആഘോഷം പോലെയാണതെന്ന് അയാൾക്കു തോന്നി.

ഓഫീസ് കെട്ടിടത്തിന്റെ മുന്നിൽത്തന്നെ കണ്ട കൂറ്റൻ ബോർഡിലേയ്ക്ക് അയാളുടെ കണ്ണുകൾ ചലിച്ചു. പ്രസിദ്ധീകരണത്തിന്റെ അൻപതാം വാർഷികമാണ്! ഒരു വർഷം നീണ്ടുനിൽക്കുന്ന ആഘോഷപരിപാടികൾ പത്ര മാനേജ്മെന്റ് വിഭാവനം ചെയ്തിരിക്കുന്നു. വരിക്കാരുടെ എണ്ണം വർധിപ്പിക്കുന്നതിനുള്ള വിവിധ തരം പ്രചാരണപരിപാടികളടക്കം സെമിനാറുകളും കലാസന്ധ്യകളുമെല്ലാമുണ്ട്.

അൻപതു വർഷം എന്നുപറയുമ്പോൾ ഒരു പത്രത്തെ സംബന്ധിച്ചിടത്തോളം ഒരു ചെറിയ കാലയളവല്ല. പത്രത്തിന് ആവശ്യമായ പരസ്യക്കാരെയും വരിക്കാരെയും നിലനിർത്തിപ്പോരുന്നതിന്റെ വെല്ലുവിളിതന്നെ പ്രഥമഗണനീയം. പിന്നെ, അതിന്റെ ഉള്ളടക്കവും ആകർഷകമായ രൂപകൽപ്പനയും സംബന്ധിച്ചുള്ള പ്രതിസന്ധികൾ... അതിനൊക്കെ പുറമേ, സമുദായങ്ങളെയും രാഷ്ട്രീയനേതാക്കളെയും തൃപ്തിപ്പെടുത്തി മാധ്യമപ്രവർത്തനം നടത്തി നിഷ്പക്ഷമായി മുന്നേറാൻ കഴിയുക എന്നതുതന്നെയാണ് എപ്പോഴും 'ബാലികേറാമല' ആകാറുള്ളത്.

എന്തിന്, വായനക്കാരുടെ മനസിനിണങ്ങുന്ന വിധത്തിൽ അൻപതുവർഷത്തോളം മാധ്യമപ്രവർത്തനം നടത്തുന്നതിന്റെ വെല്ലുവിളി ഏതൊരു മാധ്യമപ്രവർത്തകനും അറിയാവുന്നതുമാണല്ലോ. എന്തായാലും, വാർത്താ ഉള്ളടക്കത്തിലും രൂപകൽപ്പനയിലുമെല്ലാമുള്ള മാറ്റങ്ങളും അനിവാര്യമായി വരുന്ന കാലഘട്ടമാണ് വാർഷികം എന്നത് അയാൾക്കു സന്തോഷം പകർന്നു. കൃത്യസമയത്തു തന്നെ താൻ തിരികെയെത്തു

ന്നതിന്റെ ആഹ്ലാദം ഒട്ടും ചെറുതല്ലായിരുന്നു. എന്തുകൊണ്ടും പുതിയൊരു കാഹളധ്വനി മുഴക്കുവാൻ തയാറെടുക്കുന്ന 'ദേശപത്രിക'യ്ക്ക് തന്റേതായ ചെറുതല്ലാത്ത സംഭാവനകൾ നൽകാനൊരുങ്ങുമ്പോൾ അയാൾക്ക് അഭിമാനം തോന്നി.

പത്രപ്രവർത്തക ജീവനക്കാരെല്ലാം ഗ്രൂപ്പുതിരിഞ്ഞുള്ള ചർച്ചകളിൽ ആയിരുന്നതുകൊണ്ട് ആരും ആദ്യം മുന്നിൽവന്നുപെട്ടതില്ല. പത്രത്തിന്റെ രൂപകൽപ്പനയും ഉള്ളടക്കസ്വഭാവവും മാറ്റുന്നതു സംബന്ധിച്ചുള്ള ചർച്ചകളാണെന്ന് റിസപ്ഷനിലെ ടെലിഫോൺ ഓപ്പറേറ്റർ പറഞ്ഞാണ് അറിഞ്ഞത്. വായനക്കാരുടെ മനസിലേയ്ക്ക് വേഗം കയറാനൊതുങ്ങുന്ന പുത്തൻ ഫീച്ചറുകളെല്ലാം പത്രത്തിന്റെ പതിവുസ്വഭാവത്തിന്റെ ഭാഗമാകണമത്രേ. സെൻസേഷണൽ വാർത്തകൾക്കും 'ഹ്യൂമൻ ഇന്ററസ്റ്റ്' സ്റ്റോറികൾക്കുമെല്ലാമുള്ള പ്രാധാന്യത്തെക്കുറിച്ച് തന്റെ സഹപ്രവർത്തകർ ചർച്ചചെയ്തേക്കാമെന്നതിൽ ജീവന് സന്തോഷം തോന്നി. ഫീച്ചറുകളിൽ തിളങ്ങിനിന്ന തനിക്ക് ഒട്ടേറെ സംഭാവനകൾ നൽകുവാനും വായനക്കാരുടെ മനസിൽ ഇടംപിടിക്കുവാനും കഴിയുമെന്ന് ജീവന് ഉറപ്പുണ്ടായിരുന്നു.

നേരേ കയറിച്ചെന്നത് മുഖ്യപത്രാധിപരുടെ ഓഫീസിലേയ്ക്കാണ്. സുഹൃത്തുക്കളുമായുള്ള കാഴ്ചകൾ അതിനുശേഷമാണ് നല്ലതെന്ന് ജീവൻ ഉറപ്പിച്ചിരുന്നു. കാരണമുണ്ട്. ഏതു പ്രതിസന്ധിഘട്ടത്തിലും തനിക്ക് മാനസികപിന്തുണ നൽകിവരുന്ന വ്യക്തിയാണ് മാത്യു കുനിയാംതുരുത്ത് എന്ന പത്രാധിപർ. രാജിവയ്ക്കൽ ആവശ്യവുമായി മുന്നിലെത്തിയ തനിക്ക് പുതിയ പ്രചോദനം നൽകി യാത്രയാക്കിയതും അദ്ദേഹമായിരുന്നല്ലോ. അതുകൊണ്ടല്ലേ, 'സഹശയന'കഥകളുമായി അവിടെ തിരികെയെത്താൻ കഴിഞ്ഞതെന്ന് അയാൾ ഓർത്തു.

കയറിച്ചെല്ലുമ്പോൾ, മാത്യു കുനിയാംതുരുത്ത് പത്രത്തിന്റെ രൂപകൽപ്പനയിലെ മാറ്റങ്ങൾ സംബന്ധിച്ച കുറിപ്പുകൾ തയാറാക്കുകയായിരുന്നു. ഭിത്തിയിലെ തൂവെള്ള നോട്ടീസ് ബോർഡിൽ ആലേഖനം ചെയ്യപ്പെട്ട അതതു ദിവസത്തെ ഷെഡ്യൂളിൽ, അന്നത്തെ എഡിറ്റോറിയൽ മീറ്റിംഗിന്റെ ഉള്ളടക്കം രേഖപ്പെടുത്തിയിരുന്നു. എല്ലാ എഡിറ്റോറിയൽ മീറ്റിംഗിനും മുൻപായി, അതിനുള്ള കുറിപ്പുകൾ തയാറാക്കുന്നത് പത്രാധിപരുടെ ശൈലിയാണ്. തന്റെ അഭിപ്രായങ്ങൾ അടിച്ചേൽപ്പിക്കലൊന്നുമല്ല; നേരെമറിച്ച്, സഹപ്രവർത്തകർക്ക് ചിന്തയ്ക്കുള്ള അവസരങ്ങൾ ഒരുക്കുക മാത്രമാണ് കുറിപ്പുകളുടെ ഉദ്ദേശ്യം. ഒരുതരം ബഡ്ജറ്റ് തയാറാക്കൽ പ്രക്രിയ പോലെയാണ് അത്. ആ വേളയിൽ മുറിയിലേയ്ക്ക് ആർക്കും പ്രവേശനമില്ല. അത്ര അടുപ്പക്കാരായവർ മാത്രമേ ആ സമയം

ഉള്ളിലേയ്ക്കു കയറുവാൻ പോലും സ്വാതന്ത്ര്യം കാണിക്കാറുമുള്ളൂ. ഏതൊരു പത്രപ്രവർത്തകനും രാസത്വരകങ്ങൾ പോലെയാവണമെന്നു പറയുന്ന പത്രാധിപരുടെ കണ്ണുകളിൽ, ചിന്തകളുടെ സൂക്ഷ്മത നിഴലിക്കുന്നുണ്ടായിരുന്നു. ആരുടെയും ചിന്തകളെ ഉത്തേജിപ്പിക്കാനുള്ള രാസത്വരകങ്ങൾ, ആ തൂലികത്തുമ്പിലൂടെ കടലാസിലേയ്ക്ക് ഒഴുകിയെത്തി.

ഉച്ചതിരിഞ്ഞുള്ള എഡിറ്റോറിയൽ മീറ്റിംഗിൽ തന്റെ അഭിപ്രായങ്ങൾ അവതരിപ്പിച്ച ശേഷം, കൊള്ളാവുന്ന ഏജൻസിയെ രൂപകൽപ്പന പരിഷ്കാരത്തിനായി നിയോഗിക്കുക എന്നതായിരുന്നു, പത്രാധിപരുടെ ഉദ്ദേശ്യം എന്ന് ജീവനു തോന്നി.

ജീവനെ കണ്ടതും അയാളുടെ മുഖം വിടർന്നു.

"എങ്ങനെയുണ്ട് ജീവാ, യാത്രകളൊക്കെ കഴിഞ്ഞോ? പുതിയ പരമ്പരയൊക്കെ തയാറായോ?" സ്നേഹം നിറഞ്ഞ കണ്ണുകളോടെ അയാൾ ജീവനോടു ചോദിച്ചു.

എന്നാൽ, പോയനാളുകളുടെ അനുഭവങ്ങൾ പങ്കുവച്ച് വീണ്ടും രാജി ആവശ്യം ഉന്നയിക്കാനൊരുങ്ങുന്ന പത്രപ്രവർത്തകനെ പ്രതീക്ഷിച്ച പത്രാധിപർക്ക് തെറ്റി.

ജീവൻ ഫെർണാണ്ടസ്, തന്റെ ബാഗിൽ നിന്നും അൻപതോളം പേജുകൾ വരുന്ന പരമ്പര എടുത്ത് മേശപ്പുറത്തുവച്ചു. അതിന്റെ ഒന്നാം പേജിൽ ഇങ്ങനെ എഴുതിയിരുന്നു:

"സഹശയനം: അതിജീവനത്തിന്റെ പോരാട്ടം

ജീവൻ ഫെർണാണ്ടസ്

ചങ്ങഴിയൂരിലെ വേശ്യാത്തെരുവുകളിലെ ജീവിതങ്ങളുടെ പൊള്ളുന്ന യാഥാർത്ഥ്യങ്ങളും സ്തോഭജനകമായ അനുഭവസാക്ഷ്യങ്ങളും കൊണ്ട് മലയാളമന:സാക്ഷിയുടെ കണ്ണുതുറപ്പിക്കുന്ന പരമ്പര ആരംഭിക്കുന്നു..."

തലക്കെട്ടിലൂടെ കണ്ണോടിച്ച പത്രാധിപർ, അക്ഷരാർഥത്തിൽ ഒന്നു ഞെട്ടി. സമുദായവായനക്കാരുടെ താത്പര്യങ്ങൾക്കിടയിൽ വേശ്യകളുടെ കഥകൾ എങ്ങനെ സ്വീകരിക്കപ്പെടും എന്ന് അയാൾ സംശയിച്ചു. എന്നാൽ, കഷ്ടപ്പെട്ട് പരമ്പര ചെയ്തുവന്ന ജീവനെ എങ്ങനെ വിഷമിപ്പിക്കാതിരിക്കും എന്നോർത്തും അയാൾ കുഴങ്ങി. ആലോചിച്ചുറപ്പിച്ചു തന്നെയാണ് മാത്യു കുനിയാംതുരുത്ത് സംഭാഷണം തുടർന്നത്.

"ജീവൻ ചെയ്ത ശ്രമം തികച്ചും അഭിനന്ദനാർഹമാണ്. പക്ഷേ, നമ്മുടെ വായനക്കാർ, ഇത്തരം പരമ്പരകൾ സ്വീകരിക്കുമോ ജീവാ? ആരെങ്കിലും കുറ്റംപറയുമോ എന്നാണ് എന്റെ പേടി... എന്തായാലും ഞാൻ ഒന്നു നോക്കട്ടെ..."

പരമ്പരയുടെ തുന്നിക്കെട്ടിയ പേജുകൾ അയാൾ മറിച്ചുനോക്കി. വേശ്യകളുടെ ഡയറിക്കുറിപ്പുകളിലെ ജീവിതസാക്ഷ്യങ്ങളും അന്വേഷണാത്മകമായ കാഴ്ചപ്പാടുകളുമെല്ലാം മാത്യു കുനിയാംതുരുത്തിനെ വീണ്ടും അമ്പരപ്പിച്ചു. ആകാംക്ഷ നിറഞ്ഞ കണ്ണുകളോടെ അയാൾ പരമ്പരയിലൂടെ ഓട്ടപ്രദക്ഷിണം നടത്തുമ്പോൾ ജീവന് സമാധാനമായി. ഒരു മുഖവുരയാകാം എന്ന് ജീവൻ ഉറപ്പിച്ചത് അപ്പോഴാണ്.

"സാർ, ഇത് ഒരു വേശ്യാത്തെരുവിന്റെ കഥമാത്രമല്ല. കേരളത്തെ ഞെട്ടിച്ച ഒരു പീഡനപരമ്പരയുടെ നാൾവഴികളിലൂടെയാണ് ഈ പരമ്പര മുന്നോട്ടുപോകുന്നത്. വേശ്യാത്തെരുവുകൾ ഉണ്ടാകുന്നത് എങ്ങനെയെന്ന ഒരു അന്വേഷണത്തിലേയ്ക്ക് അത് എത്തിപ്പെടുകയായിരുന്നുവെന്നു വേണമെങ്കിൽ പറയാം. ഇതിലെ ഇരയുടെ പത്രസമ്മേളനം ഏതു സമയവും നടത്താൻ ഞാൻ തയാർ..."

സംഭാഷണം മുറുകുമ്പോഴാണ് ന്യൂസ് എഡിറ്റർ ജോണി ആന്റണി, മുഖ്യപത്രാധിപരുടെ മുറിയിലേയ്ക്ക് കയറിവരുന്നത്. പത്രത്തിന്റെ ഉള്ളടക്കത്തിലെ നവീകരണങ്ങൾ സംബന്ധിച്ച ചർച്ചകളുടെ കുറിപ്പുകളുമായാണ് വരവെന്ന് വ്യക്തമായിരുന്നു.

"സാർ, ജീവൻ എത്തിയോ? ഇവൻ ഇവിടെ ഉണ്ടെങ്കിൽ നന്നായി. ഞങ്ങൾ മീറ്റിംഗിൽ ഇരിക്കുമ്പോഴും ജീവന്റെ ഫീച്ചറുകളുടെ മാതിരി ജീവനുള്ള ഫീച്ചറുകൾ സ്ഥിരം വേണമെന്നു പറയുകയായിരുന്നു..."

"താങ്ക് യു സാർ..."

പ്രതീക്ഷിക്കാതെ ലഭിച്ച അഭിനന്ദനത്തിൽ ജീവന്റെ മനസ് നിറഞ്ഞു. പരമ്പരയെക്കുറിച്ച് എന്ത് അഭിപ്രായം പറയുമെന്നു ശങ്കിച്ച മുഖ്യപത്രാധിപർ, ന്യൂസ് എഡിറ്ററുടെ കൈകളിലേയ്ക്ക് അതു നീട്ടി. ന്യൂസ് എഡിറ്റർ തയാറാക്കിയ നവീകരണക്കുറിപ്പുകളിൽക്കൂടി ഈ സമയം പത്രാധിപരുടെ കണ്ണുകളും ചലിച്ചു.

'താരകങ്ങളേ കാൺമതോ നിങ്ങൾ...?' എന്ന അധ്യായവും വേശ്യകളുടെ ഡയറിക്കുറിപ്പുകളും വായിച്ച ന്യൂസ് എഡിറ്റർ, സീറ്റിൽ നിന്നും എഴുന്നേറ്റു. പത്രാധിപരുടെ അഭിപ്രായം പോലും നോക്കാതെ അയാൾ ജീവനെ തന്നോടുചേർത്തുപിടിച്ച് ആശ്ലേഷിച്ചു.

"ഇതു തകർക്കും മോനേ, കേരളം മുഴുവൻ ഞെട്ടിത്തരിക്കുന്ന കഥയുടെ നാമ്പുകൾ ഞാൻ ഈ പരമ്പരയിൽ കാണുന്നുണ്ട്. നിന്നെപ്പോലുള്ളവരെയാണ് ഇനിയുള്ള നാളുകളിൽ പത്രത്തിന് ആവശ്യം... സാർ, എന്തുപറയുന്നു?"

ന്യൂസ് എഡിറ്റർ, മാത്യു കുനിയാംതുരുത്തിന്റെ നേർക്കുനോക്കി. തന്നിലെ സദാചാരവാദിയുടെ മുഖംമൂടി മാറ്റപ്പെടുമെന്നു ഭയന്ന പത്രാ

ധിപർക്ക്, ന്യൂസ് എഡിറ്ററുടെ പിന്തുണ കിട്ടിയപ്പോൾ ജീവൻ വച്ചു.

"ജോണി പറഞ്ഞപ്പോൾ എനിക്ക് ഒരു ആശ്വാസമായി. നമ്മുടെ സമുദായനേതാക്കൾ ഇത്തരം പരമ്പര പൈങ്കിളിയാണെന്നു പറയുമോയെന്നായിരുന്നു, എന്റെ പേടി...എന്നാലും, നല്ല വായനാസുഖമുണ്ട്..."

"സമുദായക്കാരോടു പോകാൻ പറ സാറേ. പണം കടം വാങ്ങിയിട്ടും ജീവിക്കാൻ മാർഗമില്ലാത്ത പെണ്ണിന്റെ നിവൃത്തികേടിനെ ചൂഷണം ചെയ്ത് കൂടെക്കിടക്കുന്നതും വിവാഹവാഗ്ദാനം നൽകി പീഡിപ്പിച്ച് സുഹൃത്തുക്കൾക്കു പങ്കുവയ്ക്കുന്നതുമെല്ലാം വേറെ ഏതുഭാഷയിൽ എഴുതാനാണ്? ഇതിനെ പൈങ്കിളി എന്നു പറയുമെങ്കിൽ യഥാർഥ ഇക്കിളി സാഹിത്യത്തെ എന്തുവിളിക്കും നമ്മൾ? ഞാൻ പറയുകയാണെങ്കിൽ നാളെ മുതൽ പത്രത്തിന്റെ ഒന്നാം പേജിൽ നിന്ന് ഈ പരമ്പര ആരംഭിക്കണം. കേരളരാഷ്ട്രീയമടക്കം ഇതിൽ കലങ്ങിമറിയുമെന്നാണ് ഇത്രയും നാളത്തെ എന്റെ അനുഭവത്തിൽ നിന്നും എനിക്കു പറയാനുള്ളത്..."

പിഴക് എന്ന പ്രദേശത്തു പെൺവാണിഭം നടത്തിയിരുന്ന ഒരു ആന്റിയെക്കുറിച്ചുള്ള വാർത്തകളൊക്കെ ജനമധ്യത്തിലേയ്ക്ക് എത്തിച്ചയാളാണ് ജോണി ആന്റണിയെന്ന് ജീവന് നന്നേ അറിയാം. അൽപ്പം പൈങ്കിളി കലർന്ന വാർത്തകൾക്ക് വായനക്കാർ ഏറെയുണ്ടെന്ന് എന്നും അദ്ദേഹം പറയാറുണ്ടായിരുന്നതുമാണ്. അതുകൊണ്ടുതന്നെ, ജോണി ആന്റണിയുടെ കൈയടി കിട്ടിയതോടെ, പത്രത്തിൽ മറ്റു ശത്രുക്കൾ ഉണ്ടാവില്ലെന്നും അഥവാ ഉണ്ടായാലും വിലപ്പോവില്ലെന്നും ജീവനു തോന്നി.

പത്രാധിപർക്കും ആശ്വാസമായി. സെൻസേഷണൽ വാർത്തകൾക്കും പരമ്പരകൾക്കും കൂടുതൽ പ്രാധാന്യം നൽകണമെന്ന ജോണി ആന്റണിയുടെ കുറിപ്പും അയാൾ നോക്കിക്കഴിഞ്ഞതല്ലേ ഉണ്ടായിരുന്നുള്ളൂ.

"ജീവാ, ഈ പരമ്പരയുടെ ഉറവിടം ഒക്കെ സുരക്ഷിതമാണല്ലോ. പ്രസിദ്ധീകരിക്കപ്പെടുന്ന വാർത്തകൾ ആരും പിന്നീട് തള്ളിപ്പറയരുത്. അല്ലെങ്കിൽപ്പിന്നെ മൊത്തം പ്രശ്നങ്ങളാവും. അറിയാമല്ലോ..." മാത്യു കുനിയാംതുരുത്ത്, ജീവനോട് തന്റെ സംശയം ഉന്നയിച്ചു; ഒരു മുൻകൂർജാമ്യം പോലെ... 'പ്രസ് ലോസി'നെക്കുറിച്ചൊക്കെ തുടക്കകാലത്ത് ക്ലാസെടുത്ത അധ്യാപകൻ കൂടിയായ പത്രാധിപരുടെ വാക്കുകളുടെ അർഥം ജീവന് നന്നേ ഗ്രഹിക്കാൻ കഴിയുന്നുണ്ടായിരുന്നു.

"ഒരു പ്രശ്നവുമില്ല സാർ. ഇവരെയെല്ലാം ഞാൻ നേരിട്ടുകണ്ടു ബോധ്യപ്പെട്ടു മാത്രമാണ് ഈ വിവരങ്ങൾ ഇങ്ങനെ കുറിച്ചത്. ചങ്ങഴിയൂർ നമ്മുടെ നാട്ടിൽ ആദ്യമായിരിക്കും. എന്നാൽ, വേറെ ചങ്ങഴിയൂരുകൾ ഇനിയും രൂപപ്പെടാനുള്ള സാധ്യതകൾ നമുക്കു തള്ളിക്കളയാൻ കഴിയില്ല. ജീവിതത്തിലെ തിരസ്കരണങ്ങൾക്കൊടുവിൽ ആത്മഹ

ത്യയോ വേശ്യാവൃത്തിയോ എന്ന നിലയിലേയ്ക്ക് നമ്മുടെ സഹോദരിമാർ മാറുന്നുണ്ടെങ്കിൽ അതിനുള്ള കാരണങ്ങളെങ്കിലും നമ്മൾ ചർച്ച ചെയ്യേണ്ടതല്ലേ? അങ്ങനെയാണ് ഈ പരമ്പരയിലേയ്ക്ക് ഞാൻ മനസുറപ്പിക്കുന്നത്."

"ജോണീ, അങ്ങനെയാണെങ്കിൽ നമുക്കു മറ്റന്നാൾ മുതൽ ഈ പരമ്പര ആരംഭിച്ചാലോ? നാളത്തെ പത്രത്തിന്റെ ഒന്നാംപേജിലേയ്ക്ക് പരമ്പരയുടെ ഒരു 'അനൗൺസ്മെന്റ്' നൽകിയേക്ക്. നല്ലൊരു 'സ്ലഗ്' കൂടി ചെയ്യാൻ ആർട്ടിസ്റ്റിനോടു പറയണം."

പത്രാധിപർ, ന്യൂസ് എഡിറ്റർക്ക് മാർഗനിർദേശം നൽകിയപ്പോൾ അയാൾക്ക് സന്തോഷമായി. 'സഹശയനം: അതിജീവനത്തിന്റെ പോരാട്ടം' എന്ന പരമ്പരയുടെ തലക്കെട്ട് തയാറാക്കുന്ന ആർട്ടിസ്റ്റ് ജോസഫിനെ കണ്ട്, സ്നേഹം അറിയിക്കാനുള്ള സമയം അതുതന്നെയെന്ന് ജീവനു തോന്നി. ഏതായാലും, പരമ്പര പ്രസിദ്ധീകരിക്കപ്പെട്ട് ആദ്യ അധ്യായം വരുന്നതുവരെ വീട്ടിൽ പോയി നിൽക്കാമെന്ന് മനസിൽ കരുതിയത് അപ്പോഴാണ്. എന്തൊക്കെയാണെങ്കിലും, പത്രത്തിൽ തന്റെ പേര് അച്ചടിച്ചുവരുന്നതിന്റെ സന്തോഷം, പ്രായമെത്രയായാലും മാറുന്നതല്ലല്ലോ.

ന്യൂസ് എഡിറ്റർ, ജീവന് ഹസ്തദാനം നൽകി പുറത്തേയ്ക്കു പോകുമ്പോൾ, പത്രാധിപർ മനസുതുറന്നു. അയാൾക്ക് ജീവനിലുള്ള പ്രതീക്ഷ വർധിച്ചതുപോലെയുണ്ടായിരുന്നു.

"ജീവാ, നമ്മുടെ പത്രത്തിന്റെ എഡിറ്റോറിയൽ പോളിസിയിലെല്ലാം കുറെ മാറ്റങ്ങൾ വരുത്താൻ മാനേജ്മെന്റ് തീരുമാനിച്ചിരിക്കുകയാണ്. ഇനിയും നിങ്ങളെപ്പോലെയുള്ളവരുടെ മികച്ച വാർത്തകളും സെൻസേഷണൽ വാർത്തകളുമൊക്കെയാണ് പത്രത്തിനാവശ്യം. പരമ്പര പൂർത്തിയാക്കിയ സ്ഥിതിക്ക് ജീവന്റെ മറ്റുകാര്യങ്ങളൊക്കെ തീരുമാനിച്ചോ?"

തുടർന്നു നിൽക്കുന്നതു സംബന്ധിച്ചാണ് ചോദ്യമെന്ന് ഉറപ്പുണ്ടായിരുന്നുവെങ്കിലും എടുത്തപടി മറുപടി പറയേണ്ടതില്ലെന്ന് ജീവൻ കരുതി. അല്ലെങ്കിൽപ്പിന്നെ, താൻ മാത്രം ഒരു ആവശ്യക്കാരനായി മാറിയാലോ?

"ആലോചിക്കാമെന്നാണ് എന്റെ തോന്നൽ സാറേ. കുറച്ചുകാര്യങ്ങൾ കൂടി പൂർത്തിയാക്കേണ്ടതുണ്ട്. പരമ്പര പ്രസിദ്ധീകരിച്ചുവരുമ്പോഴേയ്ക്കും എനിക്ക് ചങ്ങഴിയൂരിലെത്തണം. അവിടെപോയി, പത്രസമ്മേളനത്തിനുള്ള നടപടിക്രമങ്ങൾ നടത്തിയില്ലെങ്കിൽ വാർത്തയുടെ സാധ്യത കുറയും. അതൊക്കെ കഴിഞ്ഞ് മടങ്ങിവരാമെന്നാണ് ചിന്തിക്കുന്നത്..."

"എന്നാൽ അങ്ങനെയാവട്ടെ. എല്ലാം നോക്കി ബോധ്യപ്പെട്ടിട്ട് പോയിട്ടുവരൂ..."

പത്രാധിപർ വീണ്ടും എഡിറ്റോറിയൽ മീറ്റിംഗിനായുള്ള ഒരുക്കങ്ങളിലേയ്ക്ക് ഊളിയിട്ടു. ഹൃദയം നിറഞ്ഞ സന്തോഷത്തോടെ, ജീവൻ പത്രാധിപരുടെ ക്യാബിനിൽ നിന്നും പുറത്തേയ്ക്കിറങ്ങി. കഴിഞ്ഞതവണ വന്നുപോകുമ്പോൾ മനസിലുണ്ടായിരുന്ന ആശങ്കകളും വ്യസനങ്ങളും കടൽകടക്കുന്നതായി അയാൾക്കു തോന്നി. അതെ, എത്ര പെട്ടെന്നാണ് സമയത്തിന്റെ ആകാശത്ത് മേഘങ്ങൾ ഉരുണ്ടുകൂടുന്നതും മഴ പെയ്തു തോരുന്നതുമെല്ലാം... മഴവില്ലിന്റെ ഏഴുനിറങ്ങളാണ് ജീവന്റെ മനസിലേയ്ക്ക് പ്രകാശംപരത്തിയെത്തിനിന്നത്.

താഴെ കാന്റീനിലേയ്ക്ക് എത്തുമ്പോൾ ഒത്ത സമയം തന്നെയായിരുന്നു. കാത്തിരുന്നതുപോലെതന്നെ ആർട്ടിസ്റ്റ് ജോസഫ് അവിടെയുണ്ട്. ജീവനെ കണ്ടതും അയാളുടെ സന്തോഷം ഇരട്ടിയായി.

"അണ്ണാ, എനിക്കറിയാമായിരുന്നു, അണ്ണൻ തിരിച്ചെത്തുമെന്ന്. നമ്മൾ ഇവിടെ അനുഭവിക്കുന്ന സന്തോഷവും സ്വാതന്ത്ര്യവും വേറെ എവിടെപ്പോയാലും കിട്ടില്ല അണ്ണാ. ആട്ടെ, എന്തൊക്കെയായി കാര്യങ്ങൾ...?"

"ഒന്നും തീരുമാനിച്ചില്ല അണ്ണാ..." ചായ ഗ്ലാസ് ചുണ്ടോടടുപ്പിച്ച് ജീവൻ പറഞ്ഞുതുടങ്ങി.

"തത്ക്കാലം ഒരു പരമ്പര ചെയ്തു തിരികെ വന്നതാണ്. ഒരാഴ്ച കൂടി കഴിഞ്ഞേ കാര്യങ്ങൾ എന്താവുമെന്ന് തീരുമാനിക്കൂ. അതിനു മുൻപ് അണ്ണൻ തന്നെ പരമ്പരയ്ക്കുള്ള 'സ്ലഗ്' തയാറാക്കാനാണ് ചീഫ് എഡിറ്റർ ന്യൂസ് എഡിറ്ററോട് പറഞ്ഞിരിക്കുന്നത്. പുള്ളിക്കാരൻ ഇപ്പോൾ അന്വേഷിക്കുന്നുണ്ടാവും..."

"അതേതായാലും നന്നായി. എന്താണ് പരമ്പരയ്ക്കിട്ടിരിക്കുന്ന പേര്? എങ്ങനെ ചെയ്യണമെന്ന് അണ്ണൻ പറഞ്ഞാ മതി. ജീവനണ്ണന്റെ പരമ്പരയാകുമ്പോൾ പൊളിക്കുമെന്ന് ഉറപ്പല്ലേ..."

ജോസഫ്, ജീവന്റെ ആത്മവിശ്വാസം വർധിപ്പിക്കുമ്പോൾ ജീവൻ ഫെർണാണ്ടസ് ആ പേര് ഒരിക്കൽക്കൂടി പറഞ്ഞു:

"സഹശയനം: അതിജീവനത്തിന്റെ പോരാട്ടം... അശ്ലീലം തോന്നാത്ത വിധത്തിൽ എന്നാൽ, ചിന്തയ്ക്ക് ഇടംകൊടുക്കുന്ന വിധത്തിലുള്ള 'സ്ലഗ്' ആവും നല്ലത്. വേശ്യകളെക്കുറിച്ചുള്ള അന്വേഷണാത്മക പരമ്പരയാണ്."

"എന്റെ പൊന്നണ്ണാ സമ്മതിച്ചു. രണ്ടാഴ്ച അവധി പറഞ്ഞിറങ്ങി, പരമ്പരയ്ക്കു കണ്ടെത്തിയ വിഷയം കിടിലൻ. നാളത്തെ ഒന്നാം പേജിൽ നമുക്കു തകർക്കണം..."

ജോസഫിനോട് യാത്രപറഞ്ഞ് ജീവൻ പുറത്തേയേക്കിറങ്ങി. അവിടെനിന്നും ലഭിച്ച സന്തോഷത്തിന്റെ ലഹരിയിൽ രണ്ട് പെഗ് അടിക്കണമെന്ന് അയാൾക്കു തോന്നി. എന്താണെങ്കിലും രണ്ടാഴ്ച ലീവ് പോലെയാണല്ലോ മറ്റുള്ളവർ തന്നെ കാണുന്നത്.

അടുത്തുള്ള ബാറിൽ കയറി രണ്ടു പെഗ് 'സെലിബ്രേഷൻ' റം കഴിക്കുമ്പോൾ, അയാളുടെ മനസിൽ പത്രപ്രവർത്തനത്തിന്റെ ആദ്യനാളുകൾ ഓടിയെത്തി. പത്രത്തിലേയ്ക്കുള്ള വാർത്തകളും ഫീച്ചറുകളും തയാറാക്കി നൽകിക്കഴിഞ്ഞും 'ഡെസ്കിൽ' ജോലിചെയ്യുമ്പോൾ രാത്രി ആദ്യം പത്രത്തിന്റെ അച്ചടിച്ചപ്രതി കൈയിലെത്തുമ്പോൾ ലഭിക്കുന്ന ആനന്ദം അയാൾ അയവിറക്കുകയായിരുന്നു. ഒന്നാം പേജിലും അകം പേജിലും ഞായറാഴ്ചപ്പതിപ്പിലുമായി പേരുകൾ നിറഞ്ഞാടുമ്പോൾ ലഭിക്കുന്ന ആനന്ദലഹരിയെ 'ആത്മരതിയുടെ അപാരത' എന്നുതന്നെ വിശേഷിപ്പിക്കേണ്ടതല്ലേ എന്ന് അയാൾക്കു തോന്നി. ഇന്നിപ്പോൾ താൻ എഴുതിയ പരമ്പര കേരളത്തെ ഞെട്ടിക്കാനുതകുന്നതായിരിക്കും എന്ന് അയാൾക്കുറപ്പുണ്ടായിരുന്നു.

ഒറ്റയ്ക്കായിരുന്നു, ജീവൻ. തുടർന്നുള്ള കാര്യങ്ങൾ എന്താകണമെന്ന് ചിന്തിക്കാനുള്ള സമയം അങ്ങനെയാവുന്നതാണ് നല്ലതെന്ന് അയാൾക്കു തോന്നി. എന്തായാലും, പരമ്പര പ്രസിദ്ധീകരിക്കപ്പെടുകയാണ്. ഉടൻ തന്നെ ചങ്ങഴിയൂരിലെത്തിയേ പറ്റൂ. അല്ലാത്തപക്ഷം, വാർത്തയുടെ ആധികാരികത ചോദ്യം ചെയ്യപ്പെട്ടാൽ സുവർണജൂബിലി ആഘോഷിക്കുന്ന പത്രത്തിനാവും, അതുകൊണ്ടുള്ള കുറച്ചിൽ.

രാത്രി വൈകുന്നതിനു മുൻപ് വീട്ടിലെത്തി. അമ്മയും അപ്പച്ചനുമൊപ്പം കുറച്ചു ഭക്ഷണം കഴിക്കുമ്പോൾ എഴുത്തുകാലത്തിന്റെ ആദ്യനാളുകളിലെ സ്നേഹാനുഭവങ്ങൾ അവനെ കുളിർക്കാറ്റായി തഴുകി. ഏറെ നാളുകൾക്കുശേഷം മകനെ കണ്ട സന്തോഷം അവർക്കുണ്ടായിരുന്നുവെങ്കിലും എഴുത്തിലും ജോലിത്തിരക്കിലും മകൻ നിത്യേന വ്യാപൃതനാണെന്നു മനസിലാക്കാനുള്ള ആർജവം അവർക്കുണ്ടായിരുന്നു. അത്രത്തോളം തന്നെ മനസിലാക്കുന്നതായി ലോകത്ത് ആരുംതന്നെയില്ലെന്ന് അവനുതോന്നി. അല്ലെങ്കിൽപ്പിന്നെ, എഴുത്തിന്റെ ആദ്യനാളുകളിൽ ഭക്ഷണത്തിന്റെ ഇടവേളകളിൽ എഴുന്നേൽക്കാൻ മടിക്കുമ്പോൾ എഴുത്തുകസേരയിൽത്തന്നെ ഭക്ഷണമെല്ലാം പാത്രത്തിലിട്ട് സ്പൂണിനൊപ്പം ആ അമ്മ തരുമായിരുന്നോ? വായ കഴുകാനുള്ള വെള്ളംപോലും ഗ്ലാസിൽ എടുത്ത് കാത്തിരിക്കുകയാവും, അമ്മ. അപ്പച്ചനാവും, ചോറിനുള്ള കറികളെല്ലാം പാത്രത്തിൽ എടുത്തു കൊടുക്കാൻ അമ്മയെ സഹായിക്കുക. ആ സ്നേഹത്തിന്റെ ഊർജമാണ് എഴുത്തിലെ സത്യസന്ധതയായി

പരിണമിക്കുന്നതെന്ന് ജീവൻ ഓർത്തു.

നേരം വെളുത്തപ്പോൾ, പത്രത്തിലെ തന്റെ പേര് ആദ്യം കാട്ടിത്തന്നതും അപ്പച്ചനാണ്. പരമ്പരയുടെ അറിയിപ്പുമായി ബന്ധപ്പെട്ടുള്ള മനോഹരമായ ആർട്ട്വർക്കും കുറിപ്പും. 'സഹശയനം' എന്നു കണ്ടെങ്കിലും തന്റെ മകനിലുള്ള വിശ്വാസം ആ മാതാപിതാക്കൾക്ക് എത്രത്തോളമായിരുന്നുവെന്ന് അയാൾ ഓർത്തു.

"മോനേ, ആരുടെയും ശത്രുതയൊന്നും നേടിയെടുക്കരുത്. സൂക്ഷിച്ചൊക്കെ വേണം ഇത്തരം പരമ്പരകളൊക്കെ എഴുതാൻ..." യാത്ര തുടരുകയാണെന്നു പറയുമ്പോൾ അമ്മയ്ക്കു പറയാനുള്ളത് ഈ ഉപദേശം മാത്രമായിരുന്നു.

'എല്ലാം നന്നായി വരട്ടെ'ന്നു പറഞ്ഞാണ് അപ്പച്ചനും യാത്രയാക്കിയത്.

ആ യാത്ര വീണ്ടും പത്രമോഫീസിലേയ്ക്കായിരുന്നു. പരമ്പരയുടെ അറിയിപ്പു കണ്ട സഹപ്രവർത്തകർ, അഭിമാനത്തോടെയും അതിലേറെ സന്തോഷത്തോടെയും ജീവനെ സ്വീകരിച്ചു. തന്റെ വാർത്തകളിലും എഴുത്തിലുമെല്ലാം പത്രത്തിനുള്ള ആത്മവിശ്വാസം തന്നെ വർധിക്കുന്നുള്ളതായി അയാൾക്കു തോന്നി. ഒന്നാം പേജിന്റെ പാതിയിലുള്ള വലതു കോണിലെ പരമ്പര അറിയിപ്പ് മനോഹരമായിരിക്കുന്നതായി അയാൾ കണ്ടു.

വീണ്ടും ഒരിക്കൽക്കൂടി ചീഫ് എഡിറ്ററെയും ന്യൂസ് എഡിറ്ററെയുമെല്ലാം കണ്ട് അയാൾ യാത്രയ്ക്കു തുടക്കം കുറിക്കുകയായിരുന്നു.

"പത്രസമ്മേളനം ആയിക്കഴിയുമ്പോൾ പറയണം. പരമ്പരയുടെ 'ഇംപാക്ട് സ്റ്റോറി'യായി അത് പിറ്റേന്നുതന്നെ കൊടുക്കണം..." ചീഫ് എഡിറ്റർക്ക് പ്രധാനമായും പറയാനുള്ളത് അതുമാത്രമായിരുന്നു. അതിന്റെ ഉത്തരവാദിത്തങ്ങളും വെല്ലുവിളികളും അഭിമുഖീകരിക്കാനാണല്ലോ തന്റെ യാത്രയെന്ന് അയാൾ മനസിൽ പറഞ്ഞു.

ചങ്ങഴിയൂരിലേയ്ക്കാണ്. രേഖയെയും സുശീലയെയും ദാമുവേട്ടനെയും കാണണം; പിന്നെ, താരയെയും. താരയുടെ അനുഭവകഥയോടുകൂടി പരമ്പര തുടങ്ങുമ്പോൾ വാർത്തകളെ പ്രതിരോധിക്കാതെ കൂടെ നിൽക്കാനുള്ള മാനസികാവസ്ഥയ്ക്കായി താരയെ പാകപ്പെടുത്തുകയാണ് ആദ്യം ചെയ്യേണ്ടകാര്യം എന്ന് അയാൾക്ക് ഉറപ്പുണ്ടായിരുന്നു.

16

'ചങ്ങഴിയൂരി'ലെ ലോഡ്ജിൽ എത്തുമ്പോഴേയ്ക്കും രാത്രി ഏതാണ്ട് പത്തുകഴിഞ്ഞിരുന്നു. ലോഡ്ജ് ജീവനക്കാരനായ പ്രശാന്ത് അവിടെ ഉണ്ടാ

യിരുന്നതു കൊണ്ട് മുറികിട്ടാൻ ബുദ്ധിമുട്ടുവന്നില്ല. ജീവനെ കണ്ടതും അയാൾക്കു സന്തോഷമായി.

"പെട്ടെന്നാണല്ലോ ഒരു തിരിച്ചുവരവ്...? എന്താണു സാർ ആഗമനോദ്ദേശ്യം...?"

ഇനി, ഒന്നും ഒളിക്കാനില്ലെന്ന് ജീവനു തോന്നി. അതുമാത്രമല്ല, പത്രവാർത്ത ശ്രദ്ധിക്കപ്പെട്ടാൽ താരയെ മുന്നിലെത്തിച്ചുതരുന്ന ഉത്തരവാദിത്തം നിറവേറ്റാൻ പ്രശാന്തിനേ കഴിയുകയുമുള്ളൂ. ഏതാനും മണിക്കൂറുകൾക്കുള്ളിൽ, താൻ തുറന്നുവിട്ട ഭൂതം, കേരളത്തെ ഞെട്ടിക്കാനൊരുങ്ങുകയാണ്...

"കുറച്ചുകാര്യങ്ങളുണ്ട്, പറയാം... പ്രശാന്തിനു തിരക്കില്ലെങ്കിൽ നമുക്കു മുറിയിലിരിക്കാം. യഥാർഥത്തിൽ, പ്രശാന്തിനെ കാണാനാണ് ഞാൻ വന്നത്..."

"എന്നെയോ? വെറുതെ പറയാതെ സാറേ. ഞാനെന്തായാലും താഴത്തെ നിലയിൽ മുറിയൊരുക്കാം. അപ്പോൾ ആരെങ്കിലും വന്നു ബെല്ലടിച്ചാലും റൂം കൊടുക്കാമല്ലോ. രാത്രി രണ്ടു പെഗ് അടിക്കാനുള്ള ഒരുക്കത്തിലായിരുന്നു. അതിപ്പോൾ എന്തായാലും സാറിനൊപ്പമാകാം... ദാ വരുന്നു." ഷെൽഫിൽ നിന്നും മുറിയിലേയ്ക്കുള്ള ബെഡ്ഷീറ്റും പുതപ്പും സോപ്പും തോർത്തുമൊക്കെ എടുക്കുന്നതിനിടയിൽ, പ്രശാന്ത് പറഞ്ഞു.

അയാൾ മുന്നോട്ടു നടന്നു; ഒപ്പം, ജീവനും.

"ഞാനെന്തായാലും ഒന്നു കുളിച്ചുറെഡിയാകുമ്പോൾ, പ്രശാന്ത് ജോലിയൊക്കെ ഒതുക്ക്. നമുക്കിരിക്കാം. അപ്പോൾ മനസിലാവും, ഞാൻ പ്രശാന്തിനെ കാണാൻ തന്നെയാ വന്നതെന്ന്..." അത്രയും പറഞ്ഞുകൊണ്ട് ജീവൻ മുറിക്കുള്ളിലേയ്ക്കു കടന്നു.

പ്രശാന്തിന് ഒന്നും മനസിലായില്ല. രാത്രിവൈകി ഒരാൾ കടന്നുവരിക, അതും തന്നെ കാണാനാണ് വരുന്നതെന്നു പറയുക...അയാളുടെ മനസിൽ താരയെക്കുറിച്ചുള്ള ഓർമകൾ നിറഞ്ഞു. അതുതന്നെയാകും കാരണം എന്നോർത്തുകൊണ്ട് അയാൾ ചോദിച്ചു.

"ഭക്ഷണമല്ലാതെ മറ്റെന്തെങ്കിലും കരുതണോ?"

"ആദ്യം നമുക്കിരിക്കാം പ്രശാന്തേ... പത്തുമിനിറ്റുകൊണ്ട് ഞാൻ റെഡി..."

"ഓക്കെ. അപ്പോഴേയ്ക്കും ഭക്ഷണവുമായി ഞാനെത്താം..." അയാൾ നടന്നുനീങ്ങി.

ഭക്ഷണത്തിനായി തട്ടുകടയിൽ കാത്തുനിൽക്കുമ്പോൾ, അയാൾ, താരയെ വിളിച്ചുനോക്കി. ജീവൻ എത്തിയെന്നു പറഞ്ഞതും ഏതു നിമിഷവും വരാൻ തയാറെന്നായി താര. വണ്ടി അയച്ചാൽ, താൻ കൂടെവരാ

മെന്നു പറഞ്ഞപ്പോൾ പ്രശാന്തിനു സമാധാനമായി. അക്കാര്യമൊന്നും ഉടൻ പറയേണ്ടതില്ലെന്നുറച്ച്, പ്രശാന്ത്, മുറിയുടെ വാതിൽക്കൽ മുട്ടി.

നിറഞ്ഞ ചിരിയോടെ ജീവൻ വാതിൽ തുറന്നു. ഭക്ഷണവും കുപ്പിയും ഗ്ലാസും വെള്ളവുമെല്ലാമായി പ്രശാന്തിനെ കണ്ടതും അയാൾക്കു സന്തോഷമായി. എന്തായാലും, തുടക്കത്തിലെ സ്വീകരണം മോശമല്ലെന്ന് ജീവൻ മനസിൽ പറഞ്ഞു.

ഗ്ലാസുകൾ നിറഞ്ഞുതുടങ്ങുമ്പോൾ ജീവൻ പ്രശാന്തിന്റെ നേർക്കു നോക്കി. ഒരുമിച്ചുള്ള ആദ്യത്തെ മദ്യപാനമാണ്. അതും 'ചങ്ങഴിയൂരി'ലെ അതിഥിയുമായി. അളന്നുമുറിച്ചുമാത്രമാവണം സംസാരമെന്ന കാര്യത്തിൽ സംശയമില്ലായിരുന്നു. തന്റെ യഥാർഥ നിയോഗവും വെളിപ്പെടുത്താനുള്ള അവസരമാണല്ലോ.

ഗ്ലാസുകൾ തമ്മിൽ കൂട്ടിമുട്ടിച്ചു 'ചിയേഴ്സ്' പറയുമ്പോൾ, പ്രശാന്ത് തന്നെയാണ് പറഞ്ഞുതുടങ്ങിയത്.

"ഞാൻ താരയെ വിളിച്ചിരുന്നു കേട്ടോ. അവൾക്ക് സാറിനെ വല്യ കാര്യമാണ്. സാറിൽ എന്തോ രക്ഷകനെയൊക്കെ അവൾ പ്രതീക്ഷിക്കുന്നതുപോലെയുണ്ട്. എന്താണാവോ കാര്യമെന്ന് ഞാൻ ചോദിച്ചില്ല. അവളുടെ കാര്യത്തിൽ ഇത്രയും ആവേശം ഞാൻ കാണുന്നത് സാറിനെക്കുറിച്ചു സംസാരിക്കുമ്പോൾ മാത്രമാണ്. എന്തായാലും ഞാൻ 'ഹാപ്പി'യാണ്. ഞാൻ പരിചയപ്പെടുത്തിക്കൊടുത്ത ആൾ മോശമെന്നു പറഞ്ഞില്ലല്ലോ..."

ഉടൻ പറയേണ്ടതില്ലെന്നു തീരുമാനിച്ചാണു പോന്നതെങ്കിലും പ്രശാന്തിനു പറയാതിരിക്കാൻ കഴിഞ്ഞിരുന്നില്ല. അല്ലെങ്കിൽത്തന്നെ, അതുപോലൊരു വ്യക്തിയുമായി ആദ്യമായി മദ്യപിക്കാൻ കഴിയുന്നതിലുള്ള സന്തോഷത്തിന്റെ ആവേശത്തിലായിരുന്നു, പ്രശാന്ത് എന്ന് ജീവനും തോന്നി.

"കേട്ടോ പ്രശാന്ത്, നാളെ താരയാണ് നമ്മുടെ താരം... അപ്പോൾ നമുക്ക് താരയ്ക്കു വേണ്ടി എന്തെങ്കിലും കൂടി ചെയ്യേണ്ടേ?"

"എന്താണ് സാർ പറയുന്നത്? എനിക്കു മനസിലാവുന്നില്ല..."

"പ്രശാന്തേ, നമ്മളൊക്കെ ജീവിതത്തിൽ വളരെ നിസാരന്മാരാണ്. വഴിപോക്കർ സത്രത്തിൽ വന്നു മടങ്ങുന്നതുപോലെയും നദിയിൽക്കൂടി ഒഴുകുന്ന മരക്കഷണങ്ങൾപോലെയും സ്ഥിരതയില്ലാത്തതാണ് ജീവിതം എന്നു പറയാറുണ്ട്. എന്നാൽ, അത്രയും ക്ഷണികമായ ജീവിതത്തിൽ എന്തെങ്കിലുമൊക്കെ നന്മ ചെയ്യാൻ ശ്രമിച്ചാൽ നമ്മൾ എന്നും ഓർമിക്കപ്പെടും. താര ഇപ്പോൾ എന്നെക്കുറിച്ച് ഓർക്കുന്നതും അതേപോലൊരു സാഹചര്യത്തിലാണ്..."

താര ജീവനോട് തന്റെ പഴയ കഥകൾ പറഞ്ഞുകഴിഞ്ഞിരിക്കുന്നുവെന്ന് അപ്പോഴാണ് പ്രശാന്തിനു ബോധ്യമായത്. അല്ലെങ്കിൽപ്പിന്നെ, അത്തരമൊരു ഉപകാരത്തിന്റെ കാര്യം അയാൾ പറയുമായിരുന്നില്ലെന്ന് പ്രശാന്തിനു തോന്നി. പിന്നെ, തനിക്കറിയാവുന്ന കഥകൾ പറയാതിരിക്കുവാനും അയാൾക്കായില്ല.

“സാറിനറിയുമോ, താരയുടെ വാശിക്ക് ഞാൻ എന്നും കൂടെയുണ്ട്. അവൾ അത്രത്തോളം ആക്ഷേപിക്കപ്പെട്ട സമയമാണ് ഒരു വർഷം മുൻപ് അവളുടെ ജീവിതത്തിൽ സംഭവിച്ചത്. ശരിക്കും പറഞ്ഞാൽ, വലിച്ചുകീറപ്പെട്ട സമയം. ഏറെ സന്തോഷത്തോടെ മൂന്നാറിൽ പോയി തിരികെ വന്ന താരയെ കാണുമ്പോൾ അവൾ പൊട്ടിക്കരയുകയായിരുന്നു. പിന്നെ, രണ്ടും കൽപ്പിച്ചുള്ള വാശിയോടെ അവൾ ഒരു തീരുമാനമെടുത്തപ്പോൾ ഞാൻ അതിനു കൂട്ടുനിന്നു. കുടുംബത്തിൽ സാഹചര്യങ്ങൾ മോശമായ അവൾ, അല്ലാതെ മറ്റേതു വിധേന പണമുണ്ടാക്കി, തന്നെ നശിപ്പിച്ചവരോട് എതിരിടാനാണ്?

സ്നേഹം അഭിനയിച്ച് ആരും ഒരാളെ ഇങ്ങനെ ചൂഷണം ചെയ്യാൻ പാടില്ല. ആ കാപാലികന്മാരെ എന്തുവിധേനയും നിയമത്തിനു മുന്നിലെത്തിക്കാൻ വേണ്ടി അവൾ എത്രവേണമെങ്കിലും പണമുണ്ടാക്കട്ടെ; അത് എങ്ങിനെയാണെങ്കിലും മോശമല്ലെന്നാണ് എന്റെ അഭിപ്രായം. ലക്ഷ്യം മാർഗത്തെ സാധൂകരിക്കുമെന്നാണല്ലോ...”

രണ്ടാമത്തെ പെഗ്ഗിലേയ്ക്ക് വെള്ളം പകർത്തുമ്പോൾ, ജീവനും ഏറെ സന്തോഷമായി. താൻ കരുതിയതുപോലെ ഭയക്കേണ്ട സാഹചര്യങ്ങളില്ല. താരയെ പിന്തുണയ്ക്കാൻ എപ്പോഴും പ്രശാന്ത് തയാറെന്ന കാര്യത്തിൽ അയാൾക്ക് സമാധാനം തോന്നി. അല്ലെങ്കിൽത്തന്നെ, അതുപോലൊരു ആൺതുണയില്ലാതെ താരയ്ക്കു മാത്രം എന്തുചെയ്യാനാണ് കഴിയുക എന്ന് അയാൾ ഓർത്തു.

“നോക്കൂ പ്രശാന്ത്, നാളത്തെ പത്രത്തിൽ താരയുടെ ജീവിതം പ്രസിദ്ധീകരിക്കപ്പെടുന്നുണ്ട്, ‘ദേശപത്രിക’യിൽ. അതിനു മുൻപ് താരയോട് ബാക്കിയുള്ള കാര്യങ്ങളെക്കുറിച്ച് പറയേണ്ടതുണ്ടെന്നു കരുതിയാണ് രാത്രി തന്നെ ഇവിടെ എത്തിയത്. വേണ്ടിവന്നാൽ, നേരം വെളുക്കുമ്പോഴേയ്ക്കും താരയും പ്രശാന്തും കൂടി മറ്റൊരു സ്ഥലത്തേയ്ക്കു വരണം, എന്റെയൊപ്പം... ബാക്കി കാര്യങ്ങൾ ഞാൻ ചെയ്തുകൊള്ളാം...”

“വാർത്തയെന്നൊക്കെ പറയുമ്പോൾ... അതു പ്രശ്നമാകുമോ സാറേ? സാറ് പത്രക്കാരനായിരുന്നല്ലേ... അവളെ ഉപദ്രവിച്ചവരൊക്കെ വലിയ സ്ഥാനത്തുള്ളവരാ. അവരൊക്കെ ദ്രോഹിക്കുമോ...?”

“ധൈര്യമായിരിക്ക് പ്രശാന്ത്, ഞാനല്ലേ പറയുന്നത്? എന്തായാലും

ഭക്ഷണം കഴിച്ച് വിശ്രമിക്കുന്നതിനു മുൻപ് എനിക്കും താരയോടു സംസാരിച്ചാൽ കൊള്ളാമെന്നുണ്ട്. അതല്ലെങ്കിൽ രാവിലെ നമുക്ക് ഒന്നിച്ചു കണ്ടാലും മതി. ഇവിടെ പത്രം വരുന്നതിനു മുൻപായാൽ അത്രയും നല്ലത്..."

"അങ്ങനെയാണെങ്കിൽ ഞാൻ ഇപ്പോൾത്തന്നെ അവളെ വിളിക്കാം. അവൾക്കുള്ള ഒരു മുറിയും കൂടി ഞാൻ ഒരുക്കിയേക്കാം. കാലത്ത് എട്ടു മണി കഴിയുമ്പോൾ ഇവിടെ പത്രമെത്തും. അതിനു മുൻപ് ശ്രദ്ധിക്കേണ്ട കാര്യങ്ങളുണ്ടെങ്കിൽ അതു നോക്കാതിരുന്നാൽ കുഴപ്പമാവില്ലേ..."

പ്രശാന്തിന് കാര്യങ്ങളുടെ കിടപ്പുവശം കൃത്യമായി മനസിലായിട്ടുണ്ടോ എന്ന് ജീവന് സംശയംതോന്നി. എന്നിരിക്കിലും, ഏതുവിധേനയും സഹകരിക്കാനുള്ള മാനസികാവസ്ഥയിലാണ് അയാൾ എന്ന കാര്യത്തിൽ ജീവന് ഉറപ്പുണ്ടായിരുന്നു.

വിശ്വാസ്യത നിലനിർത്തുവാൻ അയാൾ തന്റെ ബാഗിൽ നിന്നും ആ പത്രം പുറത്തേയ്ക്കെടുത്തു.

'ദേശപത്രിക.' അതിന്റെ ഒന്നാം പേജിലെ പരമ്പരയുടെ അറിയിപ്പ് പ്രശാന്തിനെ കാട്ടിക്കൊടുത്തപ്പോഴാണ് സത്യത്തിൽ അയാളും ഞെട്ടിയത്.

'സഹശയനം: അതിജീവനത്തിന്റെ പോരാട്ടം – ദേശപത്രിക പത്രാധിപസമിതി അംഗം ജീവൻ ഫെർണാണ്ടസ് എഴുതുന്ന പരമ്പര നാളെ മുതൽ...'

"സാറേ, ഇതു പ്രശ്നമാകുമോ...? ഇവിടങ്ങളിൽ റെയ്ഡും കാര്യങ്ങളുമൊക്കെയായി എന്തെങ്കിലും സംഭവിച്ചാൽ..."

"അതൊന്നും പ്രശാന്ത് ഭയക്കേണ്ട. നാളെ മുതൽ താരയ്ക്കു തുറന്നുപറയാനുള്ള കഥകൾക്കായുള്ള അവസരമൊരുങ്ങുന്നു എന്ന് ഇപ്പോൾ കരുതിയാൽ മതി..."

പ്രശാന്ത് മെല്ലെ പുറത്തേയ്ക്കിറങ്ങി. കാര്യങ്ങളുടെ ഗൗരവം മെല്ലെ താരയോടു സംസാരിച്ചു. ആവശ്യം വന്നാൽ, ഏതു സമയത്തും വരാൻ അവൾ തയാറായിരുന്നു. എന്നാൽ, മറ്റൊരു കസ്റ്റമറുടെ ജോലിയിലായതിനാൽ, കാലത്ത് ഏഴുമണിക്ക് എത്തിക്കൊള്ളാമെന്ന് അവൾ പറഞ്ഞു.

പ്രശാന്തിനു പറയാനുണ്ടായിരുന്നത്, പെട്ടെന്നു തന്നെ പത്രസമ്മേളനം നടത്തുന്നതിന്റെ ആവശ്യത്തെക്കുറിച്ചായിരുന്നു. അപ്പോഴാണ് വാർത്തയ്ക്കും പ്രാധാന്യമേറുന്നതെന്ന കാര്യത്തിൽ അയാൾക്കും നല്ല ബോധ്യമുണ്ടായിരുന്നു. അക്കാര്യത്തിൽ, പ്രശാന്ത്, തനിക്കും താരയ്ക്കുമൊപ്പം എന്ന ബോധ്യത്തിൽ അയാൾക്ക് സന്തോഷം തോന്നി.

ഭക്ഷണം കഴിച്ച് രാത്രി വൈകി കിടക്കുമ്പോഴും ജീവന്റെ മനസിൽ,

പിറ്റേന്നു പുലരി കാണുന്ന 'ദേശപത്രിക' ആയിരുന്നു; വാർത്തകളിൽ നിറയാൻ പോവുന്ന താരയായിരുന്നു. അവളെ ദ്രോഹിച്ചവർക്ക് ശിക്ഷ വാങ്ങിക്കൊടുക്കാൻ താൻ ഒരു മാർഗമായി മാറാൻ പോവുന്നതോർത്ത് അയാൾ അഭിമാനിച്ചു. ഇനിയൊരിക്കലും അങ്ങനെയൊരു വേശ്യാപിറവി ഉണ്ടാകാതിരിക്കട്ടെ എന്ന് അയാൾ ആശിച്ചു.

പുലർച്ചേ ഏഴുമണിക്കുള്ളിൽത്തന്നെ കുളിച്ചു റെഡിയാവാൻ ജീവൻ ശ്രദ്ധിച്ചു. പത്രം വരുന്നതിനു മുൻപ് താരയും പ്രശാന്തും എത്തും. പത്രം വന്നുകഴിഞ്ഞാൽ, കാര്യങ്ങൾ തങ്ങളുടെ നിയന്ത്രണത്തിൽ നിന്നും കൈവിട്ടുപോകും. അപ്പോൾ അതിനനുസൃതമായി ഒരുങ്ങുകയെന്നത് സ്വന്തം കടമയാണെന്നു മറന്നുകൂടാ.

വാതിൽക്കൽ മുട്ടുകേൾക്കുമ്പോൾ അയാൾ ബാഗും മറ്റും പാക്ക് ചെയ്ത് ഒരുങ്ങിയിരുന്നു. കുളിച്ചു സുന്ദരിയായി ഹാഫ്സാരിയണിഞ്ഞ് ചന്ദനക്കുറിയും തൊട്ട് മുന്നിലെത്തിയ താരയെ കണ്ട് അയാൾ പുഞ്ചിരിച്ചു. പ്രശാന്തും ഒപ്പമുണ്ടായിരുന്നു.

പ്രശാന്ത് തന്നെയാണ് പത്രത്തിലെ പരമ്പര അറിയിപ്പ് അവളെ കാട്ടിക്കൊടുത്തത്. അതിലെ 'അതിജീവനത്തിന്റെ പോരാട്ടം' എന്ന തലക്കെട്ട് അവളെ ഏറെ അഭിമാനപൂരിതയാക്കി. ജീവന്റെ കവിളിൽ ഒരു മുത്തം നൽകിക്കൊണ്ട് അവൾ പറഞ്ഞു.

"എനിക്ക് ആദ്യം കാണുമ്പോൾത്തന്നെ സാറിന്റെ കാര്യത്തിൽ പ്രതീക്ഷയുണ്ടായിരുന്നു. സാറിനെപ്പോലെ ഒരാളുടെ പിന്തുണ കിട്ടാതെ എന്റെ ലക്ഷ്യങ്ങൾ പൂർത്തീകരിക്കാൻ പറ്റില്ലെന്ന് എനിക്കറിയാം... ഒത്തിരി നന്ദിയുണ്ട്...എന്റെ ഈ പോരാട്ടം, അതിജീവനത്തിനുവേണ്ടിയാണ്. അത്, അതിന്റെ യഥാർഥ അർഥത്തിൽ സാർ മനസിലാക്കിയിരിക്കുന്നുവെന്നതിൽ ഏറെ സന്തോഷം"

"ഞാൻ എന്റെ കടമ ചെയ്യുന്നുവെന്നല്ലേ ഉള്ളൂ താര... എന്തായാലും, താര ഇന്ന് അതീവ സുന്ദരിയായിരിക്കുന്നു. കാലത്ത് അമ്പലത്തിലൊക്കെ പോയ മട്ടുണ്ടല്ലോ...?" അപ്പോഴാണ് മുടിയിഴകൾക്കിടയിലെ മഞ്ഞക്കമ്മൽച്ചെടിയുടെ പൂവ് ജീവന്റെ ശ്രദ്ധയിൽപ്പെട്ടത്. സുശീലയ്ക്കൊപ്പം അമ്പലക്കുളത്തിനരികിലേയ്ക്കു നടന്ന യാത്ര അയാളുടെ ഓർമകളിലെത്തി.

"മുടിയിഴകൾക്കിടയിൽ പൂവും ചൂടിയിട്ടുണ്ടല്ലോ, താര... ആ മുഖത്തെ സന്തോഷം എന്നെ പ്രചോദിതനാക്കുന്നു. നമ്മൾ ഇന്നിറങ്ങുന്ന കാര്യം സാധിക്കുക തന്നെ ചെയ്യും." അയാൾ പറഞ്ഞുനിർത്തി.

"എന്റെ തുടർന്നുള്ള ജീവിതത്തിന്റെ ലക്ഷ്യം സാധിക്കാനുള്ള യാത്രയല്ലേ സാറേ... അതാണ് മഞ്ഞക്കമ്മൽച്ചെടിയുടെ പൂവും ഞാൻ മുടിയി

ഴകൾക്കിടയിൽ തിരുകിയത്. ആ പൂവ് തിരുകിയാൽ ലക്ഷ്യം സാധിക്കുമെന്നാണ് പറയുന്നത്. എന്റെ ലക്ഷ്യം എന്തായാലും സാറിന് അറിയാമല്ലോ..."

"മഞ്ഞക്കമ്മൽപ്പൂവിന് നല്ല സുഗന്ധമാണ് സാർ. അതുമാത്രമല്ല, ആ പൂവ് ചൂടിയാൽ ഇഷ്ടപ്പെട്ട കാര്യം നടക്കുമെന്നാണ് ഇവിടുള്ളവർ പറയുന്നത്." സുശീല തന്റെ ചാരത്തിരുന്നു പറഞ്ഞ വിശേഷവും അയാളുടെ ഓർമകളിൽ ഒഴുകിയെത്തി. രണ്ടു വ്യത്യസ്ത ലക്ഷ്യങ്ങളുമായി രണ്ടു പെണ്ണുങ്ങൾ. അവരുടെ വിശ്വാസങ്ങളിൽ മഞ്ഞക്കമ്മൽച്ചെടിയുടെ പ്രാധാന്യം ഏറെ കൗതുകമുണർത്തുന്ന ഒന്നായിത്തന്നെ അയാൾക്കു തോന്നി. മഞ്ഞക്കണ്ണട കൊണ്ട് ഈ തരുണീമണികളെ ആരും ഇനി കാണാതിരിക്കട്ടെ എന്ന് അയാൾ ആശിച്ചു.

അപ്പോഴേയ്ക്കും പത്രം വന്നിരുന്നു. ദേശപത്രികയുടെ ഒന്നാം പേജ് കണ്ട് അയാൾ സന്തോഷഭരിതനായി. പത്രവുമായി താരയും പ്രശാന്തും ജീവനും ഒന്നിച്ച് മുറിക്കുള്ളിലിരുന്നു. ജീവൻ ഫെർണാണ്ടസിന്റെ പരമ്പര, പത്രത്തിന്റെ 'സൂപ്പർസ്റ്റോറി'യായി, 'ദേശപത്രിക'യുടെ തലക്കെട്ടിനു തൊട്ടുതാഴെയായി വിന്യസിച്ചിരിക്കുന്നു. കേരളം മുഴുവനുള്ള വായനക്കാർ ആ തലക്കെട്ട് അതേപടി വായിക്കുകയാണ് ഇപ്പോൾ...

താരകങ്ങളേ, കാണ്മതോ, നിങ്ങൾ...?

അതിന്റെ തൊട്ടുതാഴെയുള്ള ജീവൻ ഫെർണാണ്ടസ് എന്ന പേര് കണ്ടപ്പോൾ ജീവന് സന്തോഷം അധികരിച്ചുവെങ്കിലും അയാൾ അവർക്കൊപ്പമായിരുന്നു. കൂട്ടത്തിൽ, സഹായിയായ പ്രശാന്ത്, പരമ്പരയുടെ ആദ്യഭാഗം ഉറക്കെ വായിച്ചുതുടങ്ങി...

"വള്ളിയൂർക്കാവിലെ ദൈവത്താരിൽ ഇപ്പോൾ താരയ്ക്കു വിശ്വാസമില്ല. വനദുർഗയും ഭദ്രകാളിയും ജലദുർഗയുമൊന്നും തന്നെ സഹായിക്കില്ലെന്ന് തന്റെ അനുഭവംകൊണ്ട് അവൾ തിരിച്ചറിഞ്ഞിരിക്കുന്നു. അല്ലെങ്കിൽപ്പിന്നെ, ഹൃദയം കൊടുത്തു കാമിച്ച, സ്വന്തം പുരുഷൻ എന്ന് സ്വയം വിശ്വസിച്ചയാൾ, തന്നെ മറ്റു പലർക്കുമായി സമർപ്പിക്കുമായിരുന്നോ? തൃഷ്ണകളുടെ വന്യസീൽക്കാരങ്ങൾക്ക് താൻ സ്വയം വശംവദയാകേണ്ടിവരുമായിരുന്നോ...?

ഒടുവിൽ, **നാളെ: താരയുടെ പീഡകരെ അറിയാം...** എന്ന അറിയിപ്പുകൂടി കണ്ടതോടെ താരയ്ക്ക് ആത്മവിശ്വാസം വർധിച്ചു. താനിപ്പോൾ പീഡിപ്പിക്കപ്പെട്ട വെറുമൊരു ഇര മാത്രമല്ലെന്നും ആ വാർത്ത നാടെങ്ങും കത്തിപ്പടരാൻ പോവുകയാണെന്നും അവളുടെ മനസ് പറഞ്ഞു.

അയാൾ താരയുടെ മുഖത്തേയ്ക്കു നോക്കി.

അവളുടെ കണ്ണുകൾ നിറഞ്ഞൊഴുകുന്നുണ്ടായിരുന്നു. മൂന്നാറിൽ

നടന്ന ദുരനുഭവത്തിന്റെ ഓർമകൾ പെട്ടെന്ന് അവളിൽ നിഴലാട്ടം നടത്തിയിരിക്കണം. സ്നേഹത്തിന്റെ ചതിക്കുഴികളെയോർത്ത് അവൾ സ്വയം മനസിനെ ശപിച്ചിട്ടുണ്ടാവണം.

പെട്ടെന്നുതന്നെ അവൾ ഇരുന്നിടത്തുനിന്നും എഴുന്നേറ്റു. കണ്ണുകൾ തുടച്ച്, ജീവന്റെ കരം ഗ്രഹിച്ച്, ആ കൈത്തലത്തിൽ അവൾ ഒരു ഉമ്മ സമ്മാനിച്ചു. തന്റെ ജീവിതത്തിന്റെ ലക്ഷ്യം സാധിക്കാനൊരുങ്ങുന്ന പുരുഷനെയോർത്ത് അവൾക്ക് അഭിമാനം തോന്നി.

"ഇനി എന്താണ് ഞാൻ ചെയ്യേണ്ടത്? സാർ പറയുന്നതുപോലെ എന്തിനും ഞാൻ റെഡി. പത്രസമ്മേളനം ഇന്നു നടത്തണോ നാളെ നടത്തണോ? അതിനുള്ള ഒരുക്കങ്ങൾ ഒക്കെ ചെയ്യേണ്ടേ?" താര, ഏറെ ധൈര്യം സംഭരിച്ച് തന്റെ മുന്നിലുള്ള പുരുഷന്മാരുടെ നേർക്കു നോക്കി. ഒരാൾ തന്റെ സുഹൃത്തും മറ്റേയാൾ വഴികാട്ടിയും. രണ്ട് ആണുങ്ങളും തന്റെ സുഹൃത്തും വഴികാട്ടിയുമായി മാറിക്കഴിഞ്ഞിരിക്കുന്നുവെന്നതിൽ അവൾ അഭിമാനപൂരിതയായി.

"എന്റെ അഭിപ്രായത്തിൽ നാളെയാണ് പത്രസമ്മേളനം നടത്താനുള്ള ഏറ്റവും നല്ല സമയം. പീഡകരെക്കുറിച്ചുള്ള എന്റെ വാർത്ത നാളെ പത്രത്തിൽ വരുമ്പോൾ അതുതന്നെയാണ് അവരുടെ പേരുവിവരങ്ങൾ പുറത്തുവിടാനുള്ള ഏറ്റവും നല്ല സമയം. ഇന്ന് എല്ലാവരും പരമ്പര വാർത്തയുടെ പിന്നാലെയായിരിക്കും. ആരാണ് കുറ്റവാളിയെന്ന് ഊഹങ്ങൾ വച്ചുള്ള അഭിപ്രായപ്രകടനങ്ങൾ നാടെങ്ങും നിരക്കും. പിന്നെ ചാനൽ ചർച്ചകളുമെല്ലാം ഇന്ന് സജീവമാകും. ആകെയുള്ള കുഴപ്പം, ആൾക്കാർ താരെയ തിരക്കുമെന്നാണ്. അതുകൊണ്ടാണ് ഇന്ന് ഇവിടെ നിന്നും മാറി നിൽക്കുന്ന കാര്യത്തെക്കുറിച്ചു സൂചിപ്പിക്കാൻ ഞാൻ ആഗ്രഹിക്കുന്നത്..." ജീവൻ തന്റെ അഭിപ്രായം ഇരുവരോടുമായി പറഞ്ഞു.

തന്റെ സുരക്ഷയുടെ കാര്യത്തിലടക്കം ശ്രദ്ധിച്ച്, കൃത്യസമയത്ത് അവിടെ എത്തിയ ജീവന്റെ കാര്യത്തിൽ താരയ്ക്ക് ആത്മവിശ്വാസം വർധിച്ചു. അവൾ പ്രശാന്തിനെ നോക്കി. ജീവൻ പറയുന്നതുപോലെ കാര്യങ്ങൾ നടക്കട്ടെ എന്ന് അവൾ അഭിപ്രായപ്രകടനം നടത്തി.

അപ്പോൾത്തന്നെ ജീവനുള്ള അഭിനന്ദനപ്രവാഹങ്ങൾ എത്തിത്തുടങ്ങിയിരുന്നു. ആദ്യം വിളിച്ചത് മുഖ്യപത്രാധിപർ മാത്യു കുനിയാംതുരുത്ത് തന്നെയാണ്. ജീവൻ വിനയത്തോടെ ഫോൺ കൈയിലെടുത്തു.

"ജീവൻ, പരമ്പരയുടെ തുടക്കം ഉഷാറായിരിക്കുന്നു. മുഖ്യമന്ത്രിയുടെ ഓഫീസിൽ നിന്നും പ്രതിപക്ഷനേതാവിന്റെ ഓഫീസിൽ നിന്നുമടക്കം എനിക്കു ഫോൺ കോളുകൾ വന്നു. എല്ലാവരും ആകാംക്ഷയിൽ കാത്തിരിക്കുകയാണ്. ജീവന്റെ വാർത്താഉറവിടമടക്കം പലരും ചോദിക്കുന്നു

ണ്ട്. കുറച്ച് ശ്രദ്ധ വേണം എന്നുകൂടി പറയാനാണ് ഞാൻ വിളിച്ചത്. തത്ക്കാലം രണ്ടുദിവസം കഴിഞ്ഞ് എവിടെയും പ്രത്യക്ഷപ്പെടുന്നതാണ് നല്ലതെന്നു തോന്നുന്നു..."

"അങ്ങനെ പേടിയില്ല സാർ. നാളെ എന്തായാലും ഒരു പത്രസമ്മേളനം ഉണ്ടാവും. ഇരയായ പെൺകുട്ടി തന്നെ കാര്യങ്ങൾ വിശദീകരിക്കുമ്പോൾ പത്രത്തിന്റെ അഭിപ്രായവും സുതാര്യമാവുമല്ലോ. തത്ക്കാലം പത്രസമ്മേളനത്തോടുകൂടിയേ ഞാൻ പുറത്തേയ്ക്കു വരുന്നുള്ളൂ. പിന്നെ, വാർത്തയുടെ ഉറവിടം വെളിപ്പെടുത്തേണ്ട ബാധ്യത ഒരു പത്രപ്രവർത്തകനും ഇല്ലെന്ന് സാർ തന്നെയല്ലേ ഞങ്ങളെ പഠിപ്പിച്ചിരിക്കുന്നത്... ഞാൻ ശ്രദ്ധിച്ചോളാം സാർ. താങ്ക് യൂ...."

താരയ്ക്കും പ്രശാന്തിനും തങ്ങളുടെ പുതിയ സുഹൃത്തിന്റെ കാര്യത്തിൽ അഭിമാനം തോന്നി. തന്നെപ്പോലെ പീഡിപ്പിക്കപ്പെട്ട പെൺകുട്ടികൾക്കായി ശബ്ദിക്കാൻ അവസരം ലഭിക്കാൻ പോകുന്നതിനെക്കുറിച്ചായിരുന്നു, അവളുടെ സന്തോഷം.

എവിടേയ്ക്കാണ് താരയെ സുരക്ഷിതമായി കൊണ്ടുപോകേണ്ടത് എന്ന് ആലോചിച്ചിരിക്കെ, ഫോൺവിളികൾ സജീവമായി. തന്നെ 'ദേശപത്രിക'യിലേയ്ക്കു കൈപിടിച്ചുനടത്തിയ ജോർജ് ജേക്കബ് അടക്കം സുഹൃത്തുക്കളുടെയും അഭ്യുദയകാംക്ഷികളുടെയും ഫോൺവിളികൾക്കു മറുപടി പറഞ്ഞ് ജീവൻ കുഴഞ്ഞു. ചിലരുടെയൊക്കെ സംശയം, ഇത്തരക്കാരുടെ പിന്നാലെ ജീവൻ പോയിരുന്നോ എന്നാണ്. അതിനുള്ള മറുപടി കൊടുക്കാൻ അയാൾ മടിച്ചതുമില്ല.

ചാനലുകളിൽ വാർത്തകൾ സജീവമായി. വനിതാ കമ്മീഷൻ സ്വമേധയാ കേസെടുത്ത് അന്വേഷണം നടത്തുമെന്ന് പ്രഖ്യാപിച്ചതോടെ, രാഷ്ട്രീയനേതാക്കൾ പ്രതിരോധത്തിലായി. താരയുടെ പീഡകരെ കണ്ടെത്താനുള്ള അന്വേഷണം കേരളരാഷ്ട്രീയത്തിൽ പ്രഖ്യാപിക്കപ്പെട്ടു. ഉന്നത പോലീസ് മേധാവിയുടെ കീഴിൽ പ്രത്യേക പോലീസ് സംഘത്തെത്തന്നെ ചങ്ങഴിയൂരിലേയ്ക്ക് നിയോഗിച്ചു.

പക്ഷേ, മറ്റൊരു പ്രശ്നം അവിടെ ഉദിച്ചു. വാർത്തയുടെ ഉറവിടം സംബന്ധിച്ച് ഇതേവരെ വെളിപ്പെടുത്തലുകളൊന്നും ഉണ്ടായിട്ടില്ല. ജീവൻ ഫെർണാണ്ടസിനെത്തിരക്കി പത്രത്തിൽ പലരും എത്തിയെങ്കിലും ജീവൻ അവിടെ ഉണ്ടായിരുന്നില്ലല്ലോ. രാഷ്ട്രീയക്കാരിലൊരാൾ എഡിറ്ററെ വിളിച്ചു ചോദിച്ചത് താരയെന്നത് സാങ്കൽപക പേരല്ലേയെന്നാണ്. വെറുതെ കഥയ്ക്ക് കൊഴുപ്പുകിട്ടാൻ എഴുതിപ്പൊലിപ്പിച്ചതല്ലെന്ന് ആരറിഞ്ഞു എന്ന്.

എന്തായാലും കാര്യങ്ങൾ ഈവിധമായപ്പോൾ തന്റെ സുഹൃത്ത്

രേഖയെ വിവരം അറിയിക്കേണ്ടതില്ലേ എന്ന് ജീവനു തോന്നി. പക്ഷേ, വിളിച്ചുനോക്കിയിട്ട് കിട്ടുന്നേയില്ല. എപ്പോഴെങ്കിലും വാർത്ത കണ്ട് അവൾ തിരിച്ചുവിളിക്കും എന്ന് ജീവന് ഉറപ്പുണ്ടായിരുന്നു.

എവിടെയാണ് പത്രസമ്മേളനം നടത്തുവാൻ ഒരുങ്ങേണ്ടതെന്ന് അവരോടു പറയണമല്ലോ. തത്ക്കാലം, തൊട്ടടുത്ത ജില്ലാ ആസ്ഥാനത്തെ പ്രസ് ക്ലബിൽ പത്രസമ്മേളനം നടത്താമെന്നായി തീരുമാനം. തങ്ങളുടെ സ്ഥലത്തിനടുത്തുള്ള പ്രസ് ക്ലബിൽ പത്രസമ്മേളനം നടത്തുമ്പോൾ ആൾക്കാർ കൂടുതൽ ശ്രദ്ധിക്കുന്ന അസൗകര്യം ഒഴിവാക്കാമല്ലോ. താരയ്ക്കും പ്രശാന്തിനും അതിനോടു യോജിപ്പായിരുന്നു.

അവർ യാത്രതിരിച്ചു. പത്രത്തിൽ ഫോട്ടോ ഒന്നുമില്ലാത്തതിനാൽ തന്നെ ആരും തിരിച്ചറിയില്ലെന്ന് ജീവനും താരയ്ക്കും ഉറപ്പായിരുന്നു.

"അവിടെ ചെന്ന് ഇന്ന് നമ്മൾ എവിടെയാണ് താമസിക്കുക?" പ്രശാന്ത് ചോദിക്കുമ്പോൾ, താരയുടെ മനസിൽ അയാളുടെ പഴയ സുഹൃത്തിന്റെ ഓർമ ഓടിയെത്തി. പ്രശാന്തിന്റെ സുഹൃത്തായ ഫോട്ടോഗ്രാഫർ. ഒറ്റയ്ക്കാണ് താമസം. ഒരിക്കൽ, കുറച്ചു ഫോട്ടോകൾ എടുക്കാനായി പ്രശാന്തിനൊപ്പം അവിടെ ചെന്നകാര്യം താര ഓർമിച്ചു.

"പ്രശാന്തേ, താടി നീട്ടിവളർത്തിയ ആ ഫോട്ടോഗ്രാഫർ സുഹൃത്തിന്റെ വീട്ടിൽ ഇന്ന് നമുക്ക് തങ്ങാൻ പറ്റുമോയെന്നു നോക്കിയാലോ? വെറുതെ ലോഡ്ജിൽ തങ്ങേണ്ടതില്ലല്ലോ..."

അപ്പോഴാണ് പ്രശാന്തും അക്കാര്യം ഓർത്തതുതന്നെ. അയാൾ ഫോണെടുത്തു.

ഈ സമയം, ഒട്ടും പ്രതീക്ഷിക്കാതിരുന്ന ഒരു ഫോൺവിളി ജീവനെ തേടിയെത്തി. ക്ലീറ്റസാണ്. തന്റെ പ്രിയപ്പെട്ട സുഹൃത്തും പോലീസ് ഓഫീസറും. എന്താണെന്ന് അതിശയിച്ച് അയാൾ ഫോണെടുത്തു.

"എടാ, ഒരു സന്തോഷവാർത്തയുണ്ട്..." ക്ലീറ്റസ് പറഞ്ഞുതുടങ്ങി.

"കേൾക്കട്ടെ, നിന്റെ കല്യാണമായോ...?"

"അതല്ലെടാ. പ്രൊമോഷൻ ആയി. ഇൻസ്പെക്ടർ ഓഫ് പോലീസ്. സി.ഐ ആയി. പിന്നെ മറ്റൊന്നുണ്ട്. അത് ട്രാൻസ്ഫർ ആണ്. നിന്റെ പരമ്പരയൊക്കെ വായിച്ചു. കിടിലൻ. അതുമായി ബന്ധപ്പെട്ടുള്ള അന്വേഷണത്തിന്റെ ടീമിൽ എന്നെയാണ് ഉൾപ്പെടുത്തിയിരിക്കുന്നത്. ചുരുക്കത്തിൽ നിന്റെയും താരയുടെയുമടക്കമുള്ള സുരക്ഷയുടെ കാര്യങ്ങളും ഇനി എന്റെ ഉത്തരവാദിത്തത്തിൽ വരും. നാളെത്തന്നെ ചാർജെടുക്കാനാണ് പറഞ്ഞിരിക്കുന്നത്. അപ്പോൾ നാളെ കാലത്ത് ഞാനും അവിടെയെത്തും. നിന്റെ യാത്രാവഴികളിലൂടെ... ശ്രദ്ധിക്കണമെന്നു പറയാൻകൂടിയാണ് വിളിച്ചത്. രാഷ്ട്രീയപാർട്ടികളുടെ വലിയ സമ്മർദം

എനിക്കും ലഭിച്ചുതുടങ്ങി. ഞാനാണ് ടീമിലെന്നറിഞ്ഞതോടെ ഫോൺവിളികളുടെ ബഹളമാണ്...”

“അതേതായാലും സന്തോഷവും ദു:ഖവും നിറഞ്ഞ ഒന്നായി. നീ അന്വേഷണോദ്യോഗസ്ഥനാവുമ്പോൾ കേസിന് നീതികിട്ടുമെന്ന കാര്യത്തിൽ എനിക്കു സന്തോഷമുണ്ട്. പക്ഷേ, നമ്മുടെ കാഴ്ചകൾ ഇനി വല്ലപ്പോഴുമാവുമല്ലോ എന്നോർക്കുമ്പോഴാണ് സങ്കടം.”

“അക്കാര്യത്തിൽ വിഷമിച്ചിട്ടെന്തിനാ ജീവാ... നിനക്ക് എപ്പോഴും ഞാൻ ഉള്ളിടത്തേയ്ക്കു വരാമല്ലോ...ആട്ടെ, നീ ഇപ്പോൾ എവിടെയുണ്ട്...?”

ജീവൻ ഒന്നാലോചിച്ചു. എവിടെയുണ്ടെന്ന് കൃത്യമായി ഇപ്പോൾ പറയാൻ പോകുന്നത് പോലീസിനോടാണ്. നാളത്തെ പത്രസമ്മേളനത്തിന്റെ കാര്യം പറയുന്നതാവില്ലേ ഉചിതം എന്ന് അയാൾക്കു തോന്നി.

“ഞാൻ ഇന്ന് ചങ്ങഴിയൂരിലെത്തും. നാളെയാണ് താരയുടെ പത്രസമ്മേളനം. അതു കഴിഞ്ഞാവും, ഇവിടെനിന്നുള്ള മടക്കം...”

“ഓക്കെ. അപ്പോൾ കാര്യങ്ങൾ നടക്കട്ടെ. നമുക്ക് നാളെ കാണാം.”

ഫോൺ കട്ട് ചെയ്തതും ജീവന് ഒരു കാര്യം മനസിലായി. കാര്യങ്ങൾ ഏതാണ്ട് ശരിയായ ദിശയിൽത്തന്നെ. ക്ലീറ്റസിന്റെ കേസന്വേഷണരീതികൾ അല്ലെങ്കിലും ഏറെ സത്യസന്ധമാണെന്ന് അയാൾക്കറിയാം. തന്റെ പെങ്ങൾ ക്ലാരയുടെ അനുഭവം വിങ്ങലായി കൊണ്ടുനടക്കുന്ന ഉദ്യോഗസ്ഥന് താരയുടെ അനുഭവം ഏതാണ്ട് സമാനമായ ഒന്നായിരിക്കുമെന്ന് അയാൾക്ക് ഉറപ്പുണ്ടായിരുന്നു. അതുകൊണ്ടുതന്നെ, താരയ്ക്ക് ഏറെ അപമാനമൊന്നും കേൾക്കേണ്ടിവരില്ലെന്നും.

ഈ സമയം ഫോട്ടോഗ്രാഫർ സുഹൃത്തിന്റെ വസതി അവർക്കായി തയാറായിക്കഴിഞ്ഞിരുന്നു. ആദ്യം കിട്ടിയ ബസിൽത്തന്നെ അവർ അവിടേയ്ക്കു യാത്രതിരിച്ചു. ഒരു രാത്രികൂടി. പിറ്റേന്ന് വാർത്തകളിൽ നിറയാൻ പോവുന്ന താരയോട് എന്താണ് പറയേണ്ടതെന്ന കാര്യത്തിൽ ജീവന് ആശയക്കുഴപ്പമൊന്നും ഉണ്ടായിരുന്നില്ല. ‘വേശ്യായനം: അതിജീവനത്തിന്റെ പോരാട്ടം’ എന്ന യഥാർഥ അർഥത്തിൽ, ആ യാത്ര മുന്നോട്ടുനീങ്ങുന്നത് അവർ അറിഞ്ഞു.

17

‘ഇത് എന്റെ മരണമൊഴിയാണ്....’

നേരം പുലർന്നതും, തന്റെ ബാഗിൽ എടുത്തുവച്ചിരുന്ന തൂവെള്ളക്കടലാസിൽ താര എഴുതിത്തുടങ്ങി. കറുപ്പുമഷിയിലുള്ള വടിവൊത്ത അക്ഷരങ്ങളിലേയ്ക്ക് അവളുടെ കണ്ണീർ പടർന്നു.

'ഞാൻ താര. 'ചങ്ങഴിയൂരി'ൽ നിന്നുമുള്ളവൾ. 'ദേശപത്രിക'യിൽ അടുത്തിടെ പ്രസിദ്ധീകരിച്ച 'സഹശയനം: അതിജീവനത്തിന്റെ പോരാട്ടം' എന്റെ കഥയാണ്. അതു തുറന്നുപറയുന്നതിൽ എനിക്കു മടിയില്ല.

സ്നേഹിച്ചവൻ ചതിച്ചു പീഡിപ്പിച്ചതിന്റെ പേരിൽ വേശ്യാവൃത്തിയിലേയ്ക്ക് തിരിയാൻ നിർബന്ധിതമായ എന്റെ ജീവിതം എപ്പോൾ വേണമെങ്കിലും അവസാനിപ്പിക്കപ്പെടാം എന്ന് എനിക്കുറപ്പുണ്ട്. എന്റെ മരണത്തിനു കാരണക്കാർ ആറു പേർ മാത്രമായിരിക്കും. മഹി എന്നു ഞാൻ വിളിച്ച, എന്നെ സ്നേഹംകൊണ്ടു ചതിച്ച മഹേഷ്, മുൻ മന്ത്രി ദിവാകരന്റെ മകനും മഹേഷിന്റെ സുഹൃത്തുമായ സുധീഷ്, സ്ഥലത്തെ പ്രമുഖ വക്കീൽ സത്യഭാനുവിന്റെ മകൻ അഗ്നിവേശ്, പ്രമുഖ വ്യവസായി കാർത്തിക്, ഭരണകക്ഷി എം.എൽ.എ വേണുക്കുട്ടൻ, സിനിമാതാരം ഫിറോസ്... എന്റെ ജീവിതം ഇവിടെ അവസാനിച്ചാലും എനിക്കിനി വിഷമമില്ല. എന്റെ സോഷ്യൽമീഡിയ പേജിലൂടെയും ജനം ഇവരെ തിരിച്ചറിയട്ടെ.

അവസാനിക്കാത്ത ജീവിതാസക്തിയോടെ,

താര, ചങ്ങഴിയൂര്...'

കടലാസിൽ ഒപ്പിട്ടശേഷം, മൊബൈലിൽ ആ കുറിപ്പിന്റെ ഫോട്ടോയെടുത്ത് അവൾ ഫോട്ടോഗ്യാലറിയിൽ സൂക്ഷിച്ചു. പത്രസമ്മേളനത്തിനു മുൻപുള്ള അവസാന ഒരുക്കം...

ഇരിക്കുന്നിടത്തുനിന്നും അവൾ എഴുന്നേൽക്കുമ്പോൾ, തൊട്ടുപിന്നിൽ ജീവൻ ഫെർണാണ്ടസ്. അയാൾ താരയുടെ കണ്ണുനീർ തുടച്ചു. എന്നിട്ട്, ആ നെറുകയിൽ ഒരു സ്നേഹചുംബനം നൽകി. തന്റെ പെങ്ങളാകേണ്ടിയിരുന്ന ക്ലാരയുടെ മുഖം അയാളുടെ മനസിൽ തെളിഞ്ഞു.

"വിഷമിക്കേണ്ട. ധൈര്യമായിരിക്ക്. ഞാനില്ലേ കൂടെ...?"

അവൾ അയാളുടെ മടിത്തട്ടിൽ തലവച്ചു. സ്നേഹിച്ചുവെന്ന കുറ്റത്തിന്റെ പേരിൽ ജീവിതം കുപ്പത്തൊട്ടിയിലേയ്ക്കു വലിച്ചെറിയപ്പെടേണ്ടിവന്ന താര, ആകാശത്ത് കത്തിജ്വലിക്കുന്ന ഒരു താരകമായി ഉദിക്കാതിരിക്കട്ടെ എന്ന് അയാൾ ആശിച്ചു. താരയുടെ കണ്ണുകളിൽ സ്നേഹത്തിന്റെ അഗ്നി പടർന്നു.

"എല്ലാം ശരിയാകും സാറേ, എനിക്കിനി വിഷമമില്ല. ഇത്രയും പെട്ടന്നുതന്നെ ഇവിടംവരെ കാര്യങ്ങൾ എത്തുമെന്ന കാര്യത്തിൽ എനിക്ക് യാതൊരു വിശ്വാസവുമില്ലായിരുന്നു. പ്രശാന്തിനാണ് ഞാൻ പ്രത്യേകം നന്ദി പറയേണ്ടതെന്നു തോന്നുന്നു; സാറിനെ പരിചയപ്പെടുത്തിയതിന്..."

എല്ലാവർക്കുമുള്ള ഭക്ഷണത്തിനുള്ള ഒരുക്കങ്ങൾ അപ്പോഴേയ്ക്കും

പ്രശാന്ത് തയാറാക്കിക്കഴിഞ്ഞിരുന്നു. ഫോട്ടോഗ്രാഫർ ഗിരീഷും ഒപ്പമുണ്ടായിരുന്നു. പത്രസമ്മേളനത്തിലേയ്ക്ക് ഗിരീഷിനെയും കൂട്ടാമെന്നു പറഞ്ഞത് ജീവനാണ്. തന്റെ പത്രത്തിലേയ്ക്ക് അയയ്ക്കാനുള്ള ഫോട്ടോയും ഗിരീഷിന്റേതാവട്ടെയെന്നും അയാൾ കരുതി.

പത്രക്കാരെയെല്ലാം ജീവൻ തന്നെ വിളിച്ചുപറഞ്ഞിരുന്നു. പ്രസ് ക്ലബിൽ രാവിലെ പതിനൊന്നിനാണ് പത്രസമ്മേളനം ക്രമീകരിച്ചിരിക്കുന്നത്. അന്നത്തെ ആദ്യത്തെ പത്രസമ്മേളനം. കൃത്യസമയത്തുതന്നെ ക്ലബിലേയ്ക്കെത്താനുള്ള വഴി, ജീവൻ ക്ലീറ്റസിനോടും പറഞ്ഞിരുന്നു. ഇരയുടെ മൊഴി അന്നുതന്നെ രേഖപ്പെടുത്താനുള്ള അവസരമൊരുക്കേണ്ടത് തന്റെയും ആവശ്യമാണെന്ന് ജീവന് അറിയാം.

പ്രസ് ക്ലബിലെത്തുമ്പോൾ പത്രക്കാരുടെയും ചാനലുകാരുടെയും തിരക്കോടുതിരക്ക്. ക്ലീറ്റസും കൃത്യസമയത്തു തന്നെ അവിടെ എത്തിയിരിക്കുന്നതറിഞ്ഞ് ജീവൻ അതിശയിച്ചു. തന്റെ സുഹൃത്താണ് ക്ലീറ്റസ് എന്ന സൂചന ആർക്കും കൊടുക്കാതിരിക്കാൻ അയാൾ പ്രത്യേകം ശ്രദ്ധിച്ചു

“ആരാണ് താര...?”

ജീവനെ കണ്ടമാത്രയിൽ ക്ലീറ്റസ് ചോദിച്ചു.

“സാർ ഞാനാണ് താര...” കൂട്ടത്തിൽ നിന്നും തെല്ലുമാറി, അവൾ പോലീസ് ഓഫീസർക്ക് മുഖം കൊടുത്തു.

ഹാഫ്സാരിയിൽ അവൾ അതീവ സുന്ദരിയായിരുന്നു. മുഖത്തെല്ലാം മേക്കപ്പണിഞ്ഞ്, ആരും ഒറ്റനോട്ടത്തിൽ നോക്കുന്ന മാത്രയിലുള്ള സൗന്ദര്യധാമം. ജീവിതത്തിന്റെ ഗതിമാറുന്നത് നല്ലതിനോ ചീത്തയ്ക്കോ എന്ന് അറിയില്ലെങ്കിലും ചമയങ്ങൾ ഒഴിവാക്കിയിട്ട് കാര്യമില്ലെന്നായിരുന്നു, അവളുടെ പക്ഷം. മുഖംമൂടികളുടെ ലോകത്ത് ജീവിക്കുമ്പോൾ, താനായി തന്റെ ചമയങ്ങളെങ്കിലും ശ്രദ്ധിക്കുന്നതിൽ എന്താണു തെറ്റ്?

“താര, പത്രസമ്മേളനം കഴിയുമ്പോൾ എന്നെ ഒന്നു കാണണം. ഞാൻ ഇവിടെയുണ്ടാകും...”

“ശരി സാർ...”

അവർ മുന്നോട്ടുനീങ്ങി. പ്രമുഖ നഗരമല്ലാതിരുന്നിട്ടും പത്രക്കാരുടെ ബാഹുല്യം ജീവൻ പ്രത്യേകം ശ്രദ്ധിച്ചു. വാർത്തയിലെ താരത്തെ കാണാനുള്ള ആകാംക്ഷയും എല്ലാവരിലും നിഴലിച്ചിരുന്നു. മുഖംമൂടിയും തട്ടവുമില്ലാതെ എല്ലാവർക്കുമിടയിൽ ഒരു പീഡന ഇര...! അവൾക്ക് ഇനി ഒന്നും മറയ്ക്കുവാനില്ല...! അതുതന്നെയായിരുന്നു, മാധ്യമപ്രവർത്തകരെയും ഏറെ ആകർഷിച്ചത്.

മാധ്യമങ്ങളെ അഭിസംബോധന ചെയ്യുന്നതിൽ താരയും പ്രശാന്തും മാത്രമാണ് വേദിയിലിരുന്നത്. ഫോട്ടോഗ്രാഫർ ഗിരീഷും ജീവനും പത്ര

ക്കാർ ഇരിക്കുന്ന കൂട്ടത്തിലെ ഒന്നാം നിരയുടെ മൂലയിൽ തങ്ങളുടെ ഇരിപ്പിടം ഉറപ്പാക്കി.

"അപ്പോൾ നമുക്കു തുടങ്ങാമല്ലേ...?" ജീവൻ പറഞ്ഞുകൊടുത്തിരുന്നതുപോലെ, പ്രശാന്ത്, പത്രസമ്മേളനത്തിനു തുടക്കമിട്ടു.

പിന്നിൽ നിരന്ന ചാനൽകാമറകളെയും മുന്നിൽ മിന്നുന്ന കാമറഫ്ളാഷുകളെയും സാക്ഷിയാക്കി, പ്രശാന്ത് പറഞ്ഞുതുടങ്ങി.

"ഞാൻ പ്രശാന്ത്. ചങ്ങഴിയൂരിലുള്ള താരയുടെ സുഹൃത്താണ്. ഇവിടെ പത്രസമ്മേളനത്തിന്റെ ആവശ്യത്തിന് താരയ്ക്കു കൂട്ടുവന്നതാണ്. താരയ്ക്കു പറയാനുള്ളത് പറയാൻ ഞാൻ താരയെ ക്ഷണിക്കുകയാണ്..." അയാൾ മൈക്ക് താരയുടെ മുന്നിലേയ്ക്കു മാറ്റിവച്ചു.

"എല്ലാവർക്കും നമസ്കാരം. എന്നെപ്പോലെ ഇങ്ങനെയൊരു പെണ്ണ് നിങ്ങളുടെ മുന്നിൽ പ്രത്യക്ഷപ്പെടുന്നത് അപൂർവമായിരിക്കും. എന്നെപ്പോലെയുള്ള പരാതിക്കാരുടെ പേരും വിവരങ്ങളും ഫോട്ടോയുമൊന്നും പത്രത്തിലോ ചാനലിലോ വന്നുകൂടെന്നാണ് പൊതുവേയുള്ള ചട്ടമെന്നും എനിക്കറിയാം. അത് ഞങ്ങളുടെ സ്വകാര്യതയുമായി ബന്ധപ്പെട്ടുള്ള സംരക്ഷണമാണ്.

എന്നാൽ, എനിക്കങ്ങനെ ഒളിപ്പോരു നടത്തേണ്ട ആവശ്യമില്ല. എന്നെ തിരിച്ചറിഞ്ഞതിന്റെ പേരിൽ ഇനി ഒന്നും എനിക്കു നഷ്ടപ്പെടാനുമില്ല. പിന്നെ, സ്വകാര്യത... അത് എന്നേ എനിക്കു നഷ്ടപ്പെട്ടുകഴിഞ്ഞതാണ്...! അഥവാ, ഈ പത്രസമ്മേളനത്തിന്റെ പേരിൽ മരണമാണ് എന്നെ കാത്തിരിക്കുന്നതെങ്കിലും എനിക്കു ഭയമില്ല. എന്റെ മരണമൊഴി, ഇതാ, ഞാൻ തയാറാക്കിക്കഴിഞ്ഞു...."

മേശപ്പുറത്തു സൂക്ഷിച്ചിരുന്ന മരണമൊഴി, പത്രക്കാർക്കും ചാനലുകാർക്കും നേർക്ക് അവൾ ഉയർത്തിക്കാട്ടിയപ്പോൾ കണ്ടുനിന്നവർ ഒന്നടങ്കം തെല്ലൊന്നു ഞെട്ടി. താര സംസാരിച്ചുതുടങ്ങുമ്പോൾ അതീവശ്രദ്ധയോടെ കാര്യങ്ങൾ കുറിച്ചെടുക്കുകയായിരുന്ന പത്രക്കാർ, ഒരുവേള സ്തബ്ധരായി. പോലീസ് ഓഫീസർ ക്ലീറ്റസിന്റെ അനുഭവത്തിലും അത്തരമൊന്ന് ആദ്യത്തേതായിരുന്നു. വീഡിയോ കാമറകൾ ആ ദൃശ്യങ്ങൾ ഒപ്പിയെടുക്കുമ്പോൾ ഗിരീഷിന്റേതടക്കമുള്ള കാമറക്കണ്ണുകളിലെ ഫ്ളാഷുകൾ തെരുതെരെ മിന്നി. മനോഹരമായ തിരക്കഥയിലാണ് കാര്യങ്ങൾ നീങ്ങുന്നതെന്ന് ക്ലീറ്റസ് ഒരുവേള ഓർക്കാതിരുന്നില്ല.

താര തുടർന്നു:

"ഞാൻ താര. നിങ്ങളെല്ലാവരും 'ദേശപത്രിക'യിൽ പരമ്പരയിൽ കണ്ടതുപോലെ 'ചങ്ങഴിയൂരി'ൽ നിന്നും വേശ്യാവൃത്തിയിലേയ്ക്ക് ഇറങ്ങേണ്ടിവന്ന ഒരു പെൺകുട്ടിയാണ് ഞാൻ. ആ നാടിന്റെ പതിവുകളെ ഞാൻ

കുറ്റംപറയുന്നില്ല. എന്നാൽ, അതിനു പിന്നിലുള്ള കാരണങ്ങൾ ആരും ഇതേവരെ കൃത്യമായി അന്വേഷിച്ചിട്ടുണ്ടാവില്ല.

എന്തായാലും, ഞാൻ ഒരിക്കലും ഒരു വേശ്യയാകാൻ വേണ്ടി ജനിച്ചവളോ ആഗ്രഹിച്ചവളോ അല്ല. സാഹചര്യങ്ങളുടെ സമ്മർദമാണ് എന്നെക്കൊണ്ട് വേഷം മാറ്റിച്ചതെന്ന് നിങ്ങളെ അറിയിക്കാനാണ് ഈ കൂടിക്കാഴ്ച. അത് നിങ്ങൾ മാത്രമല്ല, നിങ്ങളുടെ സഹോദരിമാരും അറിഞ്ഞിരിക്കണം. നിങ്ങളുടെ വിരൽത്തുമ്പിൽ പിടിച്ച് സ്കൂളിൽ പോയിട്ടുള്ള കുഞ്ഞനുജത്തിമാരടക്കം, ഒരിക്കലെങ്കിലും ജീവിതാസക്തി തോന്നിയിട്ടുള്ള ഒരുപെണ്ണിനും എന്റെ അനുഭവം ഇനി ഉണ്ടാകരുത്..."

അത്രയും പറഞ്ഞുതുടങ്ങുമ്പോഴേയ്ക്കും അവൾ വിതുമ്പിത്തുടങ്ങിയിരുന്നു. ഹാഫ്സാരിയുടെ വാലറ്റമെടുത്ത് അവൾ മെല്ലെ കണ്ണീരൊപ്പാൻ തുടങ്ങി.

"വിഷമിക്കാതെ, കാര്യങ്ങൾ തുറന്നുപറയൂ..." പ്രശാന്ത്, താരയ്ക്ക് ധൈര്യം പകർന്നു. താര തുടർന്നു.

"നിങ്ങൾ ക്ഷമിക്കണം. സഹിക്കാനാവാത്തത്ര ദുരന്തങ്ങളിലൂടെ കടന്നു വന്ന ഈ സഹോദരിയുടെ കണ്ണുനീരിന് മാപ്പുതരണം. എന്റെ കണ്ണിൽനിന്നും കണ്ണുനീർ വരെ ഒരിക്കൽ വറ്റിയതാണ്. പഴയ കാര്യങ്ങളെല്ലാം എന്റെ ഓർമയുടെ നെരിപ്പോടിൽ ഞാൻ കെടാതെ സൂക്ഷിച്ചിരിക്കുകയായിരുന്നു. ഇപ്പോൾ പെട്ടെന്ന് നിങ്ങളുടെ മുന്നിൽ എല്ലാം വിശദീകരിക്കാൻ തയാറായപ്പോൾ പിടിച്ചുനിൽക്കാനാവാതെ കരഞ്ഞുപോയതാണ്..."

"കുട്ടി വിഷമിക്കാതെ, അതിനല്ലേ ഞങ്ങളൊക്കെ ഇവിടെ നിങ്ങളെ കേൾക്കാനിരിക്കുന്നത്. 'ദേശപത്രിക'യിലെ പരമ്പരയോടുകൂടിത്തന്നെ ഇത് മലയാളികൾ ശ്രദ്ധിച്ചുകഴിഞ്ഞല്ലോ. തുറന്നുപറഞ്ഞോളൂ..." പ്രസ് ക്ലബ് പ്രസിഡന്റ് രാജീവൻ, താരയെ സമാധാനിപ്പിക്കാൻ ശ്രമിച്ചു. കരഞ്ഞ കണ്ണുകൾ മെല്ലെ മേൽക്കൂരയിലേയ്ക്ക് ഉയർത്തി ഒരു ദീർഘശ്വാസമെടുത്ത് അവൾ വീണ്ടും പറയാൻ തുടങ്ങി:

"കൊച്ചിയിലെ കോളജിലാണ് ഞാൻ പഠിച്ചത്. പേരുദോഷമുള്ള നാടിന്റെ ശീലങ്ങളിൽ നിന്നും വ്യത്യസ്തമായി എന്തെങ്കിലും ചെയ്യാനുള്ള ആഗ്രഹം ഒന്നുകൊണ്ടുമാത്രമാണ് കൊച്ചിയിലേയ്ക്ക് വണ്ടികയറിയത്. അവിടെ അവസാനവർഷ ബിരുദത്തിനു പഠിക്കുമ്പോഴാണ്, കൂടെ പഠിച്ച ഒരാൾ എന്നോട് പ്രണയാഭ്യർഥന നടത്തിയത്. മഹേഷ്. സുരേന്ദ്രൻ എന്നുപേരായ ഒരു പഴയ പോലീസ് ഉദ്യോഗസ്ഥന്റെ മകൻ. രാഷ്ട്രീയവും പിടിപാടുമൊക്കെയുള്ള അയാളുടെ ഉദ്ദേശ്യം സത്യസന്ധമാണെന്നാണ് ഞാൻ ആദ്യം കരുതിയത്.

ഒരിക്കൽ അയാൾ എന്നെ മൂന്നാറിലേയ്ക്കു ക്ഷണിച്ചു. പ്രേമിക്കുന്ന ഒരാളുടെ കൂടെ യാത്രചെയ്യാൻ ആരാണ് ഇഷ്ടപ്പെടാത്തത്? എന്നാൽ, അവിടെ ചെന്നപ്പോഴാണ് അയാളുടെ തനിനിറം ഞാൻ മനസിലാക്കുന്നത്. എനിക്കുണ്ടായ അനുഭവം പത്രത്തിൽ അതേപടി വിവരിച്ചിട്ടുണ്ട്.

'... *'ചങ്ങഴിയൂരി'ൽ വരാൻ ഞങ്ങളെപ്പോലുള്ള സമൂഹജീവികൾക്ക് കഴിയില്ലല്ലോ. അതുകൊണ്ട് നിന്നെ ഇവിടേയ്ക്കു ക്ഷണിച്ചതല്ലേ. നീ ഒന്നുമല്ലേലും 'ചങ്ങഴിയൂരി'ലെ പതിവുകാരിയല്ലേ?'* എന്ന് മഹേഷ് പറഞ്ഞപ്പോൾ എന്റെ സർവനാഡികളും തളർന്നു. സ്നേഹിച്ച പുരുഷനാണ് മനസിൽപോലും കരുതാത്ത കാര്യങ്ങൾ എന്നോടു മുഖത്തുനോക്കി പറയുന്നത്; അത്രയും ക്രൂരമായി... ഒരുപക്ഷേ, അച്ഛൻ പോലീസ് ഓഫീസറായിരുന്നുവെന്നതിന്റെ ധാർഷ്ട്യമായിരുന്നിരിക്കണം...

ഒന്ന് അലറിവിളിച്ചാൽ കേൾക്കാൻ ഏതു ദൈവമാണ് എന്റെ മുന്നിൽ ഉണ്ടായിരുന്നതെന്ന് ഞാൻ ചുറ്റും നോക്കാൻ ശ്രമിച്ചു. പക്ഷേ, എന്റെ നിലവിളി കണ്ഠനാളത്തിൽ നിന്നും പുറത്തേയ്ക്കു വന്നതേയില്ല. ഏറെ വിശ്വസിച്ച വള്ളിയൂർക്കാവിലെ ദൈവത്താരെയും ഞാൻ മനസുകൊണ്ടുവിളിച്ചുകേണു. എന്നാൽ, ഒരു വനദുർഗയും ഭദ്രകാളിയും ജലദുർഗയുമൊന്നും എന്റെ സഹായത്തിനു വന്നില്ല.

ഞാൻ പിന്നീടു കാണുന്നത് കുറെ കാമാസക്തന്മാരെയാണ്. എന്റെ അനുവാദം കൂടാതെ എന്റെ ശരീരത്തിൽ പൂണ്ടുവിളയാടിയ കുറെ ശപിക്കപ്പെട്ട ജന്മങ്ങളെ. എന്റെ കാലിടപ്പാടുകൾ രക്തഭരിതമായി നീറിപ്പുകഞ്ഞു. ചുണ്ടുകളിൽ ചോര പൊടിച്ചുകിടന്നു. സ്തനങ്ങളിൽ നഖപ്പാടുകൾ ആഴ്ന്നിറങ്ങി. ശ്വാസംപോലും എനിക്ക് കിട്ടാതെയായി. ഒന്നു കരയുവാൻ പോലും എനിക്കു കഴിഞ്ഞില്ല... നിങ്ങൾ പറയൂ, ആ അവസ്ഥയിൽ... ഞാൻ എന്തു ചെയ്യണമായിരുന്നുവെന്ന്...?"

അവളുടെ കണ്ണുകളിൽ നിന്നും വീണ്ടും കണ്ണുനീർ ധാരധാരയായി ഒഴുകി. വെള്ളത്തിനായി അവൾ പ്രശാന്തിന്റെ നേർക്ക് കൈനീട്ടി. കിട്ടിയ ദാഹജലത്തിൽ ഒരു കവിൾ ആർത്തിയോടെ കുടിച്ച് അവൾ തുടർന്നു...

"എനിക്കറിയാമായിരുന്നു, ആരും എന്നെ അപ്പോൾ സഹായിക്കില്ലെന്ന്... ഞാൻ കൂടെക്കിടന്നു സുഖിക്കാൻ പോയതാണെന്നാകുമല്ലോ ആരും ആദ്യം കരുതുക. എന്നാൽ അതല്ലെന്ന് കഴിയുമെങ്കിൽ വിശ്വസിക്ക്. ഞാൻ സ്വപ്നം കണ്ടത് ഒരു ജീവിതമായിരുന്നു... അതു നഷ്ടമായെന്നു കണ്ടപ്പോൾ, അവിടെ വലിച്ചുമാറ്റപ്പെട്ട വസ്ത്രം പോലും ഞാൻ ആ മുറിയിൽവച്ചു വലിച്ചുകീറി. പിന്നീട് എന്റെ പുനർജന്മത്തിനായുള്ള വാശിയായിരുന്നു. ആ വാശിയിൽ എന്നെ സഹായിച്ച പ്രിയപ്പെട്ട സുഹൃത്താണ് കൂടെ വന്നിരിക്കുന്ന ഈ പ്രശാന്ത്..."

അവൾ പ്രശാന്തിനുനേരെനോക്കി; ഒപ്പം, സദസിനെയും.

"ഇനി, പത്രത്തിൽ കൃത്യമായി പരാമർശിക്കാതെ പോയ പേരുകൾ പലതും ഏതെന്നറിയാനാവുമല്ലോ നിങ്ങൾക്കിപ്പോൾ താത്പര്യം. ആ പേരുകൾ നേരിട്ടുപറയുവാൻ ഏറ്റവും യോഗ്യയായവൾ ഞാൻ തന്നെയെന്ന് നിങ്ങളും ദയവായി വിശ്വസിക്കണം. എല്ലാ പേരുകാരും എന്റെ ജീവിതത്തിൽ തീക്കനലുകൾ കോരിയിട്ടവരാണെന്ന ആമുഖത്തോടെ ഞാൻ പറയട്ടെ. ആ തീക്കനലുകൾ കൊണ്ട് ഒന്നുകിൽ എന്നെ ചുട്ടെരിക്കണം; അഥവാ, ആ തീക്കനലുകൾ എനിക്കുതന്നെ തല്ലിക്കെടുത്താൻ കഴിയണം. അതിനായി, ഇനി എനിക്ക് വള്ളിയൂർക്കാവിലെ ഭദ്രകാളിയുടെ രൂപം ലഭിച്ചാലും ഞാൻ വിഷമിക്കില്ല..."

മഹാഭാരതത്തിലെ ഹസ്തിനപുരിയുടെ നാഥൻ ധൃതരാഷ്ട്രരുടെ ഭാര്യയും 101 അംഗ കൗരവകുലത്തിന്റെ അമ്മയുമായ ഗാന്ധാരി, പുത്രനഷ്ടത്തിൽ ശാപവാക്കുകൾ ഉച്ചരിച്ചതുപോലെ അവൾ രോഷം കൊണ്ടു വിറച്ചു. കേരളത്തിൽ അപൂർവമായി മാത്രം സംഭവിക്കുന്ന ഒരു പത്രസമ്മേളനത്തിന് അവിടം സാക്ഷ്യംവഹിക്കുകയായിരുന്നു. ചാനലുകളിലെ ലൈവ് ന്യൂസ് ടെലികാസ്റ്റ്, കേരളമെമ്പാടും ഞെട്ടലോടെ കേട്ടിരുന്നു. രാഷ്ട്രീയസാംസ്കാരികരംഗങ്ങൾ സടകുടഞ്ഞെണീറ്റു... സുദീർഘമായ ആമുഖത്തിനിടയിൽ, ടിവി സ്ക്രീനുകൾക്കു മുന്നിൽ ജനം നിരന്നു...

ഇര തന്നെ നേരിട്ട് പ്രമുഖരുടെ പേരുകൾ വിളിച്ചുപറയുമ്പോൾ... അതും, തീർത്തും സാധാരണക്കാരിയായ ഒരുവൾ... ഹാളിനുള്ളിലും ലോകമെമ്പാടുമുള്ള സദസ് നിർനിമേഷരായി കാത്തിരിക്കുകയായിരുന്നു. അവർ അറിയാൻ കൊതിച്ച ആ പേരുകളാണ് താരയുടെ നാവിൻതുമ്പിൽ തത്തിക്കളിക്കുന്നത്... അവൾ തുടർന്നു.

"ഇനി ഞാൻ, ആ ദുഷ്ടന്മാരുടെ പേരുകൾ പറയുകയാണ്... സമൂഹത്തിൽ മികച്ച പ്രതിച്ഛായയുള്ള ആ പകൽമാന്യന്മാരെ ദയവായി നിങ്ങൾ തിരിച്ചറിയണം എന്ന അപേക്ഷയോടെ... മുൻ പോലീസ് ഉദ്യോഗസ്ഥൻ സുരേന്ദ്രന്റെ മകനും മഹി എന്നു ഞാൻ വിളിച്ച് എന്നെ സ്നേഹംകൊണ്ടു ചതിച്ചവനുമായ മഹേഷ്, മുൻ മന്ത്രി ദിവാകരന്റെ മകനും മഹേഷിന്റെ സുഹൃത്തുമായ സുധീഷ്, സ്ഥലത്തെ പ്രമുഖ വക്കീൽ സത്യഭാനുവിന്റെ മകൻ അഗ്നിവേശ്, പ്രമുഖ വ്യവസായി കാർത്തിക്, ഭരണകക്ഷി എം. എൽ.എ വേണുക്കുട്ടൻ, സിനിമാതാരം ഫിറോസ്... ഈ ആറംഗസംഘം എന്നെ പിച്ചിച്ചീന്തിയതിനോടുള്ള വാശി മനസിൽ നിറച്ചാണ് ഞാൻ ഇത്രയും നാൾ കഴിച്ചുകൂട്ടിയത്. എന്നെ വേശ്യാവൃത്തിയിലേയ്ക്കു നയിച്ചത് ഇവർ മാത്രമാണ്... ഇവരെ നിയമത്തിനു മുന്നിൽ കൊണ്ടുവരുന്നതുവരെ എനിക്കിനി വിശ്രമമില്ല..."

മാധ്യമസദസ് ഒന്നടങ്കം ശ്വാസമടക്കിപ്പിടിച്ചിരുന്ന് താരയുടെ കദനകഥകൾ ഒപ്പിയെടുത്തു. കാമറക്കണ്ണുകൾ പലവുരു ചിമ്മിയടച്ചും തുറന്നുമിരുന്നു. ക്ലീറ്റസ് എന്ന അന്വേഷണോദ്യോഗസ്ഥൻ, പത്രസമ്മേളനം മുഴുവനും മൊബൈൽ കാമറയിൽ റെക്കോർഡ് ചെയ്തു.

താര ആവേശത്തോടെ വെള്ളം കുടിച്ചു. സംസാരം മുഴുമിപ്പിക്കുമ്പോൾ അവൾ കിതയ്ക്കുന്നുണ്ടായിരുന്നു. ജീവിതത്തിൽ ഇതാദ്യമായാണ് ഇത്രയും പ്രമുഖമായൊരു സദസിനു മുന്നിൽ തന്റെ അതിജീവനത്തിനായി സംസാരിക്കേണ്ടി വരുന്നതെന്ന് അവൾ ഓർത്തു.

പ്രശാന്ത് പത്രക്കാരോടായി പറഞ്ഞു:

“നിങ്ങൾ വിചാരിക്കും, എനിക്കെന്താണ് ഇതിൽ കാര്യമെന്ന്. എന്റെ അകന്ന ഒരു ബന്ധുവാണ് താര. കുട്ടിക്കാലം മുതൽക്കേ അറിയും. എന്റെ ഏറ്റവും പ്രിയപ്പെട്ട സുഹൃത്തായ അവൾക്ക് ഒരു വിഷമം വന്നപ്പോൾ കൂടെ നിൽക്കുകയെന്നത് എന്റെയൊരു കടമയായി ഏറ്റെടുത്തതുകൊണ്ടാണ് ഞാൻ ഇവിടെ കൂടെയിരിക്കുന്നത്. ‘ദേശപത്രിക’യിലെ റിപ്പോർട്ടർ ജീവൻ ഫെർണാണ്ടസിനെ പരിചയപ്പെടാൻ കഴിഞ്ഞതാണ് ഒരു വഴിത്തിരിവായി മാറാൻ കാരണമെന്നു കൂടി ഞാൻ പറഞ്ഞുവയ്ക്കട്ടെ.

ഇനി, നിങ്ങൾക്ക് എന്തെങ്കിലും ചോദിക്കാനുണ്ടെങ്കിൽ താര മറുപടി പറയും...”

വനിതാപ്രതിനിധിയെന്ന നിലയിൽ ‘ദിനരശ്മി’യുടെ റിപ്പോർട്ടർ രേഷ്മയാണ് ആദ്യത്തെ ചോദ്യം ഉന്നയിച്ചത്. സ്ത്രീപക്ഷത്തുനിന്നുകൊണ്ട് സുധീരം വാർത്തകൾ റിപ്പോർട്ട് ചെയ്യുന്ന ശീലമുള്ള രേഷ്മയുടെ മാധ്യമജീവിതത്തിലും ഇതേപോലൊരു പത്രസമ്മേളനം ആദ്യമായിട്ടായിരുന്നു.

“എന്തുകൊണ്ടാണ് നിങ്ങൾ ആദ്യം പോലീസിൽ പരാതിപ്പെടാതിരുന്നത്? അതുമാത്രമല്ല, ഇരയെന്ന പേരുള്ള ഒരു പെൺകുട്ടി പരസ്യമായി മാധ്യമങ്ങളുടെ മുന്നിൽ പ്രത്യക്ഷപ്പെട്ടത് ശരിയാണോ?”

വനിതകളുടെ പ്രതിനിധിയുടെ ആദ്യത്തെ ചോദ്യംതന്നെ താരയെ രോഷംകൊള്ളിക്കുന്നതായിരുന്നു. പറയാനുള്ളതു പറയുവാൻ അവളുടെ മനസ് തിളയ്ക്കുന്നുണ്ടായിരുന്നു.

“അല്ലയോ സഹോദരീ, ഈ അനുഭവം താങ്കൾക്കായിരുന്നുവെന്നു കരുതുക. വീട്ടിൽ വലിയ സാമ്പത്തിക ചുറ്റുപാടോ പിടിപാടോ സ്വാധീനമോ ഒന്നും ഇല്ലാത്ത സാഹചര്യത്തിലാണ് സഹോദരിയെങ്കിൽ ഉടൻ തന്നെ പോലീസിൽ പരാതിപ്പെടാൻ പോകുമോ? എന്തായാലും, അത്രയും ബുദ്ധി എനിക്കു തോന്നിയില്ല. എന്റെ പിടിച്ചുനിൽപ്പ് ഏതെങ്കിലും വിധത്തിലാവാതെ പോലീസിൽ പരാതിപ്പെട്ടിട്ട് നീതി കിട്ടിയില്ലെ

ങ്കിൽ ഞാൻ എന്തു ചെയ്യണമായിരുന്നു... അതുകൊണ്ടാണ് ഇത്രയും നാൾ ഞാൻ ക്ഷമയോടെ കാത്തിരുന്നത്.

പിന്നെ, പരസ്യമായി പ്രത്യക്ഷപ്പെട്ട ഇരയെപ്പറ്റി. അതിനും കാരണമുണ്ട്. സാധാരണയായി ഒട്ടനവധി പെൺവാണിഭകഥകൾ നമ്മുടെ മുന്നിൽ നിത്യവും അരങ്ങേറുന്നുണ്ട്. അതിൽ പലതും സാഹചര്യങ്ങളുടെ സൃഷ്ടികളായി മാറിയ പെൺകുട്ടികളുടേതാവാം. ചിലരൊക്കെയും, പീഡനത്തിനു നിന്നുകൊടുത്തിട്ട് പണത്തിന്റെ പ്രലോഭനത്തിനായി കേസുമായി പോകുന്നവരും ആയെന്നുവരാം.

എന്നാൽ, എനിക്ക് ഇത് പണത്തിന്റെ പ്രശ്നമല്ലെന്ന് ആദ്യമേ പറയട്ടെ. എനിക്കു പണമില്ലെന്നതു നേര്. എന്നാൽ, വേശ്യാവൃത്തിയിലേയ്ക്ക് എന്നെ വലിച്ചിഴയ്ക്കുകയായിരുന്നു, മഹിയുടെ നേതൃത്വത്തിലുണ്ടായ പീഡനസാഹചര്യം. ആ ഞാൻ, പ്രത്യക്ഷത്തിൽ നിന്നും മാറിനിന്നിട്ട് എനിക്ക് എന്തു കിട്ടാനാണ്? കുടുംബത്തിൽ ചെന്നാലും അവിടുത്തെ സമൂഹപ്രതിനിധികളെ ഞാൻ അഭിമുഖീകരിക്കേണ്ടിവരുമ്പോൾ അഭിസാരികപ്പട്ടം എപ്പോഴെങ്കിലും എനിക്കു കിട്ടും. പിന്നെ, ഒളിച്ചുകളിച്ചിട്ട് എന്തുനേടാൻ?

എന്റെ ആവശ്യം ഇനിയുള്ള പെൺകുട്ടികൾക്കെങ്കിലും ഈ അനുഭവം ഉണ്ടാകാതിരിക്കുക എന്നതാണ്; കണ്ടവന്റെ കൂടെ കയറിപ്പോകാതിരിക്കുക എന്ന ബോധവത്ക്കരണവും നിങ്ങൾ മാധ്യമങ്ങളും നടത്തണമെന്ന് ഞാൻ ആഗ്രഹിക്കുന്നു. ആർക്കും ഒരു തെറ്റുപറ്റാമല്ലോ.

ഒപ്പം, പ്രതികൾക്ക് മികച്ച ശിക്ഷ വാങ്ങിക്കൊടുക്കുകയെന്നതും എന്റെ ആവശ്യമാണ്. അതുകൊണ്ടുതന്നെയാണ് ഒരു തട്ടവുമിട്ടു മുഖം മറയ്ക്കാതെ ഞാൻ നിങ്ങളുടെ മുന്നിൽ നിൽക്കുന്നത്. അത് വേശ്യയായിട്ടാണെന്ന് ദയവായി സഹോദരിയടക്കമുള്ളവർ കരുതരുത്. ഇത് എന്റെ നിവൃത്തികേടിന്റെ അപേക്ഷയാണ്..."

മാധ്യമപ്രവർത്തകർക്കു മുൻപിൽ തൊഴുകൈകളോടെ താര കെഞ്ചിപ്പറഞ്ഞു. രേഷ്മയോട് എതിരുണ്ടായിരുന്ന മാധ്യമപ്രവർത്തകർ പലരും പരസ്പരം നോക്കി അർഥംവച്ചു പുഞ്ചിരിച്ചു.

"ഒരു പെൺകുട്ടിയോടു ചോദിക്കാവുന്ന വിധത്തിലാണോ അവൾ ചോദ്യം ചോദിച്ചത്...?" ജീവന്റെ അടുത്തിരുന്ന മാധ്യമപ്രവർത്തകൻ ജീവനോടായി ചോദിച്ചു. ആ മനോഭാവമോർത്ത് അയാൾ മുഖം കുനിച്ചു.

"കേസ് നടപടികൾക്ക് സർക്കാർ ശ്രമംതുടങ്ങിയ കാര്യം താര അറിഞ്ഞിരിക്കുമല്ലോ. ഏതെങ്കിലും വിധത്തിലുള്ള ഒത്തുതീർപ്പു നടപടിക്കായി ആരെങ്കിലും മധ്യസ്ഥന്മാർ സമീപിച്ചാൽ എന്തായിരിക്കും സമീപനം? മോശമായി പറഞ്ഞതല്ല, കേരളത്തിന്റെ ചരിത്രത്തിൽ പലപ്പോഴും നട

ക്കുന്നത് ഇങ്ങനെയാണെന്ന് ഓർമിപ്പിക്കാൻ വേണ്ടി പറഞ്ഞതാണ്..."

കൂട്ടത്തിൽ തലമുതിർന്ന ഒരു പത്രപ്രവർത്തകൻ തന്റെ സംശയം ഉന്നയിച്ചു.

"ഒത്തുതീർപ്പുകൾക്കാണെങ്കിൽ ഈ പത്രസമ്മേളനമൊന്നുമില്ലാതെ അന്നും എനിക്ക് അവരെ ഭീഷണിപ്പെടുത്താനുള്ള എല്ലാ സാഹചര്യവും ഉണ്ടായിരുന്നു സാറേ. ഇത് എന്റെ വെല്ലുവിളിയൊന്നുമല്ല. എന്നാൽ, ഒന്നുറപ്പാണ്. എന്നെ വേശ്യയാക്കി മാറ്റിയത് എന്റെ സാഹചര്യമാണ്. ഇവർക്കെതിരേ കേസ് നടത്താനുള്ള പണം ഒന്നിനുവേണ്ടി മാത്രമാണ് ഞാൻ മറ്റുള്ളവർക്കു മുന്നിൽ വീണ്ടും കിടന്നുകൊടുക്കാൻ തീരുമാനിച്ചത്. ആ കേസ് നടപടികൾ തീർന്നുകഴിയുമ്പോൾ എങ്ങനെ ജീവിക്കണമെന്നതു സംബന്ധിച്ച് ഞാൻ ചില തീരുമാനങ്ങളൊക്കെ എടുത്തിട്ടുമുണ്ട്. അത് എന്റെ സ്വാതന്ത്ര്യമാണല്ലോ..."

ഉരുളയ്ക്കുപ്പേരി പോലെയുള്ള താരയുടെ മറുപടികൾ കേട്ട് മാധ്യമപ്രവർത്തകർ ചോദ്യംചോദിക്കാൻ മടിച്ചു. എന്തിനും പോന്നവിധത്തിലാണ് അവളുടെ അവതരണം. ഒരു ക്ലാസിന്റെയും പിൻബലത്തിലല്ല ഇപ്പോൾ അവൾ പറയുന്നതെന്ന് അന്വേഷണോദ്യോഗസ്ഥനും തികഞ്ഞ ബോധ്യമുണ്ടായിരുന്നു. ഒടുവിൽ, പത്രസമ്മേളനം അവസാനിപ്പിക്കുന്നതിന്റെ ഭാഗമായി പ്രസ് ക്ലബ് സെക്രട്ടറി ശശി തന്നെയാണ് ഒരു ചോദ്യം കൂടി താരയുടെ നേർക്കുന്നയിച്ചത്.

"കേസന്വേഷണവുമായി നല്ല രീതിയിൽ സഹകരിക്കാനാവുമല്ലോ തീരുമാനം? ഭീഷണികൾ ഉണ്ടായാൽ അവയെ എങ്ങനെ നേരിടും? താമസം 'ചങ്ങഴിയൂരി'ൽ നിന്നും മാറുന്നുണ്ടോ?"

"അന്വേഷണം ഏതു ദിശയിൽ പോയാലും ഞാൻ എനിക്കു പറയാനുള്ള കാര്യങ്ങൾ പറയും. ഞാൻ പോയ ദിവസവുമായി ബന്ധപ്പെട്ട ഡയറിക്കുറിപ്പുകളും മറ്റു തെളിവുകളുമെല്ലാം പോലീസിനു കൊടുക്കാൻ ഇപ്പൊഴേ തയാറാണ്. സാധിക്കുമെങ്കിൽ 'ചങ്ങഴിയൂരി'ൽത്തന്നെ തത്ക്കാലം തുടരും. അവിടെ സുരക്ഷിതത്വ ഭീഷണിയൊന്നും ഉടൻ പ്രതീക്ഷിക്കുന്നില്ല. പിന്നെ, ഭീഷണികൾ... ഇനി എനിക്ക് അവയെ ഭയമില്ല. ദേ, ഇപ്പോൾ നിങ്ങൾ സംസാരിക്കുമ്പോൾത്തന്നെ എന്റെ മരണമൊഴി ഞാൻ ഫേസ്ബുക്കിൽ പോസ്റ്റ് ചെയ്തുകഴിഞ്ഞു..."

മൊബൈൽഫോണിൽ എടുത്തുവച്ച മരണമൊഴി തന്റെ ഫേസ്ബുക്കിൽ പോസ്റ്റ്ചെയ്തുകൊണ്ട് താര പറഞ്ഞുനിർത്തി.

"ഒന്നുകൂടിയേ എനിക്കു നിങ്ങളോടു പറയാനുള്ളൂ. ഞാൻ നിങ്ങളുടെ സഹോദരിയാണ്. എനിക്കു നീതികിട്ടുവാൻ നിങ്ങൾ ദയവായി എനിക്കൊപ്പം നിൽക്കണം. ഇരയായ എനിക്കും എന്റെ നാവായി നിന്ന 'ദേശപ

ത്രിക'യിലെ ജീവൻ ഫെർണാണ്ടസിനും പ്രശാന്തിനുമെല്ലാം സുരക്ഷിതത്വവും ഉറപ്പുവരുത്തണം. ഞാൻ ഈ സമൂഹത്തിന്റെ നന്മയിൽ വിശ്വസിക്കുന്നു...നന്ദി, എല്ലാവർക്കും..."

അവൾ എഴുന്നേറ്റു; ഒപ്പം പ്രശാന്തും. ജീവന്റെ കണ്ണുകൾ നിറഞ്ഞൊഴുകി. ഗിരീഷിന്റെ കാമറക്കണ്ണുകൾ ഒരിക്കൽക്കൂടി മിന്നി.

താരയുടെ ഫേസ്ബുക്ക് പോസ്റ്റിലെ മരണമൊഴി നോക്കി പത്രക്കാർ പരസ്പരം അഭിപ്രായങ്ങൾ പങ്കുവച്ചു. നിമിഷനേരങ്ങൾകൊണ്ട് ആ പോസ്റ്റ് വ്യാപകമായി ഷെയർ ചെയ്യപ്പെട്ടു. അപ്പോഴേയ്ക്കും, ചാനൽ വാർത്തകളും ഏവരും കണ്ടുകഴിഞ്ഞിരുന്നു...

പത്രസമ്മേളനം കഴിഞ്ഞ് ഏവരും പിരിയുമ്പോൾ ക്ലീറ്റസ് ഹാളിനു മുന്നിൽ കാത്തുനിൽക്കുന്നുണ്ടായിരുന്നു. എല്ലാം പറഞ്ഞുകഴിഞ്ഞ പെൺകുട്ടിയിൽനിന്നും ഇനി എന്തുപറഞ്ഞ് മൊഴിയെടുക്കുവാൻ എന്ന് അയാൾ കരുതി. തന്റെ മൊബൈൽനമ്പർ ഒരു കടലാസിൽ എഴുതി അയാൾ താരയുടെ നേർക്കുനീട്ടി.

"താര, ഞാൻ എല്ലാം രേഖപ്പെടുത്തിക്കഴിഞ്ഞു. എന്തുണ്ടെങ്കിലും എന്നെ വിളിക്കാൻ മറക്കരുത്. പ്രതികളുടെ അറസ്റ്റ് രണ്ടു ദിവസത്തിനുള്ളിൽ രേഖപ്പെടുത്തും. അതിനോടനുബന്ധിച്ച് ഞാൻ താരയെ വിളിച്ചുകൊള്ളാം. സുരക്ഷിതയായിരിക്കൂ. ഞങ്ങൾ കൂടെയുണ്ട്..."

അത് മനസിന്റെ ആഴങ്ങളിൽനിന്നും വന്ന സമാശ്വാസവചനമായിരുന്നു. ഇനി ഒരിക്കലും ക്ലാരമാർ സൃഷ്ടിക്കപ്പെടാതിരിക്കട്ടെ എന്ന് അയാൾ മനസിൽ ഉറപ്പിച്ചിരുന്നു.

'ലൈവ് സ്റ്റോറി'കൾക്കു പിന്നാലെ ചാനലുകളിൽ വാർത്തകൾ കത്തിക്കയറി.

'മൂന്നാർ പീഡനം: നീതി തേടി ചങ്ങഴിയൂരിലെ പെൺകുട്ടി', 'പൊതുസമൂഹത്തെ ഭയക്കാതെ പീഡനഇര', 'ഉന്നതർ അടങ്ങിയ പീഡനപരമ്പര തുറന്നുപറഞ്ഞ് താര' എന്നിങ്ങനെ ചാനലുകളിൽ വാർത്തകൾ നിറഞ്ഞു. പെൺകുട്ടിയുടെ ചിത്രത്തോടെയും പേരോടെയുമുള്ള വാർത്തകൾ കേരളത്തിലെങ്ങും ചർച്ചാവിഷയമായി. രാഷ്ട്രീയക്കാരുടെയും സമാധാനം കെടുത്തുന്ന വാർത്തതന്നെയായിരുന്നു, താരയുടെ പത്രസമ്മേളനം.

അന്വേഷണച്ചുമതലയുള്ള ഉദ്യോഗസ്ഥർ പ്രതികളെ തിരഞ്ഞുള്ള പരക്കംപാച്ചിലിലായിരുന്നു. അത് അത്ര കഠിനമായ ഒന്നായിരുന്നില്ല. ജീവൻ നേരത്തെതന്നെ പ്രതികളുടെ വിവരം രഹസ്യമായി പങ്കുവച്ചിരുന്നതുകൊണ്ട് പത്രസമ്മേളനം കഴിഞ്ഞപാടേ തന്നെ പ്രതികൾ ഓരോരുത്തരെയുമായി പോലീസുകാർ സി.ഐ ഓഫീസിലെത്തി. ഓരോ പ്രതിയു

ടെയും വീടിന്റെ സമീപത്തു കാത്തിരുന്ന പോലീസ് സേനാംഗങ്ങൾ ഓരോരുത്തരെയും സ്റ്റേഷനിലെത്തിച്ച് അറസ്റ്റ് രേഖപ്പെടുത്തി. ഭരണ കക്ഷി എം.എൽ.എ വേണുക്കുട്ടന്റെ അറസ്റ്റ് രേഖപ്പെടുത്താനുള്ള നടപടിക്രമങ്ങൾ മാത്രം മുറയ്ക്കു നടന്നു.

രാത്രിവൈകിയുള്ള ചാനൽ ചർച്ചകളിൽ മൂന്നാർ സംഭവം കത്തിക്കയറി. കേരള പോലീസിന്റെ തൊപ്പിയിൽ ഒരു പൊൻതൂവലായി, ആ കേസന്വേഷണം മാറി. ചാനലിൽ ചർച്ചകൾ നടക്കുമ്പോൾ പ്രതികളുടെ അറസ്റ്റ് വിവരം രേഖപ്പെടുത്തിയ സ്ക്രോൾ വാർത്തകൾ ചാനലിൽ തെളിഞ്ഞു വന്നു. ഇരയുടെ പത്രസമ്മേളനവും ഫേസ്ബുക്ക് പോസ്റ്റും മൂലം പോലീസിനുപോലും ഒരു പ്രതിയെയും സഹായിക്കുവാനും കഴിഞ്ഞതുമില്ല.

അപ്പോൾ താരയും പ്രശാന്തും ജീവനും ഒരുമിച്ച് 'ചങ്ങഴിയൂരി'ൽ എത്തിക്കഴിഞ്ഞിരുന്നു. പക്ഷേ, അവിടെയെത്തിയപ്പോഴേയ്ക്കും സ്ഥിതിഗതികൾ മാറിയിരുന്നു. മുൻപൊരിക്കൽ സുശീലയ്ക്കു വന്ന അനുഭവം താരയിലേയ്ക്ക് സംക്രമിക്കപ്പെട്ടു. ചാനൽ വാർത്തകളിൽ താര നിറഞ്ഞു നിന്നതോടെ, 'ചങ്ങഴിയൂരി'ൽ നിന്നും അവളുടെ ഫോണിലേയ്ക്ക് തെറിവിളികളുടെ ഘോഷയാത്രയായി. താരയുടെ പേരിൽ 'ചങ്ങഴിയൂരി'ൽ വല്ല റെയ്ഡും നടന്നാൽ, അവിടേയ്ക്കു കടക്കാനേ പാടില്ല എന്ന മട്ടിലായിരുന്നു, ഫോൺവിളികൾ.

തെരുവുകളുടെ മന:ശാസ്ത്രം അങ്ങനെയാണെന്ന് ജീവൻ തിരിച്ചറിഞ്ഞു. അവിടെനിന്നും പുറത്തുപോയാൽ, തിരികെ പ്രവേശിക്കുക അസാധ്യം; അഥവാ, അസഭ്യവർഷങ്ങളിൽ സ്വയം ഉരുകി ജീവിതം തള്ളിനീക്കേണ്ടിവരും എന്നതാവും അവസ്ഥ. എന്നാൽ, തെരുവിനുള്ളിലെ കാഴ്ചകളോ, അവിടെത്തന്നെ അവസാനിക്കുകയും ചെയ്യുന്നു. കിണറ്റിൽ വീണ തവളയുടെ ലോകമാണ് ഓരോ തെരുവുസന്തതിക്കും...

ജീവൻ തളർന്നുപോയ നിമിഷമായിരുന്നു അത്. അയാളുടെ മനസിൽ ആശങ്കയുടെ വേലിയേറ്റങ്ങൾ ചക്രവ്യൂഹം സൃഷ്ടിച്ചു. പുറത്തുകടക്കാൻ എന്തുപായം എന്നു ചിന്തിച്ച് മനസിന്റെ വേലി തകർക്കുമ്പോൾ അയാളുടെ മുന്നിൽ സുശീലയുടെ മുഖം തെളിഞ്ഞുവന്നു. സുരക്ഷിതമായ താവളത്തിൽ ഉള്ളതുകൊണ്ട് അല്ലലില്ലാതെ കഴിയുന്ന സുശീലയുടെ മുഖം.

പിന്നെ ഒന്നും ആലോചിച്ചില്ല. രണ്ടും കൽപ്പിച്ച് അയാൾ അവരെ ഒരു യാത്രയ്ക്കു ക്ഷണിച്ചു. അത് ദാമുവേട്ടന്റെ താവളത്തിലേയ്ക്കായിരുന്നു. തത്ക്കാലം സുരക്ഷിതമാവാനുള്ള ഒരു ഇടത്താവളം.

വാർത്തകളുടെ പ്രളയം ആ സമയംകൊണ്ട് ദാമുവേട്ടനും അറിഞ്ഞി

രുന്നു. പത്രപ്രവർത്തകന്റെ ആവേശത്തിനുമപ്പുറം നന്മയുടെ മുഖം ജീവന്റെ പരമ്പരയിൽ കണ്ടതുകൊണ്ടുതന്നെ അയാളെ കുറ്റപ്പെടുത്താൻ ദാമുവേട്ടൻ ശ്രമിച്ചതേയില്ല.

ജീവനൊപ്പം രണ്ടു മൂന്ന് അതിഥികളെയും കൂടി കണ്ടപ്പോൾ ദാമു വേട്ടന് സന്തോഷമായി. ഒന്നുമല്ലെങ്കിലും ആളനക്കമായല്ലോ.

"തന്നെ ഇവിടേയ്ക്കു കാണുന്നില്ലല്ലോ എന്നു വിചാരിച്ചിരിക്കുകാരുന്നു. എന്തായാലും കുഴപ്പമില്ല. സുശീലയ്ക്കും ഒരു കൂട്ടായല്ലോ."

ദാമുവേട്ടൻ തന്റെ ഒഴിഞ്ഞുകിടന്ന ഒരു വീടുകൂടി അവർക്കായി തുറന്നുകൊടുത്തു. പ്രശാന്തും അന്ന് അവിടെ തങ്ങുവാനുള്ള തയാറെടുപ്പിലായിരുന്നു. പ്രശാന്തിനും ജീവനുമൊപ്പം ദാമുവേട്ടനും കൂടിയപ്പോൾ ആ സന്ധ്യ അവർക്ക് അവിസ്മരണീയമായ ഒരു വിജയരാത്രിയായി മാറി.

സുശീലയ്ക്കു കൂട്ടായി, താരയും. ആ രാത്രിയിലെ നിലാവിൽ അവർ മതിമറന്നു സന്തോഷിച്ചു.

"എത്രയോ നല്ല ആളാണെന്നോ ജീവൻ സാർ. എനിക്ക് ഏറെ സന്തോഷം പകർന്ന വ്യക്തിയാണ് അദ്ദേഹം. എന്റെ മക്കളെ നോക്കുന്ന 'ശരണാലയ'ത്തിലെ സിസ്റ്ററും ജീവൻ സാറിന് വളരെ പ്രിയപ്പെട്ട ഒരാളാണ്." താരയോടായി, സുശീല പറഞ്ഞു.

ആ സമയം, ജീവൻ ദാമുവേട്ടനോടായി കേസിന്റെ കാര്യങ്ങൾ പറഞ്ഞുകൊടുക്കുകയായിരുന്നു.

"എന്താവശ്യമുണ്ടെങ്കിലും എന്നെ വിളിച്ചോളൂ. എന്റെ പ്രിയപ്പെട്ട സുഹൃത്താണ് കേസ് അന്വേഷിക്കുന്നതും. ഞാൻ പത്രഓഫീസിലേയ്ക്കു പോയിട്ട് രണ്ടു ദിവസത്തിനുള്ളിൽ ഇവിടേയ്ക്കു മടങ്ങിവരാം. നമുക്ക് ചില കാര്യങ്ങളിൽ തീരുമാനമെടുക്കാനുണ്ട്. എന്റെ ജീവിതത്തിലെ വലിയൊരു വഴിത്തിരിവിനു കാരണക്കാരനായ ദാമുവേട്ടനെ എനിക്കു മറക്കാൻ കഴിയുമോ?"

അപ്പോഴാണ് ജീവന്റെ ഫോണിലേയ്ക്ക് ഒരു ഫോൺകോൾ വരുന്നത്. അയാൾ ഫോൺ എടുത്തു.

"എന്റെ പ്രിയപ്പെട്ട സുഹൃത്തേ, ഒരായിരം അഭിനന്ദനങ്ങൾ. നിന്റെ പരമ്പര ഇത്രത്തോളം വലിയ തരംഗം സൃഷ്ടിക്കുമെന്ന് ഞാൻ സ്വപ്നത്തിൽ പോലും കരുതിയില്ല. എനിക്ക് അഭിമാനം തോന്നുന്നു, നിന്നെപ്പറ്റി. സമൂഹത്തിനാവശ്യം നിന്നെപ്പോലെയുള്ളവരെയാണ്..."

രേഖയാണ്. തന്റെ പ്രിയപ്പെട്ട കൂട്ടുകാരി. വിളിച്ചിട്ടു കിട്ടാതിരുന്നപ്പോൾ പരിഭവിച്ചിട്ടാണെന്നു കരുതിയത് വെറുതെയായി.

"ഞാൻ കുറച്ചു ദിവസങ്ങളായി ഒരു യാത്രയിലായിരുന്നു. ലൈംഗികത്തൊഴിലിൽ ഏർപ്പെടുന്നവരെ ബോധവത്ക്കരിക്കാനുള്ള ഒരു പുതിയ

യജ്ഞത്തിനായി... മാർഗനിർദേശം നൽകാൻ കഴിയുന്ന പ്രമുഖരെ കണ്ടെത്തേണ്ടേ? അതു മാത്രമല്ല, അവരുടെ പുനരുദ്ധാരണത്തിനായി, കേന്ദ്രസർക്കാരിന്റെ ഒരു ഫണ്ട് ഞാൻ നേതൃത്വം നൽകുന്ന സംഘടനയ്ക്ക് ലഭിച്ചിട്ടുണ്ട്. നമുക്കു കുറച്ചു കാര്യങ്ങൾ ചെയ്യാനുണ്ട്. എന്തായാലും ജീവൻ പത്രത്തിലെ കാര്യങ്ങൾ തീരുമാനമാക്കിയിട്ട് ഒന്നിറങ്ങ്. നമുക്കു സംസാരിക്കണം..."

"മിടുക്കി. എനിക്ക് സന്തോഷമായി. നിന്നെ കാണാൻ വരാൻ പറ്റുന്ന സാഹചര്യത്തിലല്ലല്ലോ എന്ന വിഷമത്തിലായിരുന്നു ഞാൻ. ഇപ്പോൾ എന്തായാലും ആശ്വാസമായി. അപ്പോൾ ഞാൻ പോയി വരാം... ഉടനെ തന്നെ..."

'ചങ്ങഴിയൂരി'നു സമീപം രേഖയെ കണ്ടതും അവളുടെ സംഘടനാ പ്രവർത്തനങ്ങളുമെല്ലാം അയാളുടെ മനസിൽ ഓടിയെത്തി. രേഖയും കൂടി ഈ രംഗത്ത് പ്രവർത്തിക്കാൻ തുടങ്ങുമ്പോൾ, താൻ മൂലം ആരും നിരാശപ്പെടേണ്ടിവരില്ലെന്ന് അയാൾക്ക് ഉറപ്പായിരുന്നു.

ഭക്ഷണം കഴിഞ്ഞ് പിരിയാൻ തുടങ്ങുമ്പോൾ, സുശീലയും താരയും കണ്ണുകൾ നിറഞ്ഞ് യാത്രാമൊഴികളുമായി കാത്തുനിൽക്കുന്നുണ്ടായിരുന്നു. അവർ ഇരുവരും ഒന്നുചേർന്ന് അയാളെ ആശ്ലേഷിച്ചു. കവിളിൽ സ്നേഹം നിറഞ്ഞ ഒരു മുത്തം സമ്മാനിച്ചു. ദാമുവും പ്രശാന്തും സ്നേഹം നിറഞ്ഞ ഹസ്തദാനംകൊണ്ട് ജീവന് യാത്രാമംഗളം നേർന്നു...

'ചങ്ങഴിയൂരി'ൽ നിന്നുമുള്ള ആ മടക്കയാത്രയിൽ, പുത്തൻ തീരുമാനങ്ങളുടെ ഇളംകാറ്റുവീശുന്നുണ്ടായിരുന്നു. കുന്നിറങ്ങുമ്പോഴുള്ള ചൂളമടിനാദം, പിൻവിളിയായി അയാളുടെ കാതുകളിൽ വന്നലച്ചു.

18

ബസിറങ്ങുമ്പോൾ ജീവൻ മുകളിലേയ്ക്കു നോക്കി. ബസ്സ്റ്റാൻഡിന്റെ എതിർവശത്തുള്ള കൂറ്റൻ ഹോർഡിംഗിൽ തന്റെ ചിത്രം. 'ദേശപത്രികയ്ക്ക് അഭിനന്ദനങ്ങൾ; ജീവൻ ഫെർണാണ്ടസിനും... മൂന്നാർ പീഡനം നിയമത്തിനു മുന്നിലെത്തിച്ച മാധ്യമപ്രവർത്തനത്തിനു കൂപ്പുകൈ' എന്ന അടിക്കുറിപ്പോടെ... ജീവിതം നിഷ്ക്രിയമായിരിക്കേണ്ടതല്ലെന്നും ഓട്ടക്കാരൻ എന്നും ഓടിക്കൊണ്ടേയിരിക്കണമെന്നും അയാൾക്കു തോന്നി. അനുമോദനങ്ങൾ ഏൽപ്പിച്ച ഉത്തരവാദിത്തബോധത്തിൽ അയാൾ സ്വയം അഭിമാനപൂരിതനായി.

നേരം നന്നേ പുലർച്ചയായിരുന്നു. അതുകൊണ്ടുതന്നെ വീട്ടിൽപോയി മടങ്ങിവരേണ്ടതില്ലെന്നായിരുന്നു, വിചാരം. ഒന്നു ഫ്രെഷ് ആകണമെന്നല്ലേയുള്ളൂ. വേണ്ടിവന്നാൽ ഒരു മണിക്കൂർ ഉറങ്ങുകയുമാവാം. ആ സമയം

യാത്രയിൽ നഷ്ടപ്പെടുത്തേണ്ടതില്ലല്ലോ.

തൊട്ടടുത്തുതന്നെ കണ്ട 'അർച്ചന' ലോഡ്ജിൽ റൂമെടുത്തു. പത്തുമണിക്ക് ഓഫീസിലേയ്ക്ക് പോവണം. അതുവരെയുള്ള സമയം കുറച്ചു വിശ്രമിക്കാമെന്നു കരുതി.

റൂമിലെത്തിയപ്പോഴേയ്ക്കും ബെഡ്കോഫിയെത്തി. എല്ലാവരും ഉണരുമ്പോൾ ഉറങ്ങാൻ വിധിക്കപ്പെട്ടവൻ. അല്ലെങ്കിലും ഏതൊരു പത്രപ്രവർത്തകനും എഴുത്തുകാരനും എല്ലാവരെയും പോലെ ഉറങ്ങാനും ഉണരാനും കഴിയാറില്ലല്ലോ. കുറഞ്ഞപക്ഷം, മനസിന്റെ അകക്കണ്ണെങ്കിലും ഏറിയകൂറും തുറന്നിരുന്നാലേ തങ്ങളുടെ ജീവിതത്തിന്റെ നിയോഗങ്ങൾ പൂർത്തീകരിക്കാനാവൂ എന്ന് അവർക്ക് അറിയുകയും ചെയ്യാം.

ജീവൻ ഫെർണാണ്ടസ് മെല്ലെ നിദ്രയിലേയ്ക്ക് വഴുതിവീണു. പുറപ്പാടിനൊടുവിൽ സ്വന്തം തട്ടകത്തിലേയ്ക്ക് തിരികെയെത്തിയുള്ള ആദ്യത്തെ മയക്കം. ഏറ്റെടുത്ത ലക്ഷ്യം വിജയിപ്പിച്ചതിലുള്ള സമാധാനം ആ കണ്ണുകളെ തഴുകിയെത്തി.

എട്ടരയ്ക്ക് മൊബൈലിൽ അലാറം അടിച്ചതും ജീവൻ ഞെട്ടിയുണർന്നു. കുളിച്ചുറെഡിയായി, വസ്ത്രം മാറാനൊരുങ്ങുമ്പോൾ ബാഗിൽ കണ്ട കടലാസ് അയാൾ കൈയിലെടുത്തു. തന്റെ ബാഗിൽ തന്റേതല്ലാത്ത ഒരു കടലാസ്.

"ഞാൻ സുശീലയാണ്.

സാറിന്റെ ബാഗിൽ ഇങ്ങനെ ഒരു കത്തു വച്ചതിന് ആദ്യമേ ക്ഷമാപണം...!"

സുശീലയുടെ ഡയറിക്കുറിപ്പിൽ കണ്ട അതേ വടിവൊത്ത കൈപ്പടയിലുള്ള കത്ത്. അയാൾ അത് തുടർന്നു വായിച്ചു...

"...നേരിട്ട് ഒരുപാട് സംസാരിക്കണമെന്നുണ്ടായിരുന്നു. പക്ഷേ, ഉടനെ സാധിക്കില്ലെന്നു കരുതിയപ്പോൾ ഞാൻ സാറിനോടായി പറയാനുള്ളത് നേരത്തെ എഴുതിവച്ചതാണ്.

പത്രത്തിൽ വന്ന പരമ്പരയൊക്കെ ദാമുവേട്ടൻ വഴിയായി ഞാൻ വായിച്ചിരുന്നു. ഏറെ സന്തോഷവും അഭിമാനവും തോന്നി, എന്റെ കൂടെ സമയം ചെലവഴിച്ച പുരുഷനെക്കുറിച്ച് ഓർത്തപ്പോൾ. താരയുടെ ജീവിതം ഇനിയെങ്കിലും സഫലമാവട്ടെ എന്ന് ഞാനും ആശിക്കുന്നു.

പിന്നെ, എന്നെപ്പറ്റി. എനിക്കിവിടെ വലിയ കുഴപ്പമൊന്നുമില്ല. അത്യാവശ്യം സന്തോഷമായി പോകുന്നു. ഇടയ്ക്കിടെ ചാൾസമ്മ സിസ്റ്റർ വഴിയായി കുട്ടികളോടു സംസാരിക്കാനും പറ്റുന്നുണ്ട്.

ഒരു വിഷമമേയുള്ളൂ. പ്രത്യേകിച്ച് ജോലി ഒന്നും ഇതേവരെ പഠിച്ചിട്ടില്ല. ഇനി ചങ്ങഴിയൂരുകൾ ഇല്ലാതെയായാൽ നിവൃത്തികേടുകൊണ്ട്

സ്വയം സഹിച്ചുജീവിക്കുന്ന സഹോദരിമാർ മറ്റെന്തു ജീവനോപാധി കണ്ടെത്തുമെന്ന് അറിയില്ല. ശാന്തിനഗറുകൾ ഉണ്ടാകുമെങ്കിൽ നന്ന്. ഇല്ലെങ്കിൽ അവർക്കുള്ള ജീവന സംവിധാനം കൂടി സർക്കാർ ഏറ്റെടുത്തു നടത്തിയാൽ കൊള്ളാമായിരുന്നു. സമൂഹം അപഹസിക്കുകയും ഒറ്റപ്പെടുത്തുകയും ചെയ്യുന്ന ഭൂതകാലമുള്ളവർ മറ്റെവിടെ പോവാൻ?

അല്ലാത്തപക്ഷം, സ്വന്തം ഇഷ്ടത്തിൽ സുരക്ഷിതരായി തങ്ങളുടെ ജോലി ചെയ്യുന്നവർ അങ്ങനെ ചെയ്താലും അവരെ കുറ്റപ്പെടുത്താനാവില്ലെന്നാണ് എന്റെ പക്ഷം. സാറിന് എന്തു തോന്നുന്നു...?

പിന്നെ, അന്ന് നമ്മൾ അമ്പലക്കുളത്തിനരികെ മഞ്ഞക്കമ്മൽച്ചെടി പറിച്ചത് ഓർമയില്ലേ? അന്ന് ഞാൻ എന്താണ് പ്രാർഥിച്ചതെന്ന് ചോദിച്ചപ്പോൾ പിന്നെ പറയാമെന്നു പറഞ്ഞതുകൂടി പറയാൻ മനസ് വെമ്പുകയായിരുന്നു, കുറെനാളായി. മറ്റൊന്നുമല്ല. ഒരു സഹോദരനായി എല്ലാക്കാലവും ഈ ജീവൻ സാറിനെ എനിക്കു ലഭിക്കണമേ എന്നായിരുന്നു പ്രാർഥന; വിരോധമില്ലെങ്കിൽ ഒരു സംരക്ഷകനായും...

സാറിന്റെ നിലവാരത്തിൽ എന്നെപ്പോലെയൊരാൾ എന്നും ബാധ്യതയായി മാറിയേക്കുമെന്ന് എനിക്കറിയാം. ഞാൻ അതിന് ശല്യമാവില്ല. എന്നാൽ, എന്നിലേയ്ക്കുള്ള വാതിൽ എന്നും സാറിനായി തുറന്നിട്ടിരിക്കും. മനസിൽ നിറയെ സ്നേഹം മാത്രമേയുള്ളൂ. എന്നെ സ്നേഹത്തോടെ പരിഗണിച്ച സാറിന്റെ ജീവിതം എന്നും നന്നായി കാണാൻ ഉള്ളുരുകി പ്രാർഥിക്കും.

സ്നേഹം മാത്രം,

സുശീല"

അയാൾക്ക് അതിശയം തോന്നി. ഒരു വേശ്യയെന്നു വിളിക്കപ്പെട്ടവളുടെ മനസിലും എത്രയോ നന്മകളുടെ മഴവില്ലുകളാണ് വിരിയുന്നത്! തന്നോടുള്ള ബഹുമാനം നിലനിർത്തിക്കൊണ്ടുതന്നെ തന്നെ സ്നേഹിക്കാൻ ശ്രമിക്കുന്ന സുശീല... അവൾക്ക് ഒന്നും ഒളിച്ചുവയ്ക്കാനില്ല. എന്നാൽ, എല്ലാ തിരിച്ചറിവുകളും അവളിൽ പൂർണമാണു താനും. കൊടുക്കൽവാങ്ങലുകളുടെ അർഥം ജീവിതത്തെ സന്തോഷഭരിതമാക്കുന്നത് അങ്ങനെയാണെന്ന് അയാൾക്കു തോന്നി.

ഏതൊരു പെണ്ണും അങ്ങനെയാവാനേ തരമുള്ളൂ. കൊടുക്കുന്ന സ്നേഹവും സന്തോഷവും അൽപ്പം അധികമായെങ്കിലും നൽകാൻ ശ്രമിക്കും. ഇനി, നേരെ തിരിച്ച് അവരെ ബുദ്ധിമുട്ടിക്കാനാണ് ശ്രമിക്കുന്നതെങ്കിലോ, ഏതറ്റം വരെയും പോയി പുരുഷനെ പരാജയപ്പെടുത്തുകയും ചെയ്യും. 'പെണ്ണൊരുമ്പെട്ടാൽ...' എന്ന ചൊല്ലുപോലും രൂപപ്പെടുന്നത് അങ്ങനെയാണെന്ന് അയാൾ ഓർത്തു.

ഓഫീസിൽ എത്താൻ സമയമായിരിക്കുന്നു. ഓർമകളിൽ സ്നേഹവും ബഹുമാനവും നിറച്ച എല്ലാ മനസുകളോടും ജീവൻ മനസുകൊണ്ട് നന്ദി പറഞ്ഞു. തന്നെക്കൊണ്ടാവുന്ന നന്മ ഒരാൾക്കു നിഷേധിക്കപ്പെട്ടുകൂടാ എന്ന് അയാൾ മനസുകൊണ്ട് തീരുമാനിച്ചു.

'ദേശപത്രിക'യിലെത്തുമ്പോൾ സ്നേഹം ബഹുമാനത്തിനു വഴിമാറിക്കൊടുത്ത അനുഭവങ്ങളായിരുന്നു, അയാളെ കാത്തുനിന്നിരുന്നത്. കണ്ടവർ കണ്ടവർ ഹസ്തദാനത്തിനായി ഓടിയെത്തുന്നു. ചിലരൊക്കെയും കെട്ടിപ്പിടിക്കുന്നു. തന്റെ പരമ്പരയാത്രകൾ പത്രത്തിനും ഉപകാരപ്പെട്ട ഒന്നായിരുന്നുവെന്ന് അയാൾ തിരിച്ചറിയുകയായിരുന്നു.

ജോസഫ് എത്തി. തന്റെ പരമ്പരയുടെ തലക്കെട്ടിന് രൂപവിന്യാസം നൽകിയ കലാകാരൻ. 'സഹശയനം: അതിജീവനത്തിന്റെ പോരാട്ടം' മലയാളികളുടെ മനസിലേയ്ക്കു കയറുവാൻ ആ രൂപവിന്യാസത്തിനും ഏറെ പ്രാധാന്യമുണ്ടെന്ന് ജീവന് അറിയാം.

ജോസഫിനെ കണ്ടപാടേ ജീവൻ അയാളെ ആശ്ലേഷിച്ചു.

"അണ്ണാ, കാര്യങ്ങൾ ഇവിടെവരെയെത്തിയതിൽ ഏറെ സന്തോഷമായി. നിങ്ങളൊക്കെ ഇല്ലായിരുന്നുവെങ്കിൽ ഞാനിപ്പോൾ മറ്റു വല്ല ജോലിക്കും പോയേനേ..."

"പരമ്പര എന്തായാലും പൊളിച്ചടുക്കി അണ്ണാ. എല്ലാ ആശാന്മാരെയും അറസ്റ്റ് ചെയ്തല്ലോ. സ്പീക്കറുടെ അനുമതി തേടി ഭരണകക്ഷി എം. എൽ.എയും അറസ്റ്റ് ചെയ്തെന്ന് ചാനലിൽ ഇപ്പോൾ വാർത്തവരുന്നുണ്ട്. ഇനി, പ്രതിപക്ഷത്തിനും ഇത് ഒരു ആയുധമാവും. തിങ്കളാഴ്ച നിയമസഭാ സമ്മേളനം തുടങ്ങുകയാണ്. ഇക്കുറി, അണ്ണന്റെ പരമ്പരയാവും, നിയമസഭയിലെ താരം... വാ, നമുക്കൊരു ചായ കുടിക്കാം."

ജോസഫും ജീവനും കൂടി കാന്റീനിലെത്തുമ്പോൾ സ്ഥിരം പതിവുകാരെല്ലാം അവിടെയുണ്ട്. ഡി.ടി.പിയിലെ മൈക്കിൾ, എഡിറ്റോറിയലിലെ പോൾ, കാർട്ടൂണിസ്റ്റ് രാജു... എല്ലാവർക്കും ജീവന്റെ കർമധീരതയിൽ തികഞ്ഞ സന്തോഷം.

"രാജിവയ്ക്കാൻ തുനിഞ്ഞിറങ്ങിയ ജീവൻ ഇപ്പോൾ അവാർഡിനുള്ള പടക്കോപ്പുമായി തിരികെ വന്നത് മിടുക്കായി. ഇങ്ങനെയാവണം ചെറുപ്പക്കാർ. അല്ലാതെ ചെറിയ ഒരു കാര്യവും നമ്മളെ കീഴ്പ്പെടുത്താൻ അനുവദിച്ചുകൂടാ..." കാർട്ടൂണിസ്റ്റിന് ജീവന്റെ കാര്യത്തിൽ തികഞ്ഞ അഭിമാനം തോന്നി.

ചീഫ് എഡിറ്ററെ കാണാനെത്തുമ്പോൾ മാത്യു കുനിയാംതുരുത്ത്, ജീവന്റെ പരമ്പരയുടെ ഓരോ അധ്യായവും ഒന്നിച്ചു ചേർത്ത് നോക്കുകയായിരുന്നു. അദ്ദേഹത്തിന് അങ്ങനെയൊരു ശീലമുണ്ട്. ഇഷ്ടപ്പെട്ട പര

മ്പരകൾ പത്രരൂപത്തിൽത്തന്നെ അദ്ദേഹം സൂക്ഷിച്ചുവയ്ക്കും. ലൈബ്രറിയിൽ കോപ്പി ഉണ്ടെങ്കിലും സ്വന്തമായി ഒരു കോപ്പി വേണമെന്നാണ് അദ്ദേഹത്തിന്റെ പക്ഷം. പിൽക്കാലത്തുവരുന്ന പത്രപ്രവർത്തകവിദ്യാർഥികൾക്ക് പ്രചോദനമാകാനുള്ള ശേഖരത്തിലേയ്ക്കാണ് തന്റെ പരമ്പരയുടെ യാത്ര എന്ന് അയാൾ തിരിച്ചറിഞ്ഞു.

ജീവനെ കണ്ടമാത്രയിൽ മാത്യു കുനിയാംതുരുത്ത് സീറ്റിൽ നിന്നും എഴുന്നേറ്റു.

"ഹേർട്ടി കൺഗ്രാചുലേഷൻസ് ജീവൻ. യു ഹാവ് ഡൺ എ വണ്ടർഫുൾ ജോബ്."

"താങ്ക് യു സർ."

"ആട്ടെ, ഇനി എന്താണ് ജീവന്റെ പരിപാടി. രാജി വയ്ക്കുന്നോ, അതോ ഇവിടെ കൂടുന്നോ? പറഞ്ഞിട്ടുവേണം എനിക്കു കുറച്ചു കാര്യങ്ങൾ ചെയ്യാൻ..."

മുഖ്യപത്രാധിപരുടെ സംഭാഷണത്തിലെ കുസൃതി ജീവൻ തിരിച്ചറിഞ്ഞു. അതുകൊണ്ടുതന്നെ ഉത്തരം പറയാനുള്ള സ്വാതന്ത്ര്യവും കൂടി അവിടേയ്ക്കുതന്നെ വിട്ടുനൽകാമെന്നായിരുന്നു, ജീവന്റെ പക്ഷം.

"സാർ പറയുന്നതുപോലെ..."

"അതെന്താ ഞാൻ പറയുന്നതുപോലെ. അപ്പോൾ ഞാൻ പറഞ്ഞാൽ രാജിവയ്ക്കുമോ?"

ജീവൻ ചിരിച്ചു. ഒപ്പം, പത്രാധിപരും...

"ജീവാ, യു ഹാവ് വണ്ടർഫുൾ സ്കോപ്പ് ഇൻ റൈറ്റിംഗ്. പുസ്തകരചനയിലും വാർത്താമികവിലുമൊക്കെ മുന്നേറാൻ ഇവിടം സഹായകമാവും. തിരക്കുകൾ കുറച്ചുതരാൻ ഒരു വഴി കണ്ടിട്ടുണ്ട് ഞാൻ. എഡിറ്റോറിയലിൽ കുറച്ച് അഴിച്ചുപണി ഉണ്ട്. ന്യൂസ് എഡിറ്റർമാർ ഇനി മുതൽ രണ്ടുപേരാവും. ജീവൻ ഇവിടെ നിൽക്കുന്നുവെങ്കിൽ ഒരു ന്യൂസ് എഡിറ്ററുടെ ജോലി, ജീവൻ നോക്കും... എന്തുപറയുന്നു...?"

അയാൾക്ക് അത് അതിശയം പകരുന്ന ഒരു വാർത്തയായിരുന്നു. ഫീച്ചറുകളുടെ ചുമതല വല്ലതും കൂടുതലായി ലഭിച്ചേക്കാമെന്നു കരുതിയപ്പോൾ ന്യൂസ് എഡിറ്ററുടെ ചുമതല...! 'ദേശപത്രിക'യുടെ ന്യൂസ് എഡിറ്റർ എന്നു പറയുന്നത് നിസാരജോലിയല്ല. സമൂഹത്തിലെ വിലയും അംഗീകാരവുമൊക്കെ വർധിക്കും. മാത്രമല്ല, ശമ്പളവർധനവുമുണ്ട്.

"സാർ ഒരിക്കൽ എന്നോട് ഇവിടെ ജോലിനോക്കാൻ വരുന്നോ എന്നു ചോദിച്ചപ്പോൾ പറഞ്ഞ അതേ മറുപടി തന്നെയാണ് എനിക്കുള്ളത്. എന്റെ നന്മയ്ക്കും ഉതകുന്ന ഒന്നേ സാർ പറയൂ എന്ന് എനിക്കറിയാം. ഉത്തരവാദിത്തം ഞാൻ ഏറ്റെടുക്കാം. പത്രത്തെ കുറെക്കൂടി മെച്ചപ്പെട്ട

താക്കി മാറ്റുവാൻ എന്നെക്കൊണ്ടാവുന്നതെല്ലാം ഞാൻ ചെയ്യാം. രൂപ കൽപ്പനയിലെ മാറ്റങ്ങൾ കൂടി കഴിയുമ്പോൾ പത്രത്തിന് ഏറെ പുതുമ തോന്നുമെന്ന കാര്യം ഉറപ്പാണ്..."

"എന്തായാലും, ജീവന്റെ പരമ്പര കൊണ്ട് നമുക്ക് ഏറെ ഗുണമുണ്ടായി. നിയമസഭാ സമ്മേളനത്തിൽ വരുന്ന ചർച്ചകളും പ്രാധാന്യത്തോടെ നമ്മൾ പ്രസിദ്ധീകരിക്കണം. എന്നത്തേയ്ക്കാണ് ജോയിൻ ചെയ്യുക?"

"ഇന്ന് വെള്ളിയാഴ്ചയല്ലേ. തിങ്കളാഴ്ച മുതൽ മതിയാകുമോ? അങ്ങനെയെങ്കിൽ രണ്ടു ദിവസത്തേയ്ക്കുകൂടി ഒരു യാത്ര തീർത്ത് മടങ്ങിയെത്താം. സാറിനെ കണ്ടു പറയാനായി മാത്രം ഓടിവന്നതാണ്."

"എന്നാൽ അങ്ങനെയായ്ക്കോട്ടെ. നിയമസഭാ വാർത്തകൾ തുടക്കത്തിൽ ശ്രദ്ധിച്ചേക്കണം. പിന്നെ, യാത്ര ചെയ്യുന്നതൊക്കെ കൊള്ളാം. ചങ്ങഴിയൂരിലേയ്ക്കു പോയി വല്ല കുരുക്കിലും കുരുങ്ങാതെ ശ്രദ്ധിക്കണം. ഭാവിയുള്ള ചെറുപ്പക്കാർക്ക് ചിലപ്പോൾ ഇത്തരം ആവേശങ്ങൾ വന്നുപോയെന്നും വരാം... ജീവൻ അങ്ങനെ പോവില്ലെന്ന് എനിക്കറിയാം. എന്നാലും ഞാൻ പറഞ്ഞെന്നേയുള്ളൂ..."

ചിരിച്ചുകൊണ്ട് ജീവൻ എഴുന്നേറ്റു. അവർ പരസ്പരം ഹസ്തദാനം ചെയ്തു. വെല്ലുവിളി കീഴടക്കിയ ആത്മവിശ്വാസമുണ്ടായിരുന്നു, ആ ഹസ്തദാനത്തിന്...

ന്യൂസ് ഡെസ്ക് ആരംഭിക്കുന്ന സമയം അതുവരെയും ആയിരുന്നില്ല. ഉച്ചതിരിഞ്ഞേ എഡിറ്റോറിയൽ അംഗങ്ങൾ പലരും എത്തൂ. ജോസഫിനെ കണ്ടു പറഞ്ഞ് യാത്ര തുടരാനായി, ജീവന്റെ തീരുമാനം. അതിനുള്ളിൽ പ്രൊമോഷൻ ഓർഡർ നോട്ടീസ് ബോർഡിൽ എത്തുകയും ചെയ്യുമല്ലോ എന്ന് അയാൾ കരുതി. എന്തായാലും, ട്രാൻസ്ഫർ ഓർഡറിൽ നിന്നും പ്രൊമോഷൻ ഓർഡറിലേയ്ക്കുള്ള മാറ്റം ജീവനു സന്തോഷം പകർന്നു; ഒരു മാസത്തെ ഇടവേള, ജീവിതത്തിന് പുതിയ അർഥതലങ്ങൾ പങ്കുവച്ചതിനും.

'ചങ്ങഴിയൂരി'ലേയ്ക്കുള്ള യാത്രയ്ക്കൊരുങ്ങുമ്പോൾ സുശീലയുടെ കത്ത് അയാളുടെ മനസിൽ ചങ്ങലക്കുരുക്കായി.

'...അല്ലാത്തപക്ഷം, സ്വന്തം ഇഷ്ടത്തിൽ സുരക്ഷിതരായി തങ്ങളുടെ ജോലി ചെയ്യുന്നവർ അങ്ങനെ ചെയ്താലും അവരെ കുറ്റപ്പെടുത്താനാവില്ലെന്നാണ് എന്റെ പക്ഷം. സാറിന് എന്തു തോന്നുന്നു?...'

ഒരു തരത്തിൽ സുശീല പറഞ്ഞതിലും കാര്യമില്ലേ? അവരെ ആരു സഹായിക്കാനാണ്? ആരും ആശ്രയമില്ലാത്തവർ സ്വയം കണ്ടെത്തുന്ന വഴികളാവില്ലെന്നുണ്ടോ, ഓരോ ചങ്ങഴിയൂരും... അളവുപാത്രം പോലെ

അളവിനൊത്തു മാത്രം നിറച്ചുനൽകുവാൻ ചങ്ങഴിയൂർ എന്നും തയാറാണ്. താത്പര്യമില്ലാത്തവരെ ആ പേരിൽ അപഹസിക്കുകയും പീഡിപ്പിക്കുകയും ചെയ്യുന്ന പതിവിനല്ലേ മാറ്റംവരേണ്ടത് എന്ന് അയാൾ ഓർത്തു.

എന്തായാലും, ഒരു കാര്യത്തിൽ സമാധാനമുണ്ട്. രേഖ എല്ലാം തിരിച്ചറിയുന്നവളാണ്. അവളുടെ പിന്തുണയും വേശ്യാവൃത്തിയിൽപ്പെട്ട സ്ത്രീകളുടെ പ്രവർത്തനങ്ങളിലേയ്ക്ക് ഏകീകരിക്കപ്പെടുമ്പോൾ ആരും നഷ്ടപ്പെടില്ലെന്നുറപ്പാണ്.

സുശീലയുടെ കാര്യത്തിൽ, അവൾ കത്തിൽത്തന്നെ പറഞ്ഞതിൽ എല്ലാമുണ്ട്. ഇനി, താര... അവളുടെ കാര്യത്തിലാണ് കുറച്ചു ശ്രദ്ധ ആവശ്യമായി വരിക... അത് തത്ക്കാലം രേഖയെ ഏൽപ്പിക്കണം. ആ ഉദ്യമത്തിലേയ്ക്കാണ് പ്രത്യേകിച്ചും ചങ്ങഴിയൂരിലേയ്ക്കുള്ള യാത്ര തീരുമാനിച്ചതുതന്നെ.

ബാക്കിയെല്ലാം രേഖയുടെ തീരുമാനങ്ങൾക്കു വിട്ടുകൊടുക്കുകയല്ലേ നല്ലതെന്ന് അയാൾക്കു തോന്നി. പുതിയ ജീവിതമാർഗത്തിന് സർക്കാർ സഹായം ലഭിച്ചാൽ അവർ അങ്ങനെ ചെയ്തുകൊള്ളട്ടെയെന്നും അല്ലാത്തപക്ഷം ദാമുവേട്ടൻ കാട്ടിക്കൊടുക്കുന്ന മാർഗം അവർക്ക് അതിജീവനത്തിന്റെ പോരാട്ടമായി തുടരട്ടെയെന്നും അയാൾ കരുതി.

ചങ്ങഴിയൂരുകൾ അവസാനിക്കുന്നില്ലല്ലോ.

ബസ് സ്റ്റേഷനിൽ അയാൾ ഒരു കാത്തിരിപ്പുകാരനായി...

OO

www.ingramcontent.com/pod-product-compliance
Lightning Source LLC
LaVergne TN
LVHW100305051026
849517LV00006B/2197
9789391085391